பெரியவா காலடியிலிருந்து

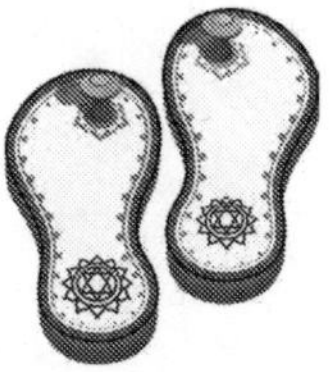

திருவையாறு **S.R.** கிருஷ்ணன்

கிரி

கிரி டிரேடிங் ஏஜென்ஸி பிரைவேட் லிமிடெட்

PERIYAVA KALADIYILIRUNDU
(Tamil)
ISBN : 978-81-7950-930-2

1st Edition : December 2023
Pages 200 | Demy | N.S. Maplitho | 1000 Copies

Published by : GIRI TRADING AGENCY PRIVATE LIMITED
© Author | All rights reserved. | V01482

Regd. & Admn. Office :
No.372/1, Mangadu Pattur Koot Road, Mangadu, Chennai - 600 122.
℃ +91 44 66 93 93 93 (Multiple Lines)

www.giri.in ✉ sales@giri.in

SHOWROOMS : MUMBAI - CHENNAI - KANCHIPURAM - COIMBATORE - MADURAI - TRICHY
KUMBAKONAM - PUDUCHERRY - SECUNDERABAD BENGALURU - NEW DELHI - PUNE

பதிப்புரை

மகா பெரியவாளின் திருக்கரங்களால் தீட்சைப் பெற்று, பால்யத்திலிருந்தே குரு கடாட்சத்துடன் வளரும் பாக்கியம் பெற்றவர், **'பெரியவா காலடியிலிருந்து'** என்ற இப் புத்தகத்தின் ஆசிரியர் திரு. திருவையாறு கிருஷ்ணன் அவர்கள். மீனானது எவ்வாறு தனது குஞ்சினை பார்வையாலே காக்குமோ அவ்வாறே மஹா பெரியவாளின் கருணா கடாட்சம் பரிபூரணமாகக் கிடைக்கப் பெற்றவர்.

நாம் கேட்டுக் கொண்டதற்கு இணங்க, மாத்ரு வாத்ஸல்யத்தோடு மஹாபெரியவா தன்னிடம் கரிசனம் காட்டி, கண்டித்து, போதித்து, அறிவுரைகள் கூறி வழி நடத்திய நிகழ்வுகளை, அவர் காலடியில் இருந்து பெற்ற அனுக் கிரகங்களை, ஒரு சம்பவக் கோர்வையாக நமது காமகோடி மாத இதழில் கட்டுரையாக எழுத ஒப்புக்கொண்டார். அதுவே தற்போது புத்தகமாக நமது கரங்களில் இருக்கிறது. இதில் தனது அனுபவங்களுடன் அவர் தரிசனத்திற்கு சென்று இருந்த சமயத்தில் வேறு சிலருக்கு அவர் அனுக்கிரத்த விஷயங்களையும் சுவைபட எழுதி இருக்கிறார்.

எழுத்தாளர், பாடகர், வாக்கேயக்காரர், வேதபண்டிதர், கவிஞர், உபன்யாசகர், சமூக சேவகர் என்று பன்முகம் கொண்டவராக விளங்கும் இவரது புலமையையும் திறமையையும் கிரி நிறுவனம் பெருமையாக பார்ப்பதோடு, தனது பரபரப்பான அலுவல்களுக்கு இடையேயும் இந்த புத்தகத்தை திறம்பட எழுதியதற்காக தனது மனமார்ந்த நன்றிகளையும் தெரிவித்துக் கொள்கிறது.

இப் புத்தகம் மகா பெரியவாளின் பக்தர்களுக்கு ஒரு வரப்பிரசாதமாக இருப்பது மட்டுமல்லாமல், இந்த எழுத்துப் பதிவுகள் பின்வரும் காலத்தினருக்கு ஒரு விஷயப் பெட்டமாக இருக்கும் என்பதில் எள்ளளவும் ஐயமில்லை.

மகா பெரியவா சரணம்! ஹர ஹர சங்கர! ஜய ஜய சங்கர!

பதிப்பகத்தார்

இந்நூலின் ஆசிரியரைப் பற்றி...

ஸ்ரீ திருவையாறு எஸ்.ஆர். கிருஷ்ணன் (TSRK) அவர்கள், ஒரு வேத அறிஞர், கவிஞர், (சங்கீத) வாக்கேயகாரர், பாடலாசிரியர், இசையமைப்பாளர், பத்திரிகையாளர், கதை எழுத்தாளர் மற்றும் நாடக ஆசிரியர் என்று பல துறைகளிலும், 55 வருஷங்களாகப் பெயர் பெற்றவர். சங்கீத ஆச்சார்யா என்று புகழ் பெற்ற திரு. கிருஷ்ணனுக்கு, உலகில் நான்கு கண்டங்களிலும் சிஷ்யர்கள் உள்ளனர்.

திரு. கிருஷ்ணனின் ஆதிகுரு, அவர் தந்தையார் (கே.எஸ்.ஆர் என்றும் ராகஸ்ரீ என்றும் அழைக்கப்பட்ட) ஞான-பூஷணம் பிரம்மஸ்ரீ குமாரமங்கலம் ஸ்ரீனிவாச-ராகவன் அவர்கள். அவர் உந்துதலால், அவரது நண்பர்கள் மூன்று சங்கீத-ஜாம்பவான்கள், மஹாராஜபுரம் விஸ்வநாத ஐயர், ஜி.என்.பாலஸுப்ரமண்ய-ஐயர், மற்றும் மதுரை மணி ஐயரிடமும் அபூர்வ பாடல்களை பயின்றவர். 1955-ஆம் ஆண்டு முதன் முறையாக சங்கீத மேடை ஏறிய கிருஷ்ணன், 1980 வரை இந்தியாவிலும், பின்னர், தூர கிழக்கு ஆசியா, ஐரோப்பா, இங்கிலாந்து மற்றும் அமெரிக்காவிலும், இன்றுவரை ஆயிரக்கணக்கான இசை நிகழ்ச்சிகளை நடத்தியிருக்கிறார். இந்திய இசை உலகில் முன்னணியில் இருந்த/இருக்கும் பக்க வாத்திய கலைஞர்கள் பலரும், கிருஷ்ணனுடன் மேடையேறி புகழ் பெற்றவர்கள் என்றால் மிகையில்லை.

கிருஷ்ணன், "தக்ஷிண ஸம்பிரதாய ஸங்கீர்த்தனம், அபங்க ஸங்கீர்த்தன், மற்றும் ஹரி-கதை மரபுகளிலும்" புகழ்பெற்றவர். பிரம்மஸ்ரீ நாதமுனி நாராயண ஐயங்கார், அபங்க சிரோன்மணி நாராயண சாஸ்திரி மற்றும் ஸ்வாமி ஹரிதாஸ் கிரி ('குருஜி' எனப் உலகப்புகழ்பெற்றவர்) ஆகியோரிடம் பயிற்சி பெற்றவர். கிருஷ்ணன் தொகுத்த முதல் ஆபரா, ஸ்ரீ ஸீதாயாச்சரிதம்-மஹத் அல்லது திரிவேணி-ராமாயணம் என்ற தலைப்பில் இந்தியாவில் முதன்முதலில் 1965 இல் அரங்கேற்றப்பட்டது. இளமையில் இருந்தே கிருஷ்ணன் மஹாகவி காளிதாஸரின் புகழ்பெற்ற

படைப்புகள் பலவற்றில் முன்னணி பாத்திரங்களில் (உஜ்ஜயினியில் வருடா–வருடம் நடக்கும் காளிதாஸ் சம்மேளனங்களில்) நடித்து பரிசு பெற்றவர். கிருஷ்ணனின் நூற்றுக்கணக்கான 'live-recordings' (Internet) ஆன்–லைன் மற்றும் இரண்டு யூ–டியூப் சேனல்களிலும் (ராகஸ்ரீ & குருபக்தி) பார்க்கலாம்.

புனித ஜகத்குரு காஞ்சி பரமாச்சாரியாரின் நேரடி சீடராக உபதேசம் பெற்ற கிருஷ்ணன், சென்னை–ஸம்ஸ்கிருதக் கல்லூரியில் பரமாச்சாரியாரின் ஆசியால், தொடர்ந்து வேத–அத்யயனத்திலும், உபனிடதங்களிலும், திரு காலடி ஸுப்ரஹ்மண்ய ஸாஸ்த்ரிகளிடமும், அண்ணா சுப்ரமண்ய ஐயரிடமும் முறைப்படி பயின்றவர்.

கிருஷ்ணன் தனது துணைவியார் ராதாவுடனும், மற்றும் அவரது மகள்கள், ('கிருஷ்ணன் சகோதரிகள்') பிரியா, ஹரிணி & சுபா – ஆகியோருடன் பல மானிடஸேவை நடவடிக்கைகளில் ஈடுபட்டுள்ளதால் கிருஷ்ணனின் நிகழ்ச்சிகள் அனைத்துமே அறக்கட்டளைகள் மற்றும் தொண்டு நிறுவனங்களுக்காகவும், கோயில்களுக்காகவும் நிதி உதவிக்காகவே அமைந்தவை; அத்தகைய நிகழ்ச்சிகளின் நேரடி பதிவுகளிலிருந்து கிடைக்கும் வருவாய், பல தொண்டு நிறுவனங்களுக்கும், மனநலம் குன்றியோர் மற்றும் உடல் ஊனமுற்றோருக்கான (இறை) இல்லங்களுக்கும், பின்தங்கியவர்களுக்கான மருத்துவமனைகளுக்கும் நேரடி பயன் தருவதாக அமைக்கப்பட்டிருக்கிறது.

இந்தியாவின் மெட்ராஸ் பல்கலைக்கழகத்தில் தங்கப் பதக்கம் வென்ற கிருஷ்ணன், 1970களில் ராயல் சார்ட்டர்டு இன்ஸ்டிடியூட் ஆஃப் பேங்கர்ஸ் (லண்டன்) மற்றும் இன்ஸ்டிடியூட் ஆஃப் ஃபைனான்சியல் அக்கவுன்டன்ட்ஸ் (லண்டன்) போன்ற உலகப்புகழ் பெற்ற நிறுவனங்களின் ஃபெலோஷிப் சான்றிதழ் பெற்று கௌரவிக்கப்பட்டவர்.

கிருஷ்ணன் ஆசியா, ஐரோப்பா, கிரேட் பிரிட்டன் மற்றும் அமெரிக்கா போன்ற நாடுகளில், பல சர்வதேச வங்கிகளில் உயர் நிர்வாக பதவிகளை

வகித்து, 50 ஆண்டுகளாக 71-நாடுகளில் பயணம் செய்துள்ளார். 1990-களிலிருந்து, இரண்டு புகழ்பெற்ற அமெரிக்க Fiduciary நிறுவனங்களின் CEO மற்றும் Chairman-ஆக பணி புரிபவர். கலிபோர்னியா மாநில நிதிப் பாதுகாப்பு மற்றும் வங்கித்துறையின் சிறப்பு துணை ஆணையராகவும் பணியாற்றுகிறார்.

✦ ✦ ✦

பொருளடக்கம்

1. அத்தியாயம் 1 9
2. அத்தியாயம் 2 16
3. அத்தியாயம் 3 23
4. அத்தியாயம் 4 32
5. அத்தியாயம் 5 41
6. அத்தியாயம் 6 49
7. அத்தியாயம் 7 57
8. அத்தியாயம் 8 65
9. அத்தியாயம் 9 73
10. அத்தியாயம் 10 81
11. அத்தியாயம் 11 90
12. அத்தியாயம் 12 99
13. அத்தியாயம் 13 107
14. அத்தியாயம் 14 116
15. அத்தியாயம் 15 124
16. அத்தியாயம் 16 132
17. அத்தியாயம் 17 141
18. அத்தியாயம் 18 150
19. அத்தியாயம் 19 158
20. அத்தியாயம் 20 171
21. அத்தியாயம் 21 181
22. அத்தியாயம் 22 191

8

அத்தியாயம் 1

'பெரியவா காலடியிலிருந்து...' என்ற தலைப்பில் எழுத முற்படுகிறேன். வழக்கம்போல 'அவாளே பார்த்துக் கொள்வா' என்ற நினைப்பில் பின்வருமாறு குருவின் மஹிமைகளை எழுத ஆரம்பித்து விட்டேன்.

वेदशास्त्र-पुराणानि इतिहासादि-कानि च ।
मन्त्रयन्त्रादि-विद्याश्च स्मृतिः- उच्चाटनादिकम् ॥६॥

शैवशाक्त आगमादीनि अन्यानि विविधानि च ।
अपभ्रंश-कराणीह जीवानां भ्रान्त-चेतसाम् ॥७॥

यज्ञो व्रतं तपो दानं जपस्तीर्थं तथैव च।
गुरुतत्त्वम् अविज्ञाय मूढास्ते चरन्तो जनाः ॥८॥

गुरुः- बुद्ध्यात्मनो नान्यत् सत्यं सत्यं न संशयः ।
तल्लाभार्थं प्रयत्नस्तु कर्तव्यो हि मनीषिभिः ॥९॥

வேத^{3}ஶாஸ்த்ர-புராணானி இதிஹாஸாதி^{3}-கானி ச ।
மந்த்ரயந்த்ராதி^{3}-வித்^{3}யாஶ்ச
ஸ்ம்ருதி:- உச்சாடநாதி^{3}கம் ॥6॥

ஶைவஶாக்த ஆக^{3}மாதீ^{3}னி அன்யானி விவிதா^{4}னி ச ।
அபப்^{4}ரம்ஶ-கராணீஹ ஜீவானாம் ப்^{4}ராந்த-சேதஸாம் ॥7॥

யஜ்ஞோ வ்ரதம் தபோ தா^{3}னம் ஜபஸ்தீர்த^{2}ம் ததை^{2}வ ச।
கு^{3}ருதத்த்வம் அவிஜ்ஞாய மூடா^{4}ஸ்தே சரந்தோ ஜனா: ॥8॥

கு^{3}ரு:- பு^{3}த்^{3}த்^{4}யாத்மனோ நான்யத்
ஸத்யம் ஸத்யம் ந ஸம்ஶய: ।
தல்லாபா^{4}ர்த^{2}ம் ப்ரயத்னஸ்து
கர்தவ்யோ ஹி மனீஷிபி^{4}: ॥9॥

இன்றைய உலகில், வேதங்கள், சாத்திரங்கள், புராணங்கள், இதிஹாஸங்கள், மந்த்ர–தந்த்ர–உச்சாடனாதிகள், மற்றும் சைவம், ஆகமம், சாக்தம் போன்ற வெவ்வேறு மத பிரச்சாரங்களும் தவறான முறையில் (சாதாரண மனிதர்களை) வந்தடையும்போது, ஏற்கனவே குழம்பியுள்ள ஜீவர்களுக்கு அது அதிக குழப்பத்தையும், தவறான விஷயங்களையும் போதிப்பதாகவே உணரப்படுகிறது. மேலும் உண்மையான குரு–தத்துவத்தை உணராதவர்களுக்கு, மேற்படி விஷயங்களும், ஜபம், தவம், ஹோமம் முதலான இறை சார்ந்த நடவடிக்கைகள், மற்றும், தீர்த்தயாத்திரைகள், தான–தர்மங்களும் கூட கால விரயமாகத்தான் காணப்படுகின்றன.

ப்ரம்மம் எனப்படும் "உள்–உணர்ந்த–ஆத்மாவும் (Conscious Self), குருவும் வேறு அல்ல!" எனப்படும் மேற்படி சொற்கள் எள்ளளவும், சந்தேகத்திற்கு இடமில்லாமல் சத்தியம்; ஆகவே, இறை பக்தி உடையவர்கள் 'ஆத்ம ஞானத்தை' தகுந்த குருவிடமிருந்து பெறுவதற்கு உண்மையான முயற்சியில் ஈடுபட வேண்டும்.

[மேற்படி ச்லோகங்களும், ஆத்ம ஞானமும் குரு கீதையில் 'பரமேஸ்வரனால் பார்வதிக்கு உபதேசம் செய்யப்பட்டதாக 'ஸ்காந்த புராணத்தில்' காணப்படுகிறது].

பின்வரும் ஆழமான கீதை ஸ்லோகம் பற்றி உங்களில் பெரும்பாலோர் அறிந்திருக்கலாம்.

तद्विद्धि प्रणिपातेन परिप्रश्नेन सेवया ।
उपदेक्ष्यन्ति ते ज्ञानं ज्ञानिनः तत्त्वदर्शिनः [BG 4.34]

தத்^{3}வித்^{3}தி^{4} ப்ரணிபாதேன பரிப்ரஶ்னேன ஸேவயா |
உபதே^{3}க்ஷ்யந்தி தே ஜ்ஞானம் ஜ்ஞானின: தத்த்வத^{3}ர்ஶின:

ஆன்மீக ஆசானை அணுகுவதன் மூலம் சத்தியத்தைக் கற்றுக் கொள்ளுங்கள். அவருக்கு பயபக்தியுடன் சேவை செய்யுங்கள். [முன்னமே சத்தியத்தை உணர்ந்த] ஆசார்யன் போன்ற அறிவொளி பெற்ற புனிதரால்தான், உங்களுக்கு நேரடி ஞானம் வழங்க முடியும்.

குருவின் தேவையை உணரத்தான் முடியும்; தற்போதைய கால கட்டத்தில், இப்போதுள்ள COVID தடைகள் வருவதற்கு முன்னமேயே, இந்த உலகில் வசிப்பவர்களில் பெரும்பாலோர் இணையதளம், தேடுபொறிகள், ஜூம், ஸ்கைப், மற்றும் முகநூல் மற்றும் தொழில்நுட்பம் சார்ந்த பல்வேறு கவனச்சிதறல்களால் (distractions), நேரடி குரு-சீடர் தொடர்பு தேவையில்லை என்ற மனநிலைக்கு தம்மை மாற்றிக்கொண்டு விட்டனரோ என்று தோன்றுகிறது.

அதிவேகமான தொழில்நுட்ப வளர்ச்சி, உலகளாவிய தூரங்களை குறைத்துள்ளது என்பது மகிழ்ச்சிக்குரிய விஷயம்தான். ஆனால், வளரும்போது எல்லா குழந்தைகளுக்கும் எந்த அளவுக்கு தாய் மற்றும் தந்தையின் "நேரடி கவனமும், பராமரிப்பும், வழிகாட்டலும்" அத்யாவசியமோ, அந்த அளவுக்கு, ஆசானின் நேரடி-வழிகாட்டலும், கண்டிப்பும் கனிவும் கலந்த போதனையும் அடிப்படைத்தேவை. அத்தகைய நேரடி அனுபவம் பெற்ற சீடனால் தான், குருவின் மஹிமையை எந்த சூழ்நிலையிலும், எக்காலமும் உணரமுடியும்.

நான் சிறிது காலத்திற்கு முன்பு படித்த ஒரு கவிதை நினைவுக்கு வருகிறது: "கந்தர்-பாமாலை" என விவரிக்கப்பட்ட ஒரு கவிதையாக, ஒரு சிறிய வெளியீட்டில் இது வெளிவந்தது:

என்னுள் இருந்து என்னை
இயக்கும் பரமகுருவே
என்னுள் உன்னை உணர
எனக்கு வரம் தருகவே
என்னுள் இருந்து என்னை
இயக்கும் பரம்பொருளே
என்னுள் உன்னைக் காண
எனக்கு வரம் தருகவே

எனது ஆரம்பகால சங்கீத மற்றும் சங்கீர்த்தனம் சார்ந்த சுற்றுப் பயணங்களில் எனது மதிப்பிற்குரிய மூத்த சகாவாகப் பரிச்சயமாகி, காலப்போக்கில், எனது குருமார்களில் ஒருவராகிய ஸ்ரீ ஹரிதாஸ் கிரி ஸ்வாமிகள் அல்லது குருஜி, தனது உணர்தலை ஒரு பாடல் மூலம் வெளிப்படுத்தினார் – "எது அல்லது எவர் ஒரு குருவாக உருவாகுகிறார்" – என்ற தலைப்பில்.

நான் ஒழிந்து நீயாக வேண்டும் ஐயா -
நாதாந்தத்துய்யனே வேதாந்த மெய்யனே
தானாகி நின்றதை ப்ரும்மம் என்பார் பலர்-
ப்ரும்மமாய் நிற்பதே நீயென அறிந்தேன்

ஓ ஸத்குரு, தாங்கள் அண்ட ஒலியின் முடிவு; வேதாந்த சத்யத்தின் சாரம். பெரும்பாலானவர்கள் அனைவரும் பிரம்மம் என்பது தனிமையில் எல்லையற்ற ஒன்று என்பர். ஆனால் நீங்கள் வேறு பிரம்மம் வேறல்ல என்பதை நான் உணர்ந்தேன்!

• • •

இந்த புத்தகத்தை படிக்கத் தொடங்கிய உங்களில் பலருக்கும் ஒரு அடிப்படை அம்சத்தில் சில நியாயமான கேள்விகள் எழலாம் – அவர்களில் பெரும்பாலோரை என்னால் புரிந்து கொள்ள முடியும். ஏனெனில், உங்களில் சிலர் உங்கள் வாழ்நாளில் பல முறை மஹாபெரியவாளைச் சந்திக்கும் பாக்கியத்தைப் பெற்றிருக்கலாம்; அந்த காலகட்டத்தை தாண்டிய பெரும்பாலோர் அவருடைய போதனைகளை பல வடிவங்களில் படித்திருக்கலாம். இதைப் படிக்கும்போது உங்கள் மனதில் இருக்கும் நியாயமான கேள்வி என்னவென்றால், 'இந்த எழுத்தாளர் கிருஷ்ணன், வயதானவர் என்பது தவிர ஏற்கெனவே எழுதப்படாத விஷயத்தையோ இதுவரை சொல்லப்படாததையோ என்ன புதிதாக எழுதப் போகிறார்?' இதற்கு நான் தொடர்ச்சியாக பதிலளிக்க இயலாவிட்டாலும், என் சொந்த அனுபவத்தை பகிர்வதன் மூலம் மறைமுகமாக பதில் அளிக்க முயற்சிக்க முடியும்.

முதலில் எனது பெற்றோர் செய்த புண்ணியத்தால், எனது தனிப்' ட்ட குருவாக மாறிய காஞ்சி மஹாமுனி, ஜகத்குருவின் ஆசீர்வாதங்கள், எனது தனிப்பட்ட நினைவுகளாக நான் நினைவில் வைத்திருந்த பல சம்பவங்களை பகிர்ந்து கொண்ட சமீபத்திய முயற்சிகள் எனக்கு வழிகாட்டும் என்று நம்புகிறேன். குரு தனது சீடர்களை ஒரு போதும் கைவிடுவதில்லை. கடந்த 65 ஆண்டுகளில் பெரியவாளிடம் நான் கற்றுக்கொண்ட முக்கியமான பாடம் அதுதான்.

நூற்றுக்கணக்கான புத்தகங்கள் மற்றும் பத்திரிகை வெளியீடுகள் காஞ்சி முனிவர், அல்லது, காஞ்சி பரமாச்சாரியார் பற்றி எழுதப் பட்டுள்ளன. அவர் மனிதராக நம்மிடையே உலா வந்தபோதும், 60 வருடங்களுக்கும் முன்னமே நடமாடும் தெய்வமாக கருதப்பட்டபோதும், உலகெங்கிலும் உள்ள கோடிக்கணக்கான பக்தர்களால் இன்றும் வணங்கப்படுபவர்; அவரது சீடர்கள், சமகால வாசிகள், ஏராளமான அறிஞர்கள், சர்வதேச அளவில் பிரபலமான ஆன்மீக அடியார்கள் என்று பெரும்பாலோர், சில வாரங்கள் முதல் பல ஆண்டுகள் வரை அவரைச் சுற்றி வந்தவர்களில் பலர், அவரது நேரடி ஆசி பெற்றவர்கள்; அவர்களில் பலர் அவரவர் உணர்வுகளை 60 வருஷங்களாக, அனுபவங்களாக வெளியிட்டுள்ளார்கள்.

ஆகவே, உங்கள் நேரத்தையும் அறிவையும் நான் மதிக்கிறேன் என்பதை உறுதி செய்ய, அவரைச் சந்தித்த ஒவ்வொரு கணமும் நான் இப்பேறு பெற்றேன் என்பதில் மட்டுமே கவனம் செலுத்த திட்டமிட்டுள்ளேன். பதன்படாத காலியாக இருந்த என்னைப் போன்ற பல லக்ஷம் அடியார்களை எப்படி ஒரு கை தேர்ந்த சிற்பி போல் செதுக்கினார், தாய் போல் பேணித்தார், தந்தை போல் கண்டித்தார், நண்பன் போல் அரவணைத்தார் என்பதை எல்லாம், என் கண் பார்வையிலிருந்து எழுத இது ஒரு சந்தர்ப்பம்.

பல சந்தர்ப்பங்களில், பெரியவாளின் சொல்லாட்சியையும் அவர் அடியார்களிடம் எழுப்பிய கேள்விகளில் வேண்டுமென்றே கேட்கப்படாத விஷயங்களையும், காலம் கடந்து அசை போட்டிருக்கிறேன். அவற்றை பற்றியும் எழுதியிருக்கிறேன்.

இதை ஒரு Diary போலவோ, தொடர் அல்லது சுயசரிதை போலவோ இல்லாமல், எந்த சம்பவங்கள் காலத்தால் அழியாமல் என் மனதில் நின்றனவோ, அவைகளை மட்டும் காலவரிசை இன்றி எழுதி இருக்கிறேன்.

அப்போது, எனக்கு பதிமூன்று வயதிருக்கலாம்; அந்த வருஷம், பெரியவா மதராஸ் ஸம்ஸ்க்ருத காலேஜில் தங்கியிருந்தார். சாயரக்ஷை பூஜை முடிஞ்சு பிரசாதம் வாங்கிண்டு பக்தர்கள் பந்தல்ல இடம் பிடிச்சுக்கறா... பெரியவா மெதுவா பேச ஆரம்பிக்கிறா...

“இந்த கடவுள்–ங்கற தமிழ் வார்த்தைக்கு என்ன அர்த்தம் – எப்போது முதல் அந்த பதம் புழக்கத்தில வந்தது–ன்னு...”

– இப்படித்தான் ஆரம்பிப்பார்... சில வினாடிகள் மௌனம். பின்னர் அவரது அமிழ்ந்த, ஆழ்ந்த பதிலைக் கொண்டு அந்த கேள்வியை முடிப்பார்...

‘சிலர், கடைச்சங்க காலம்னு சொல்லறா!’

“ம்... ராமசாமி நாயக்கரும் அவரது ஆதரவாளர்களும் கடவுள் என்ற வார்த்தையை நம்மள்ள பலரையும் விட அதிகமாகப் பயன்படுத்தறா! அவர்கள் எப்போதும் கடவுள் இல்லை – கடவுள் இல்லை, கடவுள் இல்லவே இல்லை’ என்று கூச்சலிட்டாலும், நம்மள்ள பலரையும் விட வேகமாக பகவானை அடையக்கூடும்... கடவுள் இல்லைன்னு ஒரு நாளைக்கு நூறு தடவை சொல்லிண்டே... அவா எல்லாரும் சுருக்கவே மோக்ஷத்துக்கு போய் சேந்துடுவா!

[குறிப்பு : உங்களில் பலருக்கு “ஈரோடு ராமசாமி நாயக்கர்” பெயரையோ, இன்றைக்கும் அவர் பெயரால் சினிமா மற்றும் அரசியல் செய்து கொண்டிருப்பவர்களை பற்றியோ தெரிந்திருக்கலாம் / கேள்விப் பட்டிருக்கலாம்! அவரது தொண்டர்களால் “பெரியார்” என்று அழைக்கப் பட்ட திரு.ராமசாமி நாயக்கர் அவர்கள் தன்னை ஒரு சீர்திருத்தவாதி என்றும் பிரகடனப்படுத்தப்பட்ட நாத்திகர், என்றும் அழைத்துக் கொண்டார். மற்றும் அப்போது அவரைப் பின்பற்றிய, கீழ்மட்டத்

தொண்டர்கள் பலரும் கோயில் சுவர்களைத் தீட்டுப்படுத்தவும், சிலைகளை உடைக்கவும், ஆர்ப்பாட்டங்களை அமைக்கவும் பெரியாரை பயன்படுத்திக் கொண்டனர். அவரது சில வெளிப்படையான போதனைகள், மற்றும் வழக்கத்திற்கு மாறான வழிமுறைகள் சிலவும், எதிர்பாராத ஆனால் இணை நன்மைகளை உருவாக்கியது என்பதையும் மறுக்க முடியாது. அப்போதைய சமுதாயத்தில் பெண்களுக்கு இழைக்கப்பட்ட அநீதிகளையும், பெண்கள் படும் துன்பங்களையும், சுட்டிக்காட்டினார் என்பதையும் மறக்கவும் இயலாது.

✦ ✦ ✦

அத்தியாயம் 2

மஹாபெரியவாள், கனிவாக சிரித்தார். அதே இரக்கத்துடன், "பாகவதத்தில் ஒரு கதை... உங்களுக்கெல்லாம் தெரிஞ்சிருக்கலாம்..."

வைகுந்தத்தில, க்ருதயுகத்தில, ஜய-விஜயர் அப்படிங்கற காவல் காக்கற சகோதரர்கள் ஒரு நேரத்துல, அகங்காரத்தை விட, அறியாமையாலன்னு சொல்லலாம். ஸனக ஸனந்தாதி மஹா யோகிகளை பகவானண்ட போக விடாம தடுக்கறா. அதனால, பூலோகத்தில பொறந்து அவஸ்தைபடணும்னு சாபம் வாங்கறா... இதைப்பாத்து வெளில வந்த பகவானண்ட கால்ல விழுந்து அழறா... "பெருமாள் அவாளுக்கு இரண்டு விதமான choice, option, அதாவது வாய்ப்புகள் கொடுக்கறார்..." எப்போதும் என்னையே வைரித்வத்தோட நினைத்தாலும், (அதை ஸம்ரம்ப-யோகம்-ன்னு சொல்லுவா) மூன்றே பிறவிகள் எடுத்த பின்னர், என் கையாலேயே மறுபடி வைகுந்த பதவி வேணுமா, இல்லைன்னா ஏழு பிறவிகள் எடுத்து என்னை அன்போட ஓயாம சேவிச்சு பொறுமையா திரும்பி வரேளா? ன்னு கேக்கறார். அவசர அவசரமா, மூணு பிறவிகளே போறும்... என்கிறா அந்த அண்ணன்-தம்பி.

ஹிரண்யாக்ஷன் - ஹிரண்யகசிபு, மறுபடி ராவண - கும்பகர்ணன் - கடேசியா, சிசுபாலன் - தந்தவக்ரன் - அப்படின்னுட்டு மூணு யுகம் கழிச்சு அவாளுக்கு மோக்ஷம்... உங்களுக்கெல்லாம் தெரிஞ்ச கதைகள் தான். பகவான் அவாளை அன்போட திருப்பி அழைச்சுக்கறான்...

ஏன்னாக்க, கடவுள் எல்லாருக்குள்ளேயும் இருக்கார், நம்பறவா, நம்பாதவான்னுட்டோ, ஓயாத பூஜை புனஸ்காரம் பண்ணிண்டு

அவனையே அன்போடு நினைக்கறவான்னும், அவனை த்வேஷிக்கறவான்னும் பகவானுக்கு பேதமே இல்லை! ஆனாக்க, அவனை அன்போடு ஆச்ரயிக்கறவாளுக்கு உள்ளுக்குள்ளயே என்னிக்கும் இருப்பான் – வழி காட்டுவான், அதை அவாளும் புரிஞ்சுப்பா...

அதனால நீங்கள் எல்லாம் ராமசாமி நாயக்கரை விட, அவரோட கூட நாத்திகர்னு சொல்லிக்கற தொண்டர்களை விட, உசத்தின்னு நினைச்சுக்க வேண்டாம்... உங்க தர்மம், அதாவது, ஸ்வ–தர்மத்தை விடாம இருந்தா, பகவான் உங்க உள்ளே இருந்து உலக ஜீவராசிகள் எல்லாத்தையும் அன்போடு பாக்கற பக்குவத்தை வளர்ப்பான்.

அந்த வயசில் எதோ புரிஞ்சாமாதிரி இருந்துது. அதுக்கு மேல ஸம்ரம்பயோகம்–ன்னு பெரியவா சொன்னதும் புரியல. ஐந்து வருஷங்கள் கழித்து, விவேகானந்தா கல்லூரியில பட்டப்படிப்பு முதல் வருஷம். அப்ப, அண்ணா சுப்ரமண்ய ஐயரிடம், மிஷன்ல பகவத் கீதை கத்துக்கச்சே, கொஞ்சம் கொஞ்சமா புரிய ஆரம்பித்தது.

பெரியவா தொடர்ந்தார்...

ராஜவித்யா ராஜகுஹ்ய யோகம் – ஒன்பதாவது அத்யாயம் – 29ஆம் ஸ்லோகம் –

समोऽहं सर्वभूतेषु न मे द्वेष्योऽस्ति न प्रियः ।
ये भजन्ति तु मां भक्त्या मयि ते तेषु चाप्यहम् ॥

ஸமோऽஹம் ஸர்வபூ⁴தேஷு
ந மே த்³வேஷ்யோऽஸ்தி ந ப்ரிய: ।
யே ப⁴ஜந்தி து மாம் ப⁴க்த்யா
மயி தே தேஷு சாப்யஹம் ॥ 9/29 ॥

"ச்ருஷ்டியில் எனக்கு விருப்பு–வெறுப்பு இல்லை... ஆனால், ஒப்பற்ற பக்தன் யாரோ, அவன் என்னிலிருக்கிறான்; நான் அவனில் இருக்கிறேன். இதுதான் என்னுடைய ஒரே உறவு. எனக்கும் அவனுக்கும் எந்த வித்தியாசமும் இல்லை. அப்படிப்பட்ட பாக்யசாலிகள் உபாசனை செய்து கொண்டே இருப்பார்கள்..."

குறிப்பு: சில வருஷங்கள் கழித்து, ஸ்ரீமத் பாகவதம் படிக்கத் தொடங்கிய போது, 3–ஆம் காண்டத்தில், 16–ஆம் அத்யாயத்தில் பெரியவா சொன்ன ரத்னசுருக்கமான விஷயத்தை ஸ்லோகமாக அனுபவித்தேன்.

मयि संरम्भयोगेन निस्तीर्य ब्रह्महेलनम् ।
प्रत्येष्यतं निकाशं मे कालेनाल्पीयसा पुनः ।।

மயி ஸம்ரம்ப⁴யோகே³ந நிஸ்தீர்ய ப்³ரஹ்மஹேலநம் ।
ப்ரத்யேஷ்யதம் நிகாஶம் மே
காலேநால்பீயஸா புந: ॥ [SB 3.16.31]

ஜய–விஜய சகோதரர்களுக்கு இறைவன் உறுதியளித்தார்: ஆன்மீக யோகத்தை அகங்காரத்தில் (ஸம்ரம்பயோகமாக) கடைப்பிடிப்பதன் மூலம், பிராம்மணர்களை அவமதித்த பாவத்திலிருந்து நீங்கள் சுத்திகரிக்கப்பட்டு, மிகக் குறுகிய காலத்திற்குள் என்னிடமே திரும்பி வருவீர்கள்.

பெரியவா லேசாக கண்மூடியபடியே தொடர்ந்தார்:

க–ன்னாக்க, பகவான், ஸர்வேச்வரன், “சர்வ வல்லமையும் படைத்தவர்”, எல்லாம் அறிந்தவர், எக்காலத்திலும் அழிவில்லாதவர், நிரந்தரம், இறுதி, விவரிக்க இயலாத ப்ரும்மம்.

உள்–ன்னாக்க, உனக்கு உள்ளே இருப்பவர்.

‘சரணாகதி’க்கு பல உபாயம் இருக்கு; உனக்கு உள்ளே தேடுவது, உள்ளே இருந்து உன்னை நல்வழிக்கு தள்ளும் குரலுக்கு மரியாதை செலுத்தறது, மூணாவது, உனக்குள் இருக்கும் அந்த பிரம்மத்தைத் தேடி வாழ்வது என்றும் சொல்லலாம். நாம என்ன பண்ணிட்டோம்னாக்க, ‘உள்ளேயே சும்மா கட, அடிக்கடி தலை தூக்கி நான் பண்ற தப்ப சுட்டிக் காட்டாதேன்னு மிரட்டறோம்... ஆனாக்க, ஒரு விஷயம் நெனப்பு இருக்கணும். கலி யுகத்தில மட்டும், இந்த ஜன்மத்தில பண்ற தப்புகளுக்கு இப்பவே தண்டனைன்னு நியதி, என்ன? கொஞ்சம் முன்னப்பின்ன இருக்கும் அவ்வளவு தான்...

பெரியவா காலடியிலிருந்து

பெரியவாளின் மகத்துவம் இதுதான்... ஒரு எளிய ஸம்வாதத்தில் அல்லது வரும் பக்த கோடிகளுடன் நடத்தும் கலந்துரையாடலில், யதார்த்தமான, நகைச்சுவையான பேச்சு தான் தெரியும், ஆனால், வேதாந்த விஷயம் தெரிந்து கவனிப்பவர்களுக்கு மட்டும் ஆழமான தத்துவம் பொதிந்திருப்பது புரிபடும்; அத்வைதம் அல்லது இருமையற்ற தன்மையின் சாரம் வெளிப்படும் –

"பகவான் உங்களுக்குள் இருக்கிறார் – நீங்கள் தேடினால், உங்கள் ஆச்சார்யன்/குரு வடிவத்தில் காட்சிப்படுத்துவான். அப்படித்தான் கொஞ்சம் கொஞ்சமாக தன்னை வெளிப்படுத்தினார்... மேலும் உங்களை எப்போதும் கண்காணிக்கும் தாயாக இருந்து, குருவாக வெளியில் இருந்து கவனிப்பார், எச்சரிக்கையாக வழிநடத்துவார் என்றும் நம்பலாம்; பின்னர், வாழ்க்கையின் ஒவ்வொரு நடைப்பயணத்திலும், நீங்கள் மிகுந்த மன உளைச்சலில் அல்லது துன்பத்தில் இருந்த போதும், உங்களை எதிர்கொள்ளும் விஷயங்களை எப்படி சமாளிப்பது என்ற குழப்பத்தில் இருந்தாலும் அவர் உங்களை வலிய வந்து வழிநடத்துவார்.

மொத்தத்தில், உங்களை முதலில் நீங்கள் நம்புங்கள். அது தான், அவர் தந்த முதல் பாடம்.

மஹாபெரியவா பத்தி பேசணும்–னா – ஏன் – எப்ப நினைச்சாலும் இந்த மஹாவாக்யங்கள்–தான், அதுவும் சாக்ஷாத் பரமேச்வரன் பார்வதிக்கு ஸ்காந்த புராணத்தில அன்போடு போதிச்ச இந்த ஸ்லோகம் தான் முன்ன வந்து நிக்கும்.

ब्रह्मानन्दं परमसुखदं केवलं ज्ञानमूर्तिं
द्वन्द्वातीतं गगनसदृशं तत्त्वमस्यादिलक्ष्यम् ।
एकं नित्यं विमलमचलं सर्वधीसाक्षिभूतं
भावातीतं त्रिगुणरहितं सद्गुरुं तं नमामि ॥

ப^{3}ரஹ்மாநந்த^{3}ம் பரமஸுக^{2}த^{3}ம்
கேவலம் ஜ்ஞாநமூர்திம்
த்^{3}வந்த்^{3}வாதீதம் க^{3}க^{3}நஸத்^{3}ருஶம்
தத்த்வமஸ்யாதி^{3}லக்ஷ்யம் ।

ஏகம் நித்யம் விமலமசலம் ஸர்வதீ⁴ஸாக்ஷிபூ⁴தம்
பா⁴வாதீதம் த்ரிகு³ணரஹிதம் ஸத்³கு³ரும் தம் நமாமி ॥

பிரம்மத்தின் பேரின்பத்தை அடைந்தவர், விவரிக்க ஒண்ணா மகிழ்ச்சி, தூய்மை உடையவர் (மாயையிலிருந்து விடுபட்டவர்), ஞானத்தின் உருவகம், உலகின் இருமையைத் தாண்டி, ஆன்மீகத்தில் உயர்ந்த வானம், அவரின் கவனம் "நான் தான்" தெய்வீகத்தன்மை கொண்டவர், நித்தியம், அசுத்தங்கள் இல்லாத, சத்தியத்தில் அசையாமல் நிலைநிறுத்தப்பட்டவர், எல்லாவற்றிற்கும் சாட்சியாக இருப்பவர் (அவருடைய சர்வ விஞ்ஞானத்திலிருந்து) மனதிற்கு அப்பால் (உணர்ச்சிகள் இல்லாமல்), மூன்று குணங்களுக்கு (சத்வ, ரஜஸ், தமஸ்) அப்பாற்பட்ட அந்த புனித குருவுக்கு (அனந்த கோடி) நமஸ்காரம்.

கடந்த 65 வருஷங்களுக்கும் மேலாக, இந்த குரு-கீதை ஸ்லோகத்தை, நான் கலந்து கொண்ட அனைத்து நாம சங்கீர்த்தனங்களிலும் பாடி வருகிறேன். இதை விச்வ-ஸார-(யந்த்ர) தந்த்ர-மந்த்ரம் என்றும் சொல்லுவார்கள்.

"முதல் முறையாக பெரியவா முன் இதை பாடும்போது, இதன் அர்த்தம், பின்னணி என்ன என்று கேட்டபோது, முழித்தேன் - பெரியவா சிரித்துக்கொண்டே, "அசடு", என்று தொடங்கி அதன் சாராம்ஸத்தை இரண்டே வரிகளில் சொன்னார்..

'அதாவது, உன்னோட ஆசார்யன் தான் பகவான் - அவனண்ட சரணாகதி பண்ணிண்டுட்டா, அவன் உள்ள இருந்துண்டு வழி காட்டுவான் - ஏன்னா, நீ வேற இல்லை, அவன் வேற இல்லை..

நான் அசையாமல் நின்றேன்; எப்படி பதிலளிக்க வேண்டும் என்று தெரியவில்லை; அவர் விளக்கியதை நான் புரிந்து கொள்ள முயற்சிக்கிறேன் என்று சொல்வதா! அல்லது நான் உணர்ச்சியற்றவனாக இருந்தேன், அவரது விளக்கங்கள் பெரும்பாலானவையும் என் தலைக்கு மேலே சென்றன என்று சொல்ல வேண்டுமா? ஆனால், பல ஆண்டுகளாக, அந்த ஆழமான போதனைகளை, எனது நிலைக்கு எளிமைப்படுத்திக் கொண்டேன். என் துயரங்களையும் சிக்கல்களையும் எளிமையாக்கிக்

கொண்டேன். வீட்டில் அவரது உருவப்படத்திற்கு [பழைய காலெண்டரி லிருந்து வெட்டப்பட்ட சிறிய படம், சங்கர–மடம், சுப்புணி மாமா எனக்குக் கொடுத்தது] முன்னால் சென்று எனக்குள்ளயே எத்தனைமுறை பேசியிருப்பேன்? அவர் நான் பாடுவதை விரும்புகிறார் என்று நினைத்துக்கொண்டோ, அதனால் தான் பார்க்கும்போதெல்லாம் பாடச் சொன்னார் என்று நினைத்துக் கொண்டோ, அடிக்கடி மடத்துக்குச் சென்று பெரியவாளின் நேரடி பார்வையில் பந்தலின் ஒரு மூலையில் உட்கார்ந்து கொள்ளுவேன். அதனால் தானோ என்னவோ அவருடைய கடாக்ஷத்தை காத்திருக்காமல் பெற்றிருக்கிறேன். அவருக்கு நேரம் கிடைக்கும் போதெல்லாம் தவறாமல் கூப்பிடுவார். ஒவ்வொரு முறையும் நான் சென்று ‘அழைக்கப்படுவேன்’ என்ற நம்பிக்கையில் பந்தலில் உட்கார்ந்த போதும் என்னை அன்போடு அழைத்து பேசுவார், பாடவும் சொல்லுவார்.

இந்த பாக்கியம் தொடர்ந்து 8 வருடங்களுக்கு மேல் கிடைத்தது.

“வாடா கொழந்தே”, “எலெ இங்க வா”, “என்ன விஷயம்... சோழியன் குடுமி சும்மா ஆடாதே”, “வாடா அசடு... ” இவைகள் தான் எனக்குக் கிடைத்த உயர்ந்த பட்டங்கள், விருதுகள், அந்த நடமாடும் தெய்வத்தின் சாக்ஷாத் நேரடி அனுக்ரஹம்...

அத்தகைய ஒரு சந்தர்ப்பத்தில், ஒரு அதிகபிரசங்கம் செய்தேன்.

“பெரியவா சொன்னேளே, சோழியன் குடுமின்னு... அப்படின்னா?

பெரியவா சிரித்தார், ஆனால் மேனேஜர் சங்கு ஐயர் மாமாவின் முகத்தில் கொஞ்சம் கோபம் தெரிந்தது.. [இது என்ன அதிகப்ரசங்கம், மரியாதை இல்லாம –என்பதுபோல் தெரிந்தது]. பெரியவாளுக்கு இன்னும் சிரிப்பு...

“கொழந்த–தானே? உங்களுக்கும் சேத்துதான் கேட்டான்; கொஞ்சம் சிரியுங்கோ, சிரிச்சா பரவாயில்லை’ – இது பெரியவா.

பெரியவா, 10 வினாடி மௌனத்துக்கு பின்னர் பேச ஆரம்பித்தார்...

“உண்மையான பழமொழி ‘சோழியன் குடுமி சும்மாடு ஆகாது.’ ஒரு சோழ மன்னன், அதாவது உத்தம சோழனின் ஆளுகை காலங்களில், அவனோட நாட்டு ஆண்மக்கள் தங்கள் தலையின் முன்புறத்தில் ஒரு குடுமி வச்சுண்டிருப்பா. இது முன்குடுமி என்று அழைக்கப்பட்டது. அதேசமயம் கிராமத்துப் பெண்கள், (இப்போது கூட நிறைய இந்திய கிராமங்களிலும்) ஒரு பெரிய வட்டமான மோதிரம் போல வெட்டுத் துண்டுகளாலான துணியால பிரிமணை செஞ்சு, அந்த சும்மாட்டைப் பயன்படுத்தி பெரும் சுமைகளையும் வெகு தூரம் சுமந்து செல்ல முடிஞ்சுது. அதை ‘சும்மாடு’ன்னு இப்பவும் சொல்லப்படுகிறது. சமீபத்தில், நாட்டுப்புறப் பெண்கள் அந்த வளையத்தை மூங்கில் அல்லது வைக்கோல் அல்லது புல்லால செஞ்சு கொஞ்சம் மேம்படுத்தியிருக்கா. ஆகவே, பெண்கள் அந்த கால ஆண்களை கேலி செய்றது வழக்கம் – அதாவது, ஆண்களின் முன்குடுமி ஒரு சும்மாடு போல இருந்தாலும், அவை “எதுக்கும் பயனில்லாதவை, ஏன்னாக்க அதுமேல எதுவும் வைக்க முடியாது அல்லது எடையையும் சுமக்க முடியாது” – என்று!

முசுடு போலிருந்த சங்கு ஐயர் கூட சிரித்துவிட்டார். நானும் வாய் விட்டு சிரித்ததைப் பார்த்து, பெரியவாளும் சிரித்தார்... ஒரு தாய் மனம் விட்டு சிரித்தது போலிருந்தது. அதை இன்று நினைத்தாலும், இதை எழுதும்போதும் கண்கள் பனிக்கின்றன.

அன்று இரவு இல்லத்துக்கு வந்து, சிரித்துக் கொண்டே என் அம்மாவிடம் விவரித்தேன்; அம்மா சிரிக்கவில்லை... மாறாக அம்மா கண் பனித்தது. “கொழந்தே... அவரோட கருணாகடாக்ஷம் உம்பேர்ல இப்போ போலவே எப்பவும் இருக்கணும்...

✦ ✦ ✦

அத்தியாயம் 3

எனது தகப்பனார் ஸ்ரீ குமாரமங்கலம் ஸ்ரீனிவாஸராகவன் அவர்கள், என்னையும், என் சகோதரி பூமாலையும் முதன் முறையாக 1954–ல் பெரியவா சன்னிதானத்துக்கு (காஞ்சீபுரம்) அழைத்துச்சென்ற போது, எனக்கு அதன் மஹத்வமோ முக்கியத்துவமோ ஒன்றும் தெரியாத வயது! ஒரு பெரிய பந்தல், சின்னகாஞ்சீபுரத்துக்கு வெளியே ஒரு கிராமம், கொதிக்கும் வெய்யில், பெரியவாளின் மூன்று வினாடி தர்சனத்திற்காக ஆயிரக்கணக்கான பக்தர்கள் காத்திருந்தது, இவை மட்டும் இன்னும் நினைவில் நிற்கிறது. பந்தலுக்கு வெளியே சில பேருந்துகள், நூற்றுக்கணக்கான குதிரை வண்டிகள், மாட்டு வண்டிகள் எல்லாம் சர்க்கஸ் கூடாரத்தைச்சுற்றி நிற்பது போல் நிழல்படம் அல்லது கனவு எனலாம். 'பெரியவாளின் ஷஷ்டி–அப்தபூர்த்திக்காகப் போனோம்' என்று கிட்டத்தட்ட இரண்டு வருஷம் கழித்து, – நான் டைரி எழுத ஆரம்பித்தவுடன் – அப்பா மூலம் தெரிந்து கொண்டேன்!

முதல் சந்திப்பிலேயே, அந்த இளம் வயதிலேயே, ஒரு இனம் தெரியாத, சொல்லத் தெரியாத தாக்கம். பந்தல் ஓரத்தில் நின்று கொண்டிருந்த அப்பாவை சைகையால் அருகில் அழைத்து, எங்களுக்கு ப்ரஸாதம் கொடுத்த பெரியவா முகத்தில் ஒரு புன்சிரிப்பு. அப்பா சைகையின் பேரில், பெரியவா காலில் விழுந்தோம். ஓரிரு நிமிஷங்களில் நெரிசல் தாங்க முடியாமல் நகரும்போது, அவர் காண்பித்த சைகையின் பேரில் இராத்தங்கி, மறுநாள் பார்க்கப்போனபோது, இரண்டு பாட்டுப் பாடினோம். பெரியவா முகத்தில் வாத்சல்யமான புன்னகை; அப்பா கண்களில் பொல பொலவென்று கண்ணீர்.

அடுத்த வருஷம் (1955) பெரியவா சாதுர்மாஸ்ய வ்ரதம் காஞ்சீபுரத்தில் அனுஷ்டித்தபோது, குடும்பத்தோடு சென்றிருந்தோம். அம்மா, எனது இரு தமக்கையர்கள், ரமா, பூமா, மற்றும் எனது குட்டித்தம்பி லக்ஷ்மீ நரசிம்ஹன் அம்மாவின் இடுப்பில், அதை நினைக்கும்போது கண்கள் பனிக்கும். காஞ்சீபுரம் ஸ்டேஷனிலிருந்து குதிரை வண்டியில் மடத்துக்குச் செல்லும் வழியில் மற்றவர்கள் கேட்கத் தயங்கியதை அப்பாவிடம் கேட்டேன், ‘சாதுர்மாஸ்யம்–னா’ என்னப்பா? தாழ்வான குரலில் அப்பா கச்சிதமாகச்சொன்னார், ‘ஆஷாடம் (ஜூன் – ஜூலை) தொடங்கி, கார்த்திக (அக்டோபர்–நவம்பர்) மாசம் வரை, மஹாவிஷ்ணு யோக நித்திரையில் சயனிக்கும் நான்கு மாதங்கள்... அனைவரும் அனுஷ்டிக்க வேண்டிய வ்ரதம், ஆனால் முக்யமாக அந்த மழைக் காலத்தில் சன்யாஸிகள் தப்பாமல் அனுஷ்டிக்கும் காலம். ஆசைகளை, நாக்குக்காக சாப்பிடும் சாப்பாட்டைக் குறைக்கணும், அனுஷ்டானத்தை அதிகரிக்கணும்... அதெல்லாம் ஒரு யாகம், தபஸ் மாதிரி...’ அப்பா, அவ்வளவு தான், ஆர்மி மோர்ஸ் கோட் போல பேசுவார்... விரைவிலேயே, பெரியவாளே ஒரு ப்ரதோஷ காலத்தில், அதை அனுஷ்டிக்கும் விதம் பற்றியும் காரணங்களையும் விவரமாகச் சொன்னார். [கடந்த 40–வருஷங்களாக, ஆன்மீக மற்றும் வேதாந்த சொற்பொழிவுகளில் அடியேன் பகிர்ந்து கொள்ளும் வ்யாக்யானங்கள் பலவும் அவர் போட்ட பிச்சை தான்].

அந்த சந்திப்பின்போதுதான், அப்பா பெரியவாளுடன் வெகுநேரம் பேசிக் கொண்டிருந்ததை, என்னவென்று புரியாமல் ஆவலாகப் பார்த்துக் கொண்டிருந்தோம். கடைசியில், பெரியவா பாடச் சொன்னதன் பேரில், மூன்று பாட்டுகள் பாடினோம். கண்மூடிக் கேட்டுக் கொண்டிருந்தவர், கண் திறந்து, கனிவாக, ‘ம்... பஹு ச்ரத்தையா சொல்லி வெச்சிருக்கான்; அப்பா பேரை நல்லபடி காப்பாத்துங்கோ’, என்றார்.

1956–ல் தான் எங்களுக்கு, முக்யமாக எனக்கு, அது வரை கிடைத்த பாக்யம் என்னவென்று கொஞ்சம் கொஞ்சமாக விளங்க ஆரம்பித்தது. அப்பாவின் முயற்சியாலும் அனுக்ரஹத்தாலும், தெற்கிலும் வடக்கிலும் பல ஊர்களில் சங்கீத நிகழ்ச்சிகள் செய்ய சந்தர்ப்பம் வாய்த்தது.

பம்பாயில் இருந்த அப்பாவின் நண்பருக்கு, எல்லவற்றிற்கும் சம்மதம் அன்று இரவுக்குள் ட்ரங்க்-காலில் சொல்லணும். அதற்கு முன், அப்பாவுக்கு, பெரியவா சம்மதமும், ஆசீர்வாதமும் அத்யாவச்யம், அதனால், விடியற்காலையில் காஞ்சி பஸ்ஸில் கிளம்பினோம். மடத்துக்குள் நுழையும்போது பகல் பதினொன்று. புதுப்பெரியவா ஸ்ரீ ஜெயேந்த்ர சரஸ்வதி ஸ்வாமிகள்) பூஜை செய்வதை பெரியவா உன்னிப்பாக கவனித்துக் கொண்டிருந்தார். நாங்கள் மண்டபத்தின் கோடியில் அமர்ந்ததைப் பார்த்தவர், கிட்டே வரும்படியும் பாடும்படியும் சமிக்ஞை செய்தார். ஒரு யோசனை என்று எதுவுமில்லாமல், பாட்டை ஆரம்பித்தேன். அக்கா ஒரு வினாடி ப்ரமிப்புக்குப்பின் இணைந்து கொண்டாள். பூர்விகல்யாணியில், **'அபகார நிந்தைபட்டுழலாதே'** அதிரடியாக ஆரம்பித்தேன். பெரியவா அப்பாவைப் பார்த்து நளினமாகப் புன்னகைத்தார். அப்பா முகத்தில் சிரிப்பில்லை – மாறாக கவலை, தயக்கம் தெரிந்தது. நாங்கள் பூர்விகல்யாணியில் நன்றாகப் பாடுவதாகவும், அதை அவர்கள் ரசிப்பதாகவும் அடியேன் நினைத்துக் கொண்டேன். அது அல்ல விஷயம் என்பது அப்புறம் தான் தெரிய வந்தது.

அபகார நிந்தைபட் டுழலாதே
அறியாத வஞ்சரைக் ... குறியாதே
உபதேச மந்திரப் ... பொருளாலே -
உனைநானி னைந்தருட் ... பெறுவேனோ
இபமாமு கன் தனக் ... கிளையோனே -
இமவான்ம டந்தை யுத் .. தமிபாலா
ஜெபமாலை தந்த சற் . குருநாதா -
திருவாவி னன்குடிப் ... பெருமாளே.

[தாளத்துக்காக நான் வெட்டி-வெட்டி பாடியது அப்பாவுக்கு ரசிக்கவில்லை என்பது அப்புறம்தான் தெரிய வந்தது.]

பெரியவா, நாங்கள் முடிக்கும்வரை காத்திருந்து, பின்னர், 'சரி... ராகவா... , **'செகமாயை யுற்றெ னகவாழ்வில் வைத்த திருமாது கெர்ப்ப... முடலூறி'** – சொல்லி வச்சிருக்கியா? என்றார். அப்பா

திருவையாறு S.R. கிருஷ்ணன்

பணிவாக தலையாட்டினார். எங்களைப் பார்த்து, ஒரு ‘ஹூம்... ’ சின்னத்வனி, அவ்வளவுதான்.

ஜூக்பாக்ஸ்ல அந்தநாளில் விசை தட்டிய மாதிரி ஹம்ஸாநந்தியில் ஆரம்பித்தேன்... (ஸ்வாமிமலை குருநாதன் பேரில் திருவேரகப் பாடல்); பெரியவா அமைதியா சிரிச்சிண்டே, “கொழந்தே, சந்தம் தெரியும்னா, சந்தம் சொல்லிட்டு மேக்கொண்டு பாடு’. அவசரமாக, ஆரம்பித்தேன்...

[தக-தகிட-ததக / தக-தகிட-ததக /
தக-தகிட-ததக / ததகிடதா... (ஸரிகரிகா...)]
[தனதான தத்த தனதான தத்த -
தனதான தத்த ... தனதான] –

செகமாயை யுற்றெ-னகவாழ்வில் வைத்த -
திருமாது கெர்ப்ப .. முடலூறித்
தெசமாத முற்றி வடிவாய்நி லத்தில்
திரமாய ளித்த ... பொருளாகி
மகவாவி னுச்சி விழியாந நத்தில் -
மலைநேர் பு யத்தி ... லுறவாடி
மடிமீத டுத்து விளையாடி நித்த
மணிவாயின் முத்தி ... தரவேணும்
[முகமாய மிட்ட குறமாதி னுக்கு
முலைமேல ணைக்க ... வருநீதா]
முதுமாம றைக்கு ளொருமாபொ ருட்குள்
மொழியேயு ரைத்த ... குருநாதா
தகையாதெ னக்கு னடிகாண வைத்த -
தனியேர கத்தின் ... முருகோனே
தருகாவி ரிக்கு வடபாரி சத்தில்
சமர்வேலெ டுத்த ... பெருமாளே.

முடித்தவுடன் பெரியவா சந்தோஷமாக சிரித்தார், “ராகவா, 4–ஆவது லைனோட 6–ஆவது லைனை, கொழந்தைகளுக்காக சேத்துட்டே, பலே பலே, புரிஞ்சுது...

“சரிடா கொழந்தே, முதுமாம–றைக்கு– ளொருமாபொ–ருட்குள்–மொழியேயு–ரைத்த, குருநாதா அப்படின்னா, என்ன அர்த்தம்? அப்பா சொல்லி வச்சிருக்காளா? அதுக்கு முன்னாடி, அபகாரநிந்தைல ‘ஸத்குருநாதா?’ அப்டின்னு பாடினயே – அதுக்கெல்லாம் என்ன அர்த்தம்?” அடியேன், முழித்தேன், தலையை குனிந்து கொண்டேன். பெரியவா, ஆறுதலாக, “கவலைப்படாதரா கொழந்தே, பெரிய பாடகாளுக்கே இதன் அர்த்தமும் தெரியுமோ என்னவோ!

“பழம்பெரும் வேதத்தோட ஒப்பில்லாத சிறந்த பொருளுக்குள்–மொழியேயுரைத்த குருநாதா, பிரணவப் பொருளை சிவபெருமானாருக்கு உபதேசித்த குருநாதனே – அப்படின்னு அர்த்தம். திரும்பி போகறச்சே அப்பா அந்த ஸ்வாமிநாதன் கதையை சொல்லுவா... “அதன் பின் நாங்கள் உடனே கிளம்பவில்லை. அப்பா தயங்கி நின்றதைப் பாத்துவிட்டு பெரியவா, “ஏதோ கேக்க வந்துட்டு, தயங்கி தயங்கி நின்னா எப்படி? கேளு” என்றார்.

“அப்பறம், கொழந்தைகள ஆகாரம் பண்ண மடத்துக்கு அழச்சிண்டு போ... பட்டினியா பஸ் ஏறாதே. சாப்டப்பறம், பக்கத்தில இருக்கற ஸோமாஸ்கந்த ஸ்வாமி கோவிலுக்கு அழச்சுண்டு போ; அங்க ஶ்ரீ சங்கர பகவத்பாதா ஸ்வாமிக்கு தண்டாவந்தனம் பண்ற ஒரு சிலையிருக்கும். தப்பாம கொழந்தைகள் பாக்கணும்.

“இன்னும் பேசாம கிளம்பினா என்ன அர்த்தம்? வந்த விஷயத்தை சொல்லு! எந்த ஊருக்கெல்லாம் போறேள்? அது பத்திதானே பேச வந்தே?” என்றார். கொஞ்சம் தள்ளி அமர்ந்திருந்த அக்காவைப் பார்த்து, “இவன் ஸஹோதரி, அக்கா தானே, ரொம்ப அனுசரணையா பாடினாளே, அவளும் வராளோல்லியோ? யாரெல்லாம் பக்கம்?” உடனே அப்பா, எந்தெந்த ஊர்களில் யார் ஏற்பாடு, யார் பக்கம் எல்லாவற்றையும் ஒரு மூச்சாக ஒப்பித்தார். அப்போதுதான், முதன்முறையாக எங்கள் இருவருக்கும் எங்க போகப் போகிறோம் என்கிற விஷயமே தெரியவந்தது. அது தான் அந்த கால அப்பா / குருநாதர்கள்!

“இதுதானே விஷயம்? எல்லாம் ப்ரமாதமா நடக்கும், போய்ட்டு வாங்கோ”.

ஊர்களுக்கெல்லாம் போய்விட்டு வந்தப்பறம், நானும் அப்பாவும் காஞ்சீபுரம் போய் பெரியவாளை பார்க்கப் போனோம். அதேபோல 1957–1958–களில் திரு.பி.டி. பாணி மாமா, தமிழ் இசைமணி திரு. ஆதிசேஷய்யர் இவர்களோடெல்லாம் ஆறுபடைவீடு யாத்திரைகள், மற்றும் திருப்புகழ் அப்பா ஜஸ்டிஸ் ஸ்ரீ கிருஷ்ணஸ்வாமி, பித்துக்குளி முருகதாஸ் அவர்களுடன் திருத்தணி புத்தாண்டு–படி விழா என்று நடக்கும் முன்னேயும், நடந்த பின்னேயும் பெரியவா அனுக்ரஹத்திற்காக பார்க்கப்போவதும், ஒவ்வொரு சந்தர்ப்பத்திலும், பெரியவாள் அனுக்ரஹத்திற்காக வந்த பெரியோர்களிடமும் பெரிய மனிதர்களிடமும், அந்தக் கருணையின் இருப்பிடம் எங்களை அறிமுகப்படுத்திய நேர்த்தி, கனிவு – இவையனைத்தையும் "மாத்ரு–வாத்சல்யம்" என்று குறிப்பிட்டு, சுருக்கமாக 2020–ல் **'பவ சங்கர தேசிக மே சரணம்'** என்கிற 10–பாகம் உபன்யாஸத்தில் சமர்ப்பித்திருக்கிறேன் [ராகஶ்ரீ]. வரப்போகும் பக்கங்களில் சில நெகிழ்ச்சியான நிகழ்வுகளை, அவர் கருணையோடு பகிர முயற்சிக்கிறேன்.

பெரியவா நகைச்சுவை உணர்வு:

ஒரு மார்கழி மாதம், அடியேனுக்கு ஒரு 11 வயதிருக்கும். அப்பாவுக்கு உடம்பு சரியில்லை, அதனால் நான் மட்டும் பள்ளிக்கூடம் விட்டதும், 12–ஆம் நம்பர் பஸ் பிடிச்சு ஸம்ஸ்க்ருத காலேஜுக்கு ஓடினேன். பெரியவா உத்தரவும் அனுக்ரஹமும் வேணும்கற அவசரம். பெரியவா கிணத்து மோடையருகே உட்கார்ந்திருந்தார். மடத்து மேனேஜர் கொஞ்சம் கண்டிப்பானவர், அதனால் அவர் உத்தரவு இல்லாமல் நேரடியாக கிணத்து மோடைக்கெல்லாம் போகமுடியாது. இருந்த இடத்திலேயே பெரியவா ஒரு உதவியாளரை ஏதோ விகடமாகப் பேசிக்கொண்டிருந்தது தெரிந்தது, கேட்டது... "என்னடா வெங்கட்ராமா, இன்னிக்கு எனக்கு மட்டும் தீபாவளியா?."

பணியாளர் ஒரு இளம் ப்ரம்மச்சாரி... கேள்வி புரியாமல் பதில் சொல்லத் திணறினார்...

"புரியலயா? எதுக்கு எனக்கு இன்னிக்கு புது கௌபீனம், வஸ்த்ரம் எல்லாம்? பழசெல்லாம் என்னாச்சு?" சிரித்துக் கொண்டே கேட்டார்

பெரியவா... பணியாளருக்கு கொஞ்சம் தைர்யம் வந்து, "...பழய வஸ்த்ரங்களை எலி கடிச்சு, 2–3 நாளா, எல்லா இடத்தையும் ஒழிச்சுண்டிருக்கோம்... அதனால் தான்... "

"அந்த எலிகளை ஹிம்ஸை பண்ணாதீங்கோ, அதுகள் இடத்துல நாம இருக்கோம்கறதை மறக்க வேண்டாம். அதுக்காக, சன்யாஸி பூனை வளத்த கதை மாதிரி புது ப்ரச்னைகளை கொண்டுவர வேண்டாம்", என்று சொல்லிவிட்டு சிரித்தார். அங்கிருந்தே மேனேஜரைப் பாத்து, "ஐயர்வாள், அந்த பையனை, பாவம், உள்ள வரச்சொல்லுங்கோ".

என் வியர்வை, பெருமூச்சைப் பார்த்துவிட்டு, "என்ன? ரொம்ப நேரமா, காலை மாத்தி வச்சுண்டு அவஸ்தை படறயே... ஆனா முகத்துல சந்தோஷம் தெரியறது... ஏதோ விசேஷமான சமாசாரமா?"

"ஆமாம்... பெரியவா அனுக்ரஹத்தில பார்த்தசாரதி கோவில் திருப்பாவை பெரிய போட்டியில கலந்துக்கலாம்னு... பேர் கொடுக்கறத்துக்கு முன்னாடி பெரியவாகிட்ட உத்தரவு, ஆசீர்வாதம் வாங்கிண்டு வான்னு அப்பா சொன்னா... அவருக்கு கொஞ்சம் உடம்பு சௌக்யமில்லை..."

"வெறும் ஜலதோஷம், ஜ்வரம் அந்த மாதிரி தானே?" "ஆமாம்" என்று தலை ஆட்டினேன்.

"ப்ரதோஷ குங்குமம் ப்ரசாதம்... வாங்கிண்டு போ... பேஷா கலந்துக்கோ... ப்ரைஸ் வாங்கணும்கறத்துக்காக பாடாதே... அப்படிப்பட்ட அனுபவங்கள் தான் முக்கியமான படிகள்; அங்க உள்ள பெரியவா, ஜட்ஜுகள்னு விஷயம் தெரிஞ்சவாகிட்ட, ஷொட்டு, ஆசீர்வாதம் வாங்கணும்.. எல்லாம் அந்த பார்த்தசாரதி, ஆண்டாள் எல்லாம் பாத்துக்குவா..." அவர் ஆசீர்வாதத்தில் என் டென்ஷன் எல்லாம் போய், சுயமான குறும்பு வெளிப்பட்டது, அதுவும் அப்பா பக்கத்தில் இல்லை எங்கிற தைர்யம். வாயைப் பொத்திக் கொண்டு ஒரு கேள்வி கேட்டேன்...

"சன்யாஸி பூனை வளத்த கதைன்னு..."

பெரியவா வாய்விட்டு சிரிச்சா... "கதைன்னதும் முன்னாடி நிப்பியே!" கொஞ்சம் கண்ணை மூடி 10 வினாடி மௌனம், பின்னர் ஆரம்பித்தார்...

மேனேஜரிலிருந்து, கார்யதரிசி, உதவியாளர்னு எல்லாரும் கொஞ்சம் மறஞ்சுண்டு கேக்க ஆரம்பிச்சா..

காட்டுல ஒரு சன்யாஸி, ஒரு சின்ன குடிசை. அதுக்கு கூப்பிடு தூரத்தில இன்னும் ஒரு குடிசை, அதுல ஒரு சன்யாஸி. அவா இரண்டு பேரும் எப்பவாவது பாத்துப் பேசிப்பா. ஒரு நாள், நம்ம சன்யாஸி கொஞ்சம் தீவிர யோசனைல ஒரு மரப்பட்டையை சுத்திண்டு உக்காந்திருந்தார். பக்கத்து சன்யாஸி இங்க வந்து, “என்னங்காணும், கொஞ்சம் விசனமா இருக்காப்போல இருக்கு, அதுவும் இலை தழையை சுத்திண்டு உக்காந்திண்டு இருக்கேள்?” என்றார். நம்மவர் கொஞ்சம் வெக்கத்தோட, “வேற ஒண்ணும் இல்லை, இங்க ரொம்ப எலி தொந்தரவு, கௌபீனம் காணும்னார்”. கொஞ்சம் சம்பாஷணைக்குப் பின்னர், ஒரு பூனை வளர்ப்பதாக முடிவாச்சு. பூனை வந்து ஒரு வாரத்துல எலி தொந்தரவு அறவே இல்லை, ஆனால், பூனை மெலிய ஆரம்பித்து, எழுந்திருக்கவே முடியல. மறுபடியும் இவர் விசனமாக உட்கார்ந்திருப்பதைப் பார்த்த அவர் நண்பர், அந்த ப்ரதேச ராஜாகிட்ட போய் ஒரு கறவை மாடு, கன்று யாசகம் வாங்கிண்டு வந்தார்கள். அடுத்த 15 நாளில், பூனை ஓடி ஆடி எலிகளை விரட்டி அடித்துவிட்டது. ஆனால் பசுவும் கன்றும் மெலிய ஆரம்பித்தன... ஆச்ரமம், குடிசையைச் சுத்தின இடம் எல்லாம், ஒரே சாணி மயம், கொசு, கடுமையான நாற்றம். இவர் ஒத்துக் கொண்டதன் பேரில் பக்கத்து சன்யாஸி, இவை எல்லாத்தையும் பராமரிக்க ஒரு உதவியாளரை நகரத்திலிருந்து தருவித்தார். அவர் ஒரு இளம் பெண். வந்தது முதல் சுறுசுறுப்பாக எல்லாவற்றையும் பராமரிக்க ஆரம்பித்தாள். காலப்போக்கில், அந்த பெண்ணின் சமீபமும், நச்சரிப்பும் தாங்காமல், சன்யாஸி ஒரு சம்ஸாரியானார். இந்த கதைகளை கேக்கறச்சே விளையாட்டாக, விகடமாக இருந்தாலும், அதன் கருத்து ரொம்ப வேதாந்தமான படிப்பினை. அது என்னைப்போல சன்யாஸிகளுக்கு மட்டுமல்ல, எல்லா வர்ணத்தாருக்கும் ஒரு பாடம். ஒன்றிற்காக ஒன்று என்று வாழ்க்கை வசதிகளையும் கடனையும் ஓயாது சேத்துக்கொண்டே போகிற க்ருஹஸ்தர்களும் முக்யமாகத் தெரிஞ்சுக்கணும்..”

பெரியவா காலடியிலிருந்து

எனக்கு புரிஞ்சா மாதிரியும் இருந்தது, கொஞ்சம் கொழப்பமாகவும் இருந்தது. என் முகத்தைப் பார்த்து இன்னும் சிரிக்க ஆரம்பிச்சுட்டா பெரியவா... மறைவிலிருந்து மேனேஜர் வெளியே வந்து, தாழ்ந்த குரலில் "சத்யம், சத்யம்..." என்று சொல்லிவிட்டுப் போய்விட்டார்.

அடுத்த 8-9 வருஷங்களில் பலமுறை பெரியவா நடந்து கொண்ட விதம் பற்றி திகைத்துப் போயிருக்கிறேன். ஒரு பெரிய தனிகர் வந்து சமர்ப்பணம் செய்து விட்டுப்போன பணம் மற்றும் விலை உயர்ந்த திரவியங்களையும், அடுத்து வரும் ஏழைக்கும் மற்றும் தேவை உள்ளவர்களுக்கும் அவரவர்கள் தேவைக்கு தகுந்தாற்போல தானம் கொடுத்து விடுவார் பெரியவா. மடத்து நிர்வாகிகள், 'அடடா... நெருக்கடியான நேரத்தில், சரியான சமயத்தில் வந்த உபகாரத்தை அப்படியே தானம் செய்துவிட்டாரே' என்று நினைத்த மறுகணம் எதிர்பாராமல் மற்றொருவர் வந்து மடத்தின் அத்யாவச்ய தேவைகள் அனைத்தையும் பூர்த்தி செய்து விட்டுப்போவார்.

ஒரு நிஜமான சன்யாசி எப்படி இருக்கணும் என்பதன் உதாரணம் அவர் தான் என்பதால் தான், அவரை நடமாடும் தெய்வம் என்றும் அவர் சொன்ன விஷயங்களனைத்தும் 'தெய்வத்தின் குரல்' என்றும் எத்தனையோ காலமாகக் கொண்டாடப்படுகிறது.

✦ ✦ ✦

அத்தியாயம் 4

இதை எழுத துவங்கிய சமயத்தில், நான் பார்த்த, அனுபவித்த மஹாபெரியவாளின் கருணை மழையை, சம்பவங்கள் மட்டும் (என் சுய சரிதைக்கு முக்யத்வமில்லாமல்) எழுதுவது என்று மனத்தில் கொண்டு தொடங்கினேன். ஆனால், எப்படி எந்த பின்னணியில் எனக்கு அத்தகைய பாக்கியம் தொடர்ந்து கிட்டியது, எப்படி அந்த கடாக்ஷம், அனுபவங்கள், அன்றுமுதல் இன்றுவரை உலக வாழ்க்கையிலும், ஆன்மீக வாழ்க்கையிலும் பயன் தருகிறது என்கிற விவரம் எதுவும் எழுதாமல், வெறும் நொடிக்கதை தொகுப்பாக (anecdotal account/ blog stories) ஆகி விடக்கூடாதென்பதால், அவ்வப்போது என் பின்னணியைப் பற்றியும் எழுதச் சொல்லியவர்களின், பின்னூட்டத்தால் (feedback) இந்த குறிப்பை எழுதுகிறேன்.

பெரியவாளின் பக்தர்களில் ஒருவர், ஒரு பிரபல புத்தக வெளியீட்டாளர் ஸ்ரீ பி.டி. பாணி மாமா அவர்களை பெரியவா எங்களுக்கு அறிமுகப்படுத்திய சில நாட்களுக்குள்ளேயே நெருக்கமாகி விட்டோம். அதனால் பெரியவா உந்துதலின் பேரில் 1957 மற்றும் 1958-ஆம் ஆண்டுகளில் கோடை விடுமுறை சமயத்தில் திரு. பாணி மாமாவின் அறு-படை-வீடுயாத்திரைகளில்கலந்துகொண்டோம்.அப்பொழுதுதான் ஸ்ரீ ஆதிசேஷய்யரும் (பின்னால் தமிழ் இசைமணி என்று பெயர் பெற்றவர்) பெரியவா உத்தரவின் பேரில் பாணி மாமா திவ்ய யாத்திரையில் சேர்ந்து கொண்டார். விரைவிலேயே அப்பாவின் உற்ற நண்பரானார். ஸ்ரீ சுப்பிரமணிய சுவாமியின் ஆறு (புகழ்பெற்ற) படை-வீடுகள் மட்டுமல்லாது, வைஷ்ணவ திருப்பதிகள் மற்றும் சிவன், சக்தி

ப்ரதானமான பல திவ்ய-க்ஷேத்திரங்களையும் சென்று சேவித்ததோடு ஒவ்வொரு சன்னிதியிலும் பாட்டால் பூஜை செய்து, பாமாலைகளாய் சமர்ப்பித்தோம் - அதுவும் பெரியவா உத்தரவின்படி.

நாங்கள் அறுபடை வீடு யாத்திரையிலிருந்து திரும்பியவுடன் பெரியவாளைப் பார்க்கச் சென்ற போது, பெரியவா நவராத்திரி-தசரா விடுமுறை நாட்களில் மெட்ராஸில் முகாமிடுவார் என்றும், அப்படி மெட்ராஸில் தங்கியிருப்பது ஓரிரு வருடங்களாகக்கூட தொடரலாம் என்றும் கேள்விப்பட்டோம் (1957 முதல் 1959 வரை). அந்த பொன்னான காலம் என் வாழ்வில் மிகச் சிறந்த அடிக்கல் என்பதை இப்போதும் உணர்கிறேன். பொருளாதாரம் சார்ந்த நிர்பந்தங்களோ, அன்றாட வாழ்க்கையின் சவால்களோ, அவ்வனைத்தையும் அணுகும் முறையோ எதுவுமே எங்களுக்கு ஒரு பொருட்டாகவே இருந்ததில்லை. செப்டம்பர் 1957-ல் தட்சிணாயன புண்யகாலம் தொடங்கிய நாளில் பரமாச்சாரியாரை சமஸ்கிருதக் கல்லூரி வரவேற்கவும், ஆயிரக்கணக்கான பக்தர்களுக்கு சிறப்பு இடவசதி அளிக்கவும் ஏற்பாடு செய்திருந்தது. அந்த வருஷங்களில் இந்து உயர்நிலைப் பள்ளி மாணவராக இருந்தேன். பல நேரங்களில் அப்பா தனது வேலையில் இருந்து திரும்பும் வரை காத்திருந்து அவருடன் செல்வேன் (அவர் அன்னாளைய 'மதராஸ் மின்சார வாரிய'த்தின் அக்கௌண்டண்ட்; அந்த நாளில், மின்வாரியம் ஒரு அரசு சாரா தன்னாட்சி அமைப்பாக தென் மாகாணங்களுக்கான மின் உற்பத்தி மற்றும் விநியோகத்தை நிர்வகித்தது). சாயங்கால நித்யனுஷ்டான பூஜை செய்யும் மஹாபெரியவாளின் தரிசனம் பெற மாலை பூஜைக்குச் செல்வோம். அத்தகைய பூஜை சமயங்களில், பல்லாயிரக்கணக்கான பக்தர்கள் பந்தலில் உற்சாகமாக, "ஜய ஜய சங்கர ஹர-ஹர சங்கர" என்று மனமுருகி கோஷம் செய்வது இன்றும் ஒரு வீடியோ படம் போல் மனத்தில் ஓடுகிறது!

கிட்டத்தட்ட கால் நூற்றாண்டுக்குப் பிறகு மெட்ராஸ் நகர வரலாற்றிலும் அந்த இரண்டு வருடங்கள் ஒரு மறக்க முடியாத அத்தியாயமாக இருந்தது என்றால் அதற்கு பரமாச்சார்யா மெட்ராஸில் தொடர்ந்து தங்கியது ஒரு அடிப்படைக் காரணம். இந்தியாவின் மற்ற

மாநிலங்களில் உள்ள, ஏன், உலகமெங்கும் உள்ள ஆன்மீக அன்பர்களுக்கு அடிக்கடி சென்னை மாநகரம் வரவேண்டும் என்ற புதிய உந்துதல், பெரியவாளின் நீண்ட முகாம் என்று சொன்னால் அது மிகை ஆகாது. ஏனென்றால் தமிழகம் என்றால் நாத்திக இயக்கங்கள், ஆன்மீக நிராகரிப்பாளர்கள், மற்றும் அவை சார்ந்த கழகங்கள் நிரம்பிய ஒரு மாநிலம் என்ற தவறான எண்ணம் பரவிய காலகட்டம் அது!

என் வாழ்க்கையின் சொந்த அனுபவங்கள், அவ்வப்போது சந்தித்த கசப்பான மற்றும் அடிப்படை சவால்கள், தற்காலிக பின்னடைவுகள் – இவையனைத்தும் இதைப் படிக்கும் பலருக்கும் ஏற்பட்டதும், இன்றும் தொடருவதும் சர்வசகஜம் தான். ஆனால், அதை எப்படி சமாளித்து மீண்டு வந்தோம்–வருகிறோம் என்பதைப் பொருத்து தான், சிலரது வாழ்க்கை மட்டும் சிறந்த பாடமாக அமைந்து விடுகிறது, மஹா பெரியவாளின் நேரடி கவனம், நேர்முக அறிவுரை, பல நேரங்களில் என் பொருமல்களை பொறுமையாகக் கேட்டுக் கொள்வதும், என்னையே பதில் சொல்லச் சொல்வதும், சில நேரங்களில் கொஞ்சம் கண்டிப்பான பதில் சொல்லிவிட்டு எழுந்து செல்வது – இவைதான் என் வாழ்க்கையில் பின்னால் வரப்போகும் சவால்களை சமாளிக்கும் மந்திரங்களாக அமைந்தன.

அவரது தெய்வீக மேன்மையை, 1957 முதல் 1966 வரை பல சம்பவங்கள் வாயிலாக நேரடியாகப் பார்த்து மயிர்க்கூச்சலுடன் வியந்திருக்கிறேன்; அப்பா சொல்படி, தவறாமல் நாட்குறிப்பு எழுதியிருக்கிறேன். ஒவ்வொரு சம்பவமும் ஒரு படிப்பினை. காலவரிசையாக இல்லாமல், இது 1959–ல் நடந்த ஒரு சம்பவம்:

1959–ஆம் வருஷம், பரமாச்சார்யாளின் சாதுர்மாஸ்ய முகாம் சென்னைக்கு அருகாமையில் உள்ள வானகரம் என்ற ஊரில், 'ராமன் தோட்டம்' என்ற இடத்தில் அமைந்தது. வானகரம், போரூரின் புறநகர் பகுதி (Suburb). அங்கு ஒரு ஸுப்ரஹ்மண்ய ஸ்வாமி கோவில் இருந்ததாக ஞாபகம். ஒரு வெள்ளிக்கிழமை மாலை ப்ரதோஷ பூஜை நேரம் பக்தர்கள் முண்டியடித்துக் கொண்டு அமர்ந்திருந்தார்கள். ஒரு நடுத்தரவயதுள்ள அம்மையார் உள்ளே வரமுயன்றது மட்டுமில்லாமல்,

பெரியவா காலடியிலிருந்து

பெரியவா அமர்ந்திருந்த மேடைக்கு வர முயலுவதும் அவரை ஒரு இளைய வயது சிப்பந்தி, தடுத்து தள்ளுவதுமாக இருந்ததை, நாங்கள் மட்டும் பார்க்கவில்லை, அதை பெரியவாளும் பார்த்துவிட்டார். பக்கத்திலிருந்த உதவியாளருக்கு கண்ணாலேயே சமிக்ஞை காண்பித்தார். உடனே அவர் அங்கு சென்று அம்மையாரை பெரியவா சமீபம் அழைத்துக்கொண்டு வந்தார். பெரியவா மேடையில், கிட்டத்தட்ட அவருக்கு நேர் கீழே தரையில் அப்பாவுடன் அடியேன் உக்கார்ந்திருந்தேன். சாயம் போன புடவை, ஓரிரு இடத்தில் கிழிசல், ஓரிரு இடத்தில் முடிச்சு முடிச்சாக தையல், கழுத்தில் கைகளில் எதுவும் இல்லை, முகத்தில் பட்டினி, அலைச்சல் இவைகளின் தாக்கம் தெரிந்தது. வந்த அம்மையார் கையில் ஒரு வெள்ளைத்துணியில் பந்து அளவுக்கு ஒரு முடிச்சு. அதை பெரியவா காலடியில் வைத்து விட்டு, தரையில் விழுந்து நமஸ்கரித்தார்.

ஒரு கணத்தில் பெரியவா முகத்தில் ஒரு தாயின் சோகம் புலப்பட்டது, மறுகணமே சுதாரித்துக் கொண்டு மென்மையாக சிரித்தார். "அம்மா, இது என்ன?"

அம்மையார் முகத்தில் தவிப்பு... எப்படி சொல்வது என்று தெரியாமல் திணறி விட்டு, 'பெருமாளையும் பெரிய மஹான்களையும் வெறுங்கையோட பாக்கறது பண்பில்ல அப்படின்னு எங்க அம்மா சொல்லியிருக்கா, அதனால, ஆத்தில இருந்த நெல்லைக்கொழிச்சு, கைகுத்தல் அவல் பண்ணி புதுவஸ்த்ரத்துல மடியா முடிஞ்சுண்டு வந்தேன். தப்புன்னாக்க தயவுசெய்து என்னை க்ஷமிச்சுருங்கோ... அதுவும் நீங்க மூணு பிடி ஊறின அவலை மட்டுமே நித்ய-ஆகாரமா வெச்சுண்டிருக்கற ஞானின்னு எங்காத்துக்கார் சொல்லியிருக்கார்... ' இதை திக்கித்திக்கி சொல்லி விட்டு, கண் கலங்கி விட்டார்.

ஒரு கணம் அமைதிகாத்த பெரியவா, "நீங்க செத்த ஆஸ்வாஸம் பண்ணிக்கோங்கோ" என்றார்.

அதற்குள், மடத்து உதவியாளர் அந்த முடிச்சை எடுத்து அந்த அம்மாவிடமே கொடுத்து ஏதோ பேச ஆரம்பித்தார்... பெரியவா திரும்பி ஒரு கணம் அவரை ஒரு கண்டிப்பான பார்வை பார்த்தார்:

“நீர் அதை இங்கேயே வெச்சுடும்.’ வெலவெலத்துப்போன அவர் கீழே வைத்துவிட்டு நகர்ந்து நின்று, என்னதான் நடக்கிறது என்று பார்க்க ஆரம்பித்தார்.

‘அம்மா, பேஷா எடுத்துக்கறேன்... அதுக்கு முன்னாடி, நீங்க எங்கேருந்து வரேள், எப்ப புறப்பட்டேள், என்ன சாப்பிட்டேள்–னு பொறுமையா சொல்லுங்கோ... என்றார்.

அடுத்த 5 நிமிஷம் கொஞ்சம் மூச்சிறைக்க அந்த அம்மையார் சொன்னதின் சாராம்ஸம் தான் இது:

அவர் சொந்த ஊர் காட்டுப்பாக்கம் அருகே; அங்கிருந்து வானகரத்துக்கு நடந்தே வந்து விட்டார். எதுவும் சாப்பிடவில்லை. அவருக்கு 18 வயதில் ஒரு பையன், மெட்ரிகுலேஷன் ஒசத்தியா பாஸ் பண்ணிட்டு காலேஜ் படிக்கணும்னு ஆசை; “அதோ அவன் தான் – 600–க்கு 552 மார்க் வாங்கி பாஸ் பண்ணிட்டு, இப்ப உபாத்தியாயர் தொழில்ல, அவனோட அப்பாவின் நண்பருக்கு ஒத்தாசையா இருக்கான். அவன் அப்பாவுக்கு பிதுரார்ஜித சொத்து என்று திருவள்ளூர் கிட்ட நஞ்சை நிலபுலம் எல்லாமிருந்தது. போன வருஷம் தான் திடீர்னு மாரடைப்புல போய்ட்டார். எழுத்து ரூபமா எந்த காகிதமும் இல்லாம, கையில இருந்ததையெல்லாம் கஷ்டப்பட்டவாளுக்கும், நண்பர்–ன்னு அவரை சுத்திச்சுத்தி வந்தவாளுக்கும் தானமாகவும், கடனாகவும் வழங்கிட்டார். நாங்க வைஷ்ணவா; அவர் சொல்லுவார், “எதுக்கும் கவலைப்படாதேடி... பெருமாள் இருக்கார், தாயார் பாத்துப்பா”, என்று வேதாந்தியாக, உலக வழக்குகளைபுரிந்துகொள்ளாமல்வாழ்ந்தவர்.வேதம்,வேதாந்தமெல்லாம் படிச்சவர்; இருக்கறதே போறும்ன்னுட்டு 50–100 குடும்பங்களுக்கு வாத்தியார் ஸ்வாமியாக இருந்தார். அவர் இருந்த வரையில எந்த கொறையும் இல்லாம சந்தோஷமா இருந்தோம். இவனை இஞ்ஜினியர், டாக்டருக்கு படிக்க வைப்பேன்னு அடிக்கடி பெருமையா சொல்லுவார். எனக்கு லௌகீகம் எதுவும் தெரியாது. நிலத்துமேல கடன் வாங்கி கஷ்டத்தில இருந்த ஒரு நண்பர் பொண் கல்யாணத்துக்குன்னு மூணு வருஷம் முன்னால வாரிக்கொடுத்தார். இவர் போய்ட்டார்ன்னு அவராண்ட சொல்லி அனுப்பினோம், வந்து பாக்கவுமில்லை, கொடுத்த

கடன் வருமான்னும் தெரியாது. எதுக்கும் பேப்பர் இல்லை... நிலத்துமேல கடன் கொடுத்தவன் ஜப்தி பண்ணிட்டான். இப்ப நாங்க நடுத்தெருவுக்கு வந்துட்டோம்... இப்ப காட்டுப்பாக்கத்தில ஒரு மண் வீட்டுல ஒண்டுக்குடித்தனம்...

ஆச்சார்யாள் அனுக்ரஹம் மட்டும் இருந்தா போறும்னு அவர் அடிக்கடி சொல்லுவார் – எனக்கு ஒண்ணுமே வேண்டாம்... மனசொடிஞ்சு போயிருக்கான், அதோ அங்க நிக்கறானே எம்பிள்ளை. மணிவண்ணன்னு நாமதேயம். அவனை ஆசீர்வாதம் பண்ணி உங்க கையால புஷ்ப ப்ரஸாதம் தந்தேள்னா, அதுவே போறும்... அதுக்குத்தான் முண்டியடிச்சுண்டு வந்தேன். இது தான் முத தடவை, எப்படி உங்க முன்னாடி பேசறதுன்னு தெரியல, மன்னிச்சுடுங்கோ".

பெரியவா கண்மூடி ஒரு நிமிஷம் அமைதியாக இருந்தார். அந்த அம்மையார் வாயைப் பொத்திக் கொண்டு தலை குனிந்தவண்ணம் இருந்தார். தலை நிமிர்ந்த பெரியவா, அருகே இருந்த உதவியாளரை அழைத்து, அந்த அம்மையாரின் மகன் மணிவண்ணனை கிட்டே வரச்சொல்லி, அம்மா பக்கத்தில உக்காரச் சொன்னார். அங்கு வந்த மேனேஜரைப் பார்த்து, "ஏம்பா, கொஞ்சம் முன்னாடி காரைக்குடியில் இருந்து ஒரு பெரியவர் வந்தாரே, அதாண்டா, செட்டியார் இஞ்ஜினீரிங் காலேஜ் ப்ரொபஸர், அவரை சாப்பிடச் சொல்லி அனுப்பிச்சேன், அவர் சாப்டுட்டாரான்னு பார்த்துண்டு கையோட கூட்டிண்டு வா... " என்றார். அடுத்த சில நிமிஷங்களில் பெரியவா மணிவண்ணனையும் அவரையும் பேச விட்டு, காரைக்குடிக்கு ஒரு வாரத்தில் அவனாகச் சென்று இஞ்ஜினீரிங் படிப்புக்கு சேர்வதுக்குண்டான அடுத்தடுத்து நடக்க வேண்டிய ஏற்பாடுகளுக்கு வழி அமைத்தார். அவர் புறப்படும் தருணம் அந்த ப்ரொபஸரை பார்த்து, "அடியேன் சொன்னேன்னு செட்டியார் இடம் குடுக்க வேண்டாம், நல்ல மார்க்கும் தகுதியும் இருக்கான்னு மட்டும் பார்த்துக் கொடுக்கச் சொல்லுங்கோ... அதுக்கு மேல ஸ்காலர்ஷிப் எல்லாம், அவன் தகுதி, அவன் சமத்து, ஈச்வரன் பாத்துக்கறார்."

அம்மையார் தயக்கத்துடன், கையால் வாயைப் பொத்தி, "அவன் ரொம்ப புண்யம் பண்ணிருக்கான், உங்கள் கடாக்ஷம் கிடைச்சுடுத்து,

ஆனால், படிப்புக்கோ, ஏன் காரைக்குடிக்குச் செல்ல ரயில் கட்டணத்துக்கு கூட இப்ப வழியில்லை... சொந்தக்காராள்ளாம் எங்களைப் பாத்துட்டு ஓடறா... கொஞ்சம் பணம் சேர்த்துண்டு அவனை அனுப்ப முயற்சி பண்றேன்''.

பெரியவா சிரித்தார். ''அதைப்பத்தி இப்ப என்ன கவலை, அவசர மெல்லாம்? அடுத்த வாரம் பாத்துக்கலாமே, நாளை இல்லேன்னாக்க, மறுநாள் வாங்கோ, மீதியை, மணிவண்ணன் அப்பா சொன்னாமாதிரி அவர் நம்பின தாயார் பாத்துப்பா... உங்களுக்கு கனகதாரா ஸ்தோத்ரம்-னு இருக்கே அது தெரியுமா, பாராமே சொல்லத் தெரியுமா?.''

''பேஷா தெரியும்... ஆத்துக்குப்போய்ட்டு'' – அம்மையார் வாக்யத்தை முடிக்கவில்லை.

பெரியவா சிரித்தார்... ''இல்லை, முதல்ல ரெண்டு பேரும் இங்கேயே மடத்துல சாப்டுட்டு வாங்கோ; அப்பறம் இங்கயே ஒரு ஓரமா உக்காந்து அந்த ஸ்தவத்தை சொல்லி முடிச்சுட்டு அப்பறம் ஆத்துக்கு போங்கோ' என்றார். பெரியவா சொன்னபடியே அவர்கள் செய்தார்கள்.

அன்று இரவு நானும் அப்பாவும், கடைசி பஸ் போய்விட்டதால், பெரியவா சொல்படி வானகரம் கூடாரத்திலேயே தங்கி விட்டோம். காலையில் எழுந்து தயாராகி பெரியவா மேடைக்கு வருமுன் வந்து உட்கார்ந்து விட்டோம். கொஞ்ச நேரத்தில் பெரியவா உத்தரவுக்காக காத்திருந்தோம். மேடையில் அமர்ந்த பெரியவா எதுவும் பேசாமல் கண் மூடி த்யானத்திலிருந்தார். சில நிமிஷங்களில் முந்தைய நாள் வந்த அம்மையார் அவர் மகனுடன் மூச்சு முட்ட துரிதமாக நடந்துவந்தார்கள். கும்பல் என்று யாரும் இல்லை, எங்களை சேர்த்து 15 பேர் இருக்கலாம். அம்மாவும் பிள்ளையும் நெடுஞ்சாண் கிடையாக பெரியவாளை நமஸ்கரித்து விட்டு அழ ஆரம்பித்தார்கள்.

பெரியவா கண்ணைத் திறந்து பார்த்துவிட்டு, சிரித்தார். அதோடு, ''என்னப்பா, மணிவண்ணா, கை விட்டுப்போன பணமெல்லாம் வந்து சேந்துட்டுதா?'' என்று சொல்லிவிட்டு சிரித்தார்.

நாங்கள் ஏதும் புரியாமல் பார்த்துக் கொண்டிருந்தோம். மணிவண்ணன் சுதாரித்துக் கொண்டு பேசத் தொடங்கினான். "நேத்து ராத்திரி இங்கிருந்து ஒரு லாரி பிடிச்சு ஆத்துக்குப் போனோம். அங்க நாலஞ்சுபேர் காத்திண்டு இருந்தா. யாருக்காக பணம் கடன் வாங்கிக் கொடுத்து அதனால அப்பாவோட விளைநிலம் எல்லாம் பறி போச்சோ அந்த நண்பர் ஒரு பெரிய பையில் அவர் வாங்கின கடன் அதற்கு நியாயமான வட்டி எல்லாம் போட்டு, பதிமூணாயிரத்துக்கு மேல பணமா குடுத்துட்டு கதறி மன்னிப்புக் கேட்டுட்டுப் போனார். இன்னும் இரண்டு சொந்தக்காரா இன்னிக்கு விடிய காலங்கார்த்தால வந்து ஆறாயிரம் சொச்சம் ரூபா குடுத்துட்டு, அப்பாவை மோசம் பண்ணினதுக்காக மன்னிப்புக் கேட்டுட்டுப் போனா. அப்ப அழ ஆரம்பிச்ச அம்மா இப்ப தான் கொஞ்சம் நிறுத்திருக்கா... எல்லாம் சாக்ஷாத் பகவான் உங்களாலதான்னு தெரியறது."

"அதெல்லாம் வேண்டாண்டா அம்பி, நிறுத்து, நேத்திக்கு இங்க நீங்க வராமலிருந்தாலும் அத்தனை பணமும் இன்னிக்குள்ள திரும்பி வரணும்னு இருக்குடா... மனுஷாளை திடீர்னு பகவானாக்காதேள். நம்ம எல்லாரையும் பாத்துண்டே இருக்கற பகவானை ஓயாது நம்புங்கோ, நல்லதே செய்யுங்கோ... நல்லதுதான் நடக்கும். அரைகுறையாக காரண காரியங்களுக்காக நம்பறதை நாமெல்லாரும் மாத்திக்கணும். உன் வருங்காலத்துக்கு இது ஒரு படிப்பினை. உனக்குள்ள இருக்கற பகவானை உணர ஆரம்பிக்கறதுக்கு முதல் படி நம்பிக்கை. அப்பத்தான் உனக்கு எல்லா இடஞ்சல் நடுவுலயும் உன் மேலேயே முழு நம்பிக்கை வர ஆரம்பிக்கும். அதுதான் அந்த ஸர்வேச்வரனை உள்ளுக்குள்ள கொண்டுவர முதல் முயற்சி. இதை மறக்காதே. உன் தோப்பனார், நல்லதே பண்ணிருக்கார்னு தோணறது.அதனால் தான் முக்யமான நேரத்தில உங்க சொத்து பணமாக, அம்மா கேட்ட கனகதாரையா, வந்து சேர்ந்துடுத்து. நீ காரைக்குடிக்குப் போகறச்சே அம்மாவையும் அழச்சுண்டு போ. சின்ன ஜாகை எடுத்துண்டு, அம்மாவையும் நித்யப்படி பாத்துண்டு, படிப்பையும் கவனிச்சு படி. நேரம் கிடச்சப்போ உங்க அப்பா சொல்லிக் கொடுத்த பூஜை புனஸ்காரங்களையும் விடாம செய்.

இன்னொண்ணு, உபாத்தியாயர் தொழில் புனிதமானது. அதுல எந்த கௌரவக்கொறச்சலும் இல்லை. உங்க அப்பா பூஜை பண்ண பெருமாளும் தாயாரும் நல்ல வழி காட்டுவா...

“அப்பறம், அம்மா நீங்க இனிமே நடுத்தெருவுக்கு வந்துட்டோம்னு சொல்லாதேள். நம்பினவாளை பகவான் என்னிக்கும் கை விட்டதில்லை. பகவானப் புரிஞ்சுக்க இந்த ஜென்மா போதாது.”

பெரியவா என் அப்பா பக்கம் திரும்பி, “ராகவா, நீங்க ரெண்டு பேரும் ஆகாரம் பண்ணிட்டு புறப்படுங்கோ. நவராத்ரி சமயம் வருவியோல்லியொ, அப்ப பாக்கறேன்...

அங்கிருந்து போளூருக்கு வந்து பஸ் பிடித்து வீடு வந்து சேரும் வரை நாங்கள் இனம் புரியாத பிரமையில் இருந்தோம். வீட்டுக்குள் நுழைந்தவுடன் நான் அப்பாவிடம் கேட்ட முதல் வாக்யம்: “இது க்ருஷ்ணர்–குசேலர் கதை மாதிரி இருக்கே? பெரியவா அந்த அம்மா குடுத்த அவலை வாயில் போட்டுண்டாரா?”

அதிகம் பேசாத அப்பா சொன்னார்...

“அந்த அவலை பெரியவா வாயில போட்டுக்கணும்னு அவச்யமில்லை. ஞானிகளுக்கும் பகவானுக்கும் அதிக வித்யாஸம் இல்லை.” அதனால்தானோ என்னமோ ‘பகவான் மனுஷ்ய ரூபேண’ என்கிறோம்.

ஹர ஹர சங்கர ஜய ஜய சங்கர
ஹர ஹர சங்கர ஜய ஜய சங்கர

✦ ✦ ✦

அத்தியாயம் 5

नता ययो: श्रीपतिताम् समीयु:
कदाचित् अप्याशु दरिद्रवर्या:
मूकाश्च वाचस्पतितां हि ताभ्याम्
नमो नम: श्री गुरुपादुकाभ्याम् (3)

நதா யயோ: ஸ்ரீபதிதாம் ஸமீயு:
கதா³சித் அப்யாஶு த³ரித்³ரவர்யா:
மூகாஶ்ச வாசஸ்பதிதாம் ஹி தாப்⁴யாம்
நமோ நம: ஸ்ரீ கு³ருபாது³காப்⁴யாம்

[எனது குருவின் புனித பாதுகைகளுக்கு நான் மீண்டும் மீண்டும் வணக்கம் செலுத்துகிறேன்; இத்தகைய வழிபாடு, மோசமான வறுமையில் வாடுபவர்களும் ஸ்ரீலக்ஷ்மீநாதன் கடாக்ஷத்தைப் பெறுவதற்கும், வாய் பேசாதவர்களையும் திறமையான பேச்சாளர்களாக மாற்றும் திறனும் படைத்தது (வாசஸ்பதி = பேச்சாற்றலைக் கொண்டவர் என்றும் பொருள் கொள்ளலாம்)].

இந்த குருபாதுகாஸ்தோத்ரத்தை இயற்றியவர் தனிப்பெருங்கருணை, ஆதி சங்கர பகவத்பாதாள். ஒன்பதே செய்யுள் கொண்ட அந்த பொக்கிஷத்தின் சாராம்சத்தை உலகுக்கு அளித்த பெருந்தகை, நடமாடும் தெய்வமாம் மஹாபெரியவா. (அடியேன் கேட்ட தருணம் - இடம் : 1960-ல் - அடயபலம் என்னும் திவ்யக்ஷேத்ரத்தில்.)

சென்னைக்கு 100 கிலோமீட்டர் தொலைவில் உள்ள ஆரணிக்கு பஸ்ஸில் சென்று, அங்கிருந்து அடயபலம் எனும் க்ஷேத்ரம், அது ஒரு

கிராமம், அப்பாவுடன் சென்றடைந்தோம். அங்கு 16–ஆம் நூற்றாண்டின் பிற்பகுதியில் ஸ்ரீ அப்பய்ய தீக்ஷிதர் அவர்களால் கட்டப்பட்ட காலகண்டேஸ்வர சிவன் கோயிலின் கும்பாபிஷேகத்திற்காக மஹாபெரியவா ஏற்கனவே வந்து, முகாமிட்டிருந்தார். சென்ற சில நிமிஷங்களிலேயே பெரியவா தரிசனம் கிடைத்தது; அவர் எங்களை சைகை மொழியில், "இங்கேயே இருங்கள்" என்று உட்காரச் சொன்னார். ஒரு மணி நேரத்துக்குப் பிறகு, கூட்டம் ஓரளவுக்குக் கட்டுப்பட்டதும், கிணத்துப்பக்கமுள்ள ஒரு சின்ன குடிசைக்குச் சென்றார் பெரியவா. அவர் ஆஜ்ஞைப்படி நாங்களும் பின்தொடர்ந்தோம், கொஞ்சம் பக்தர்கள் மற்றும் ஊழியர்களுடன், செட்டில் ஆன பிறகு பெரியவா அப்பாவைப் பார்த்து கேட்டார்:

"ராகவா, என்னடா! ஹரிஹர அபே^{4}த^{3}ஸ்துதி, சொல்லி வச்சிருக்கியா?" – அப்பா குனிந்து ஆமாமென தலையாட்டினார். அப்பாவின் கண்ணசைவில் முடிக்கிவிட்டாற்போல, ஹிந்தோளத்தில் பாட ஆரம்பித்தோம்...

मारमणमुमारमणं फणधरतल्पं फणाधराकल्पम् ।
मुरमथनं पुरमथनं वन्दे बाणारिमसमबाणारिम् ॥ १

மாரமணமுமாரமணம் ப^{2}ணத^{4}ரதல்பம் ப^{2}ணாத^{4}ராகல்பம் ।
முரமத^{2}நம் புரமத^{2}நம் வந்தே^{3} பா^{3}ணாரிமஸமபா^{3}ணாரிம் ॥ 1

[ஒருவன் ரமா–நாயகன், மற்றொருவன் உமா–நாயகன்; முன்னவன் ஆதிசேஷனைப் படுக்கையாய்க் கொண்டவன், பின்னவன் சேஷனையே அணிந்தவன்; ஒருவன் முரனை அழித்தவன்; மற்றவன் திரிபுரத்தை எரித்தவன்; முதல்வன் பாணாசுரனை அழித்தவன், பின்னவன் காமனை எரித்தவன்..]

पीतपटमरुणजटं परिमलदेहं पवित्रभूत्यङ्गम् ।
जलजकरं डमरुकरं वन्दे योगस्थमखिलयोगीड्यम् ॥ ७

பீதபடமருணஜடம் பரிமலதே^{3}ஹம் பவித்ரபூ^{4}த்யங்க^{3}ம்।
ஜலஜகரம் ட^{3}மருகரம் வந்தே^{3} யோக^{3}ஸ்த^{2}மகி^{2}லயோகீ^{3}ட்^{3}யம் ॥ 7

பெரியவா காலடியிலிருந்து

[ஒருவன் மஞ்சள் பீதாம்பரம் அணிந்தவன், மற்றவன் சிவந்த சடை-அணிந்தவன்; முதல்வனுக்கு திவ்யவாசனை தேஹம்; பின்னவன் பவித்ர-பூதங்களை அங்கமாகக் கொண்டவன்; ஒருவன் கையில் சங்கம் ஜொலிக்கிறது; மற்றவன் கையில் மத்தளம் - முதல்வன் யோகமே உருவானவன்; பின்னவன் யோகிகளால் தொழப்படுபவன்.]

चक्रकरमभयकरं मणिमयभूषं फणामणिभूषम् ।
विधृतधनुं गिरिधनुषं वन्दे गोविन्दमनघगोवाहम् ॥ ८

சக்ரகரமப⁴யகரம் மணிமயபூ⁴ஷம் ப²ணாமணீபூ⁴ஷம்।
வித்⁴ருதத⁴னும் கி³ரித⁴னுஷம் வந்தே³
கோ³விந்த³மநக⁴கோ³வாஹம் ॥ 8

[சக்கரம் கையில் ஏந்தியவன் ஒருவன், காக்கும் கரம் காட்டும் மற்றொருவன்; உயர்ந்த ரத்தினங்கள் பதித்த ஆடை அணிந்தவன் ஒருவன், நாகரத்தினத்தையே சடையில் பூஷணமாய் இருத்திய மற்றவன்; ஒருவன் கையில் சாரங்கமாம் வில், மற்றவன் மலையையே வில்லாகக் கொண்டவன்; பசுக்களை ரக்ஷிப்பவன் முன்னவன், பசுக்கள் நாடுபவன் பின்னவன் - அவ்விருவரையும் அடி பணிகிறேன்].

பெரியவா கண் திறந்து அன்பாகச் சிரித்தார், "பலேடா ராகவா, என்ன, 2-3 நாள்ல கொழந்தைகள இதுக்காகத் தயார் பண்ணினியா?" எட்டு சரணமும் பலஸ்துதியும் கூட சொல்லி வச்சிருப்பே-ன்னு நினைக்கறேன்... இப்ப டயம் இல்ல, புரியறது... ஆனாக்க பின்னாடி இன்னொரு சந்தர்ப்பத்தில முழுக்க கேக்கறேன். ம்... பலே... காரணத்தோட ராகம், கணக்கான லயம்... பலே. மறுபடியும் சிரித்தார். அப்படியே பக்தர்கள் பக்கம் திரும்பி, "இப்ப புரிஞ்சிருக்கும்னு நினைக்கறேன்... தில்லை அம்பலத்தானை கோவிந்தராசனை, அப்படின்னு மாயவரம் கோபாலக்ருஷ்ணபாரதி மஹான் அப்பய்ய தீக்ஷிதரை நினச்சிண்டு பாடியிருப்பாரோ, என்னமோ.. ஹரியும் ஹரனும் ஒண்ணுதான்-கறத 'அபே⁴த³ஸ்துதீ' தான் எவ்வளவு அழகா புரிய வச்சுடுத்து பாத்தேளா... எல்லாரும் பரம மௌனம் சாதித்தார்கள்.

திடீர்னு பெரியவா பேச ஆரம்பித்தார்...

திருவையாறு S.R. கிருஷ்ணன்

விஜயநகர ராஜா இரண்டாம் வேங்கடபதி தேவராயருக்கு வேலூரில் வைஸ்ராயா இருந்தவர் சின்ன பொம்ம நாயக்கர்–ன்னுட்டு – அவர் தர்ம போஷகர், ஒரு 350 வருஷம் மின்னாடி அப்பய்ய தீக்ஷிதருக்குக் கனகாபிஷேகம் பண்ணினார். நம்ம தீக்ஷிதர் அந்த கனகம் எல்லாத்தையும் மூலதனமா வச்சுண்டு இந்த அடையபலத்தில, ஒரு கோவில் ஸ்ரீ காலகண்டேச்வரருக்கும், இன்னொரு கோவில், ஸ்ரீ வரதராஜப் பெருமாளுக்கும் கட்டினார். இங்க அம்பாளுக்கு நயனாம்பிகை–ன்னு நாமதேயம். இந்த அழகான கோவிலை புதுப்பிக்கும் பொறுப்பை எடுத்துண்டு ச்ரத்தையா செய்யறாறே மெட்ராஸ் – அதான் டிரிப்ளிகேன் ஜகன்னாத ஐயர், இதோ – அவாளோட பெருந்தன்மையையும் பக்தி சிரத்தையையும் நாம மறக்கக்கூடாது. அப்பய்ய தீக்ஷிதர் பத்தி நாளெல்லாம் சொல்லிண்டே போகலாம். தீக்ஷிதர்வாள் ஒரு பெரிய யக்யபுருஷர், ஒரு 440 வருஷம் மின்னாடி பொறந்தவர். கிட்டத்தட்ட 73 வருஷம் வாழ்ந்து அரிய–பெரிய விஷயங்களையெல்லாம் சாதிச்ச சித்தபுருஷர். பெரிய பக்திமான்களா, சனாதன தர்மத்துக்கு போஷாக்கு பண்ணிண்டிருந்த வேங்கடாத்ரி, தஞ்சாவூர், விஜயநகர ஸமஸ்தானாதி பதிகள், ராஜாக்கள் எல்லாரும் தீக்ஷிதரண்ட நெறய மரியாதை வச்சது மட்டுமில்லாம அவர் கை காட்டின தர்ம கார்யங்களுக்கும் நிறைய போஷாக்கும் பண்ணியிருக்கா. மேக்கொண்டு இதப்பத்தி இன்னிக்கு சாயரக்ஷை கொஞ்சம் விவரமா சொல்றேன்".

சாயங்கால பூஜைக்குப் பின்னர், மறுபடியும் பெரியவா பேச ஆரம்பித்தார்:

தீக்ஷிதரே ஒரு சித்த புருஷரா இருந்தார்ன்னு சொன்னேன் – இல்லியா? அவர் ஆத்ம யோக சக்தியால் எப்படி சில விசித்ரமான வ்யாதி–உபாதைகளை சமாளித்தார் என்பது பற்றி கர்ண பரம்பரையான விஷயங்களை அவரோட சிஷ்யர்கள் குறிச்சு வச்சிருக்கா! ஒருதடவை தீக்ஷிதர் தன்னோட உண்மையான இயல்பு–என்னன்னும், தன்னோட பக்தி உண்மையானதுதானா அல்லது தன்னோட பக்தியின் தீவிரத்தை சோதிக்க விரும்பினாரா என்பதுதான் கதை. தமிழில் 'ஊமத்தை'–ன்னு சொல்றாளே, அது **धातूरा** (தா[4]தூரா)–ன்னு சொல்வா. அந்த ஊமத்தை

புஷ்பத்தை வெள்ளக்காரா Devil's trumpets இல்லேன்னா thorn apple–ன்னும் சொல்றா. அந்த ஊமத்தை விதைகள்–ல கொஞ்சம் எடுத்து சாப்ட்டார் தீக்ஷிதர் – இதனால் மயக்கம், சித்தப்ரமை, ஜென்னி மாதிரியானவைகள் உண்டாகும். ஆனால், தீக்ஷிதர், அந்த விதைகளை சாப்டப்பறமும், தான் என்ன செய்யறோம் என்பதை நன்னாகவே புரிஞ்சிண்டிருந்தார்; மேலும் அவரோட சிஷ்யாளுக்கு, தான் போதையோடயோ, இல்லை மயக்கத்திலயோ இருக்கறமாதிரி தெரிஞ்சாலும் தனக்கு எந்த விதத்திலும் ஒத்தாசை பண்ண வேண்டாம் என்று கண்டிப்பா சொல்லியிருந்தார்; ஆனால், "அந்த மயக்க நிலைலே அடியேன் என்ன பேசினாலும் எல்லாத்தையும் எழுதி வச்சுக்கோங்கோ"–ன்னு சொல்லிட்டார். தீக்ஷிதரிடம் இருந்து ஆச்சரியமான, விசேஷமான கவனங்கள்;மயக்கத்தின் ஒரு உச்சகட்டத்தில கோர்வையில்லாததுபோல கேட்டது கூட ப்ரமாதமான ஸ்துதியாக வெளிப்பட்டது. அதுதான் 'உன்மத்த–பஞ்சசதி' என்று சொல்லப்படற ஐம்பது ஸ்லோகம் கொண்ட அற்புதமான ஒரு காவ்யம். இந்த காவ்யத்தில தீக்ஷிதர் பக்தியின் ஒன்பதாவது அம்சமான ஆத்மநிவேதனத்துடன் அடையாளப் படுத்திண்டார். **"ஶ்ரவணம் கீர்த்தனம் விஷ்ணோ: ஸ்மரணம் பாதஸேவனம் - அர்ச்சனம் வந்தனம் தாஸ்யம் சக்யம் ஆத்மநிவேதனம்"** – இது ஶ்ரீமத் பாகவத ப்ரமாணம் – அப்படின்னு பிரஹலாதன் தன் அப்பா ஹிரண்யகசிபுவண்ட சொன்னதை, ஶ்ரீமத் பாகவதத்தில வ்யாஸர்–சுகர் சொன்னாப்பல, ஆத்மநிவேதனம்–கறது பக்தியில ஒரு உத்தமமான நிலை".

[இந்த இடத்தில அடியேன் கொஞ்சம் விளக்கம் சொல்லியே ஆகணும், மஹாபெரியவா, நிறய விஷயங்கள் – தீக்ஷிதர் பற்றியும் அவரோட கவனங்கள் பற்றியும் – சொன்னார். அடியேனுக்கு கொஞ்சம் பராக்கு பாக்கற வயசு. இரண்டு நாள் பின்ன, அப்பாவுக்கு பயந்துண்டு அந்த வயசுல எழுதி வச்ச டைரி பெரியவா சொன்னதுல கொஞ்சம் தான். ஒரு விஷயம் மட்டும் பசுமரத்தாணி போல பதிஞ்சுது. அதை டைரியிலிருந்தும் பின்னால் அசைபோட்டதையும் நினைவில் கொண்டு இங்க எழுதறேன்].

ஹரிஹர–அபே[4]த[3]ஸ்துதியை இயற்றிய தீக்ஷிதர் சிதம்பரம் போனதற்கான பின்னணியை, பெரியவா காலக்ஷேபம் நடுவே தெளிவாக சொன்னார். தீக்ஷிதர் வாழ்ந்த 16–ஆம் நூற்றாண்டு தென்னிந்தியாவில் வெளியிலிருந்து வந்தவர்களாலும் துருக்கர்களாலும் ஏற்பட்ட பகைமையை விட, சனாதன–தர்மத்தைப் பின்பற்றுபவர்களுக்கு மத்தியிலேயே இருந்த அஜ்ஞானமும் அறியாமையும், அஹங்காரமும், வருந்தத்தக்க வகையில, இந்துக்களின் ஸமூஹத்தையே பிரித்து வைத்திருந்தது. ராஜாக்களுக்கு தர்மத்தை எடுத்துச் சொல்ல வேண்டிய ப்ராமண ஸமூஹமே சிதறியிருந்த குழப்பத்தினால், ஸமஸ்தானங்களும், ஆளும் மன்னர்களும் சைவம், வைணவம் என்று பிரிந்து ஒற்றுமை இல்லாமல் இருந்த காலமது. படையெடுத்து வந்த மிலேச்சர்களை எதிர்த்தும் உண்மையான அச்சுறுத்தல்களையும் ஒருங்கிணைந்து போராடாததால், மதவெறி, பாரபட்சம், மற்றும் தீவிரமான மதமாற்றங்கள் தென்னிந்தியா முழுதும் பரவலாக இருந்தன. வைஷ்ணவர்களும் சைவர்களும் ஒருவருக்கொருவர் துன்புறுத்தப்படுவதும், மாறி மாறி ஆட்சி செய்த வம்சங்களின் உதவியுடன் அதற்கு நேர்மாறாக துன்புறுத்தப்படுவதும், வேதனைக்குரிய நடைமுறையாகிவிட்ட காலமது.

இத்தகைய நேரத்தில் மதம் சார்ந்த பிரிவுகள், சமயங்கள், வழிபாட்டு முறைகள் மற்றும் தத்துவங்கள் ஆகியவற்றின் பல்வேறு குழுக்களை ஒன்றிணைப்பதே வாழ்க்கையின் நோக்கமாக உள்ள, விரிவான பார்வையும் கற்பனைவளமும் கொண்ட ஒரு அரிய மற்றும் பக்திமிக்க அறிஞரின் தேவை அத்யாவசியமாக இருந்தது. அந்த வெற்றிடத்தை நிரப்ப சிவபெருமானால் ஸ்ரீ அப்பய்ய தீக்ஷிதர் உருவாக்கப்பட்டார் என்பதை பல்வேறு பிரிவினரும் இப்பொழுது வரை நம்புகிறார்கள் என்று பெரியவா சொன்னார். அதன் முதல் கட்டமாக தீக்ஷிதர் தனக்குப் பிடித்தமான கோவிலான சிதம்பரத்திற்குச் சென்று, ஹரிஹர–அபே[4]த[3]ஸ்துதி என்ற மகத்துவத்தைப் பாடிய விதம், தருணம் இவை இன்றும் வியந்து பேசப்படுகிறது.

ஆழ்வார்களால் பாடப்பெற்ற 108 வைணவ திருப்பதிகளில் உயர்ந்ததாம் 'திருச்சித்திரகூடத்தில்' கோவிந்தராஜப்பெருமானும்,

தில்லைவனத்தை தலமாகக்கொண்டு காலைத்தூக்கி நின்றாடிய கயிலைப் பெருமானும் ஒரே தலத்தில், நான்கு சுவற்றுக்குள் கோவில் கொண்ட ஆனந்தத்தையும் அதன் பின்னணி மற்றும் உன்னதமான தத்துவத்தையும் உணராத வெறியர்கள் அன்று மட்டும் இல்லை, இன்றும் இருக்கிறார்கள் என்பது தான் வருந்தத்தக்க உண்மை. பொதுவாக வேத–புராண–சாத்திரங்கள் படித்தபின், பகவான் காலடியை இறுக்கப் பிடித்துக் கொண்டவர்களுக்கு எந்த பேதமும் தெரியாது, தெரியக்கூடாது! அரைகுறையாக ஏடுகளைப் படித்தவர்களும், எதுவுமே தெரிந்து கொள்ளும் ஆசையும் இல்லாதவர்களும் தான் சைவ–வைணவ வெறியர் களாகவோ, இறைவனையே மறுப்பவர்களாகவோ மாறுகிறார்கள்.

பெரியவா இந்த விஷயத்தை இன்னும் எவ்வளவோ அழகாக, இன்னும் திண்மையாக, சாரமான தத்துவங்களோட அப்பய்ய தீக்ஷிதரை முன்னிருத்திச் சொன்னார். இன்று, ஏறத்தாழ 61–வருஷங்களுக்கு பின்னரும், அவை அனைத்தும் முக்கியமாக இன்றைக்கும் பூரணமாகப் பொருந்தும்; எற்றைக்கும் சத்தியமாக நிற்கும் என்பதில் ஐயம் ஏதும் இல்லை.

கும்பாபிஷேகம் மறுநாள் என்பதால், பெரியவா நிறுத்திக் கொண்டு, “மேக்கொண்டு நாளைக்குப் பாக்கலாம். இப்ப எல்லாரும் ஆகாரம் பண்ணப் போங்கோ” என்று ஒரு தாயாரைப் போல சொன்னார்.

டிரிப்ளிகேன் ஜகன்னாத ஐயர் மெதுவாக பெரியவா சமீபம் வந்து, கூட அழைத்துக்கொண்டு வந்த ‘வேங்கடசுப்பா ஐயரை’ அறிமுகப்படுத்த துவங்கியவுடன், பெரியவா சிரித்துக்கொண்டே, ‘ஹைகோர்ட் வக்கீல் சுப்பா–ஐயர் தானே... மின்னாடியே சந்திச்சிருக்கோமே’, என்றார். சங்கோஜமாக ஜகன்னாதய்யர் நகர்ந்துகொண்டார்.

“என்ன விஷயம் ஐயர்வாள், இவ்வளவு தூரம் வந்துருக்கேள்?” பெரியவா சுப்பா–ஐயரை சகஜத்துக்கு கொண்டுவந்தார். தயங்கிக் கொண்டே வக்கீல் மாமா ஆரம்பித்தார்,

“என் பின்னால கொஞ்சம் தள்ளி ரெண்டு குடும்பமா நிக்கறாளே, அவா அண்ணன் – தம்பி, அவாளோட குடும்பங்கள். அடியேன் இந்த

ராம கவுண்டருக்கு வக்கீலா இருக்கேன், அவன் தம்பி லக்ஷ்மணக் கவுண்டருக்கு நானே ஒரு வக்கீல் ஏற்பாடு பண்ணிக் கொடுத்திருக்கேன். இவாளுக்கு பல்லடத்துக்கு தெக்கால, செஞ்சேரிக்கும் செஞ்சேரி மலைக்கும் நடுவுல பூர்வீகம் – காமநாயக்கம் பாளையம் பக்கத்தில. இவா அப்பாவுக்கு நண்பரா, அவர் குடும்பத்துக்கு வக்கீலா இருந்த கர்மானால விடமுடியல – இவா ரெண்டு பேரையும் விடவும் முடியல, புத்தி சொல்லித் திருத்தவும் முடியலை... ”

பெரியவா மெல்லிசா சிரிச்சார். “ஐயர்வாள், நான் சொத்துப் பஞ்சாயத்தோ, குடும்ப ஜட்ஜ்மெண்டொ பண்றதில்லயே! அடியேன் ஒரு சன்யாஸி மறந்துடாதீங்கோ.”

சுப்பா ஐயர் மன்னிப்பாக கையை கூப்பி கால்ல விழுந்தார், “பெரியவாளே அப்படி சொல்லிட்டா, இவாளுக்கு கடவுள் கூட ஒத்தாசை பண்ண மாட்டார். நீங்க ஒரு பத்து நிமிஷம் கொடுத்தேள்னா அதுவே அவா செய்த புண்ணியம்”.

பெரியவா மோவாய்கட்டையை தடவிக்கொண்டு கண்ணை மூடிக்கொண்டு ஒரு நிமிஷம் மௌனமாயிருந்தார்.

“ஐயர்வாள், அவா வந்து பேசறத்துக்கு மின்னாடி, நீர் இவாளோட பின்னணி என்ன, எதுக்காக என்னைப் பாக்க வந்த்ருக்கான்னு சுருக்கமா – ஒரு போஷகரா சொல்லுங்கோ... வக்கீலா சொல்லாதீங்கோ”, என்று சொல்லிட்டு சிரித்தார்.

✦ ✦ ✦

அத்தியாயம் 6

வக்கீல் சுப்பா ஐயர் தொடர்ந்தார், "ஆஹா, பெரியவா ஆஜ்ஞை... அப்படியே... உள்ளத உள்ளபடி சொல்றேன். இந்த ராம-லக்ஷ்மணாளோட தோப்பனாருக்கு கொடுத்த சத்யத்துக்காக, ஏழு வருஷமா இவாளோட மன்றாடறேன்... அதனால தான் இவாளை வேற வக்கீலாண்டவும் போக விடாமல் பிடிச்சு வச்சுண்டிருக்கேன்... இதுவரைல இவாளோட கேஸுக்காக ஒரு பைசா கூட வாங்கலை. தசரத கவுண்டருக்கு ரெண்டு பொண்டாட்டி; அக்காவுக்கு ரொம்ப நாள் புத்ர பாக்யம் இல்லாததால, அக்கா தன்னோட தங்கையையே கவுண்டருக்கு ரெண்டாம் கல்யாணம் பண்ணிவைச்சா... ஒரே வருஷத்தில இந்த ராமன், கவுண்டரின் இளய சம்ஸாரத்துக்கு பொறந்தான், அதுக்கு ஒரு வருஷம் பொறுத்து, ஈஶ்வரன் விளயாட்டு, மூத்தவாளுக்கு ஒரு பிள்ளை பொறந்தது. தோப்பனார் லக்ஷ்மணன்னு பேர் வச்சார்... ரெண்டு பிள்ளகளையும், மெட்ரிகுலேஷன் வரையிலும் படிக்க வச்சார். பாத்துப்பாத்து, வேணுமின்னு, ரெண்டு பசங்களுக்கும் ஒரே குடும்பத்திலிருந்து, அக்கா-தங்கையாகவே பார்த்து கல்யாணம் பண்ணி வச்சார். கல்யாணமும் ஒரே பந்தல்லயே நடந்தது. உடனேயே, வேணுமான அளவு எல்லா பிதுரார்ஜித சொத்தையும் பிரிச்சு இரண்டு பேருக்கும் தனித்தனியா செட்டில் பண்ணினார். பாக்கியிருந்த சுயார்ஜிதமான சொத்துன்னு அரண்மனை மாதிரி வீடு, தோட்டம் துரவு, நிலபுலங்கள் எல்லாத்தையும் தன்-பேர்லயே காரணத்தோட வெச்சுண்டு இருந்தார். இதெல்லாம் நடந்து ஒரு வருஷத்துக்குள்ள திடீரென மாரடைப்புல போய்ட்டார், உயில் எதுவும் எழுதல. என் க்ளயன்ட், அதான் இந்த அண்ணாக்காரன், ராமன், அப்பா

திருவையாறு S.R. கிருஷ்ணன்

கொடுத்த எல்லா சொத்தையும் ஒம்பது மாசத்தில குதிரை, சீட்டுன்னு தோத்துட்டு, உயில்-ன்னு எழுதாத அப்பா பேர்ல இருந்த சொத்துகள் எல்லாம் அவனுக்கே சொந்தம்-னு அடாவடி - ஏன்னாக்க, அப்படித்தான் அப்பா கடைசில எழுதிக் கொடுத்தார்-னு அப்பா கைநாட்டு போட்ட ஒரு பேப்பரை வச்சுண்டு ரகள பண்ணினதால, கிட்டத்தட்ட 7 வருஷமா கீழ்கோர்ட், மேல் கோர்ட், கேஸ்னு வாய்தால போய்ண்டு இருக்கு... 'கோர்ட்' உத்தரவுபடி, கோட்டை-வீடு பூட்டியிருக்கு. தோட்டம்-துரவு குத்தகைகளை மாத்தமுடியல; குத்தகைகாரங்க அண்ணந்தம்பி சண்டையை பெரிசா மூட்டி, மோசம் பண்ணினது போக, மிஞ்சினதுன்னு குடுக்கறதை, தான் வச்சிண்டு, கோர்ட் செலவு, குடும்ப செலவுன்னு பெரியவன் நாசம் பண்ணறான். தம்பி லக்ஷ்மணன் சமாதானத்துக்கு ஒத்துவரத் தயாரா இருக்கான், ஆனா என் 'க்ளயண்ட்', அண்ணன் ஒரு மூர்க்கன். இந்த 7 வருஷத்தில ரெண்டு பேருக்கும் ரெண்டு கொழந்தைகள். பெரியவனுக்கு, பிறவி ஊமையா அஞ்சு வயசுல ஒரு பொண்ணு, மத்தது, போலியோல கால் விளங்காத 4 வயசு பொண்ணு. சின்னவனுக்கு 5 வயசுல பிறவிச் செவிடா ஒரு பையன் - ஒண்ணு ரெண்டு வார்த்தை அவ்வப்போது வாய் திறந்து பேசறான், 4 வயசுல சூடிகையா ஒரு பையன். நான் தான் மனசு கேக்காம, அவா குடும்பத்தார் எல்லாரையும் வச்சுண்டு சொன்னேன்... சாமியை நேரா பாக்க முடியாதுங்கறதுக்காகத்தான் மஹான்கள் நம்ம நடுவுல நடமாடறாங்க... உங்க ரெண்டு பேருக்கும், கடேசியா ஒரு சந்தர்ப்பம் வாங்கித்தரேன், நீங்க செஞ்ச பாபம் தொலய; அதை, நீங்க சரியாமட்டும் பயன்படுத்திக் காட்டி கடவுளே உங்கள நடுத்தெருவுக்கு கொண்டு வந்துடுவான்னு" மிரட்டி அழச்சுண்டு வந்திருக்கேன்... அவாவா கொழந்தைகளைப் பாத்து மனம் நொந்து போயிருக்கானுக. அதனால வாயைப் பொத்திண்டு வந்திருக்கானுக. அந்த பொண்டுகள், அக்கா-தங்கை, ரொம்ப சாதுக்கள், நல்லவா... தசரத கவுண்டர் அக்கம்பக்கத்தில நாலு கோவிலை புதுப்பிச்சு தர்மகர்த்தாவா இருந்தவர், 40 வருஷத்துக்கு மேல எல்லாருக்கும் தான-தர்மம் பண்ணினவர்... அதுக்காகவாவது பெரியவா, இவாளுக்கு 5 நிமிஷம் டயம் கொடுத்து புத்தி சொன்னா,

இவா கடத்தேறுவா, நான் எடுத்த ஜென்மாவுக்கும் ஒரு அர்த்தம் இருக்குன்னு நினச்சுப்பேன்...

“ஐயர்வாள், அந்த ரெண்டு சகோதரிகளையும், அந்த கொழந்தை களயும் ஒண்ணா அழச்சிண்டு வாங்கோ. அவாளை இங்க மின்னாடி விட்டுட்டு, நீங்க அந்த அண்ணா-தம்பி; அதான் வாதி-ப்ரதிவாதிகளோட சேந்து.. கொஞ்சம் தூரமாகவே ஒக்காருங்கோ... ”

ஸஹோதரிகள் அவா கொழந்தைகளோட வந்து கண்ணீரும் கம்பலையுமாக நமஸ்காரம் செய்து கொண்டே இருந்தார்கள்.

“போரும்மா, எழுந்துருங்கோ... முதல்ல உங்க பேரென்ன? கொழந்தைகள் பேர்களென்ன? எப்படி, எப்ப இந்த அடயபலத்துக்கு வந்து சேர்ந்தேள்? உங்க ரெண்டு பேருக்குள்ள எந்த சண்டையும் இல்லயோல்லியோ? ஒத்தருக்கொருத்தர் பாத்துண்டு எத்தனை வருஷம் ஆகறது? கொழந்தைகள் எப்ப ஆகாரம் பண்ணினா?”

பெரிய ஸஹோதரி இன்னும் வாய்பொத்தி விம்மிக் கொண்டிருந்தாள். சிறிய ஸஹோதரி கொஞ்சம் சுதாரித்துக் கொண்டு அமைதியாக பேசத் தொடங்கினாள்.

“எங்க தாய்-தகப்பன் செஞ்ச புண்ணியம் தான், சாமியோட-காலடில இப்ப கொண்டு வந்து சேத்திருக்கு. அக்கா, புள்ளங்கள பாக்கோணும்னு 7 வருஷமா கொள்ளை ஆசை. ஆனாக்க வக்கீலய்யா தயவாலதான், அதுவும் இப்பதான் சாமி முன்னால அக்காவையும், புள்ளங்களயும் பாக்கற பாக்கியம் கெடச்சுதுங்க. இந்த அண்ணா-தம்பியோட சொத்து சண்டையில, நாங்க, அக்கா-தங்கை ரெண்டுபேரும், எல்லாம் இருந்தும் பிச்சக்காரங்களா இருக்கோமுங்க. எங்க வீட்டுக்காரராண்ட “இனிமேப்பட்டு சொத்துன்னு இப்ப உள்ளதே போதும், அண்ணனுக்கு விட்டுக் கொடுத்துடுங்க”-ன்னு கெஞ்சினதுல, இப்ப ரொம்பவே இறங்கி வந்துருக்கிறாரு. ஆனா எங்க அக்கா எவ்வளோ சொல்லியும், வக்கீலய்யா சொல்லியும் அண்ணாருதான், கேக்க மாட்டேங்கறாரு. அக்காவும் நானும் பழயபடி போக்குவரத்தில இருந்தாலே போதும் சாமி.. அதுவே உங்க பிச்சைன்னு எடுத்துக்குவோம். நீங்க தான் அருள்

செய்யணும்... எங்க பையன் காது விஷயத்தில, மெட்ராஸ் போய் சிகிச்சை பண்ணா சரியாகலாம், ஆனாக்க பணம் நிறய செலவாகும் அப்படிங்கறாரு எங்க பல்லடம் டாக்டர். எனக்கு பொண்-கொழந்தைன்னாக்க ரொம்ப ஆசை... எனக்கு இனிமே கொழந்தை பாக்கியம் இல்ல. அக்கா பொண்ணுங்கள் எனக்கும் பொண்ணுங்கதான். ஆனா, இன்னிக்குதான், இந்த கொழந்தைகள, சாமி முன்னாடி மடியில சுமக்கற பாக்கியம் கிட்டிச்சு... சொல்லியவாறே அந்த அம்மாவும் விம்மி அழ ஆரம்பித்தார்.

பெரியவா, அக்காவைப் பார்த்தார் – அவள் சங்கதி என்ன என்பது போல் கொஞ்சம் ஆச்வாஸம் செய்து கொண்ட அக்கா, "ஆமாம், சாமி, நாங்கள்ளாம் எட்டாங்க்ளாஸோட படிப்பு நிப்பாட்டினவங்க... பணம் காசு மேல ஆசையில்லீங்க... எனக்கும் என் தங்கச்சியை விட்டா யாருமில்லீங்க... அவ புள்ளங்களை பாத்துகிட்டு ஒரு குடும்பமா வாழ்ந்தா போதுங்க... அண்ணன் தம்பியா பொறந்து, கேவலம் அழிஞ்சு போற சொத்துக்காக பரம விரோதியானா எப்படிங்க? சாமிதான் எல்லாத்தையும் மாத்தணும்."

பெரியவா மெதுவாகப் பேசினார். நீங்க எப்ப, எப்படி வந்தேள்? ஏதாவது ஆகாரம் கொழந்தைகளுக்கு கொடுத்தேளா?

இப்போது, தங்கை பேசினார்.. ராத்திரி ரெண்டு பஸ் மாறி காலைல இந்த ஊருக்கு வந்து சேந்தோம். மடத்துக்கு வர்ரதுக்கு மின்ன வக்கீல் 'காஃபி-டிபன்' வாங்கித் தந்தார். இங்க வந்தாவிட்டு, எழுந்திருக்கவே இல்ல.

பெரியவா பதறிப் போனார்... கொஞ்சம் உரக்கக் கூப்பிட்டார், "ஐயர்வாள், இங்க வாரும்". பதறி அடித்துக் கொண்டு வக்கீல் சுப்பா ஐயர் ஓடி வந்தார்... உடனே பெரியவா, "12 மணி நேரம் கொழந்தைகள் பட்டினியா இருக்காளா? முதல்ல எல்லாரையும் அழச்சிண்டு போய் ஆகாரம் வாங்கிக் கொடுங்கோ... ஜகன்னாத ஐயர்வாள், நீரே இவாளுக்கு ஆகாரம் ஏற்பாடு செய்யும். அப்பறம், சுப்பா-ஐயர், இவா ராத்தங்கினப்பறம், நாளக்கி கும்பாபிஷேகத்துக்கப்பறம் சாயரக்ஷைக்கு எல்லாரையும் அழச்சிண்டு வாங்கோ. எல்லாத்தையும் அந்த நயனாம்பிகையும்

பெரியவா காலடியிலிருந்து

காலகண்டேச்வரும் பாத்துப்பா... கவலப்பட வேண்டாம்-ன்னுட்டு ஆறுதல் சொல்லுங்கோ.”

அந்த ராம-லக்ஷ்மணன் இரண்டு பேரையும் அருகில் அழைத்தார். “எதுக்காக என்னண்ட வந்தேள்னு நாளக்கி பேசலாம்... முதல்ல ஒரு விஷயம் சொன்னாக் கேப்பேளா?” தம்பி பலமாகவும் அண்ணன் கொஞ்சம் தயங்கிக் கொண்டேயும், சரியென்று தலை ஆட்டினார்கள்... ராமனோட கொழந்தைகள் இன்னிக்கு ராத்திரி அவாளோட சித்தியோட தங்கட்டும். “லக்ஷ்மணா, உம் பசங்க அவங்க பெரியப்பன், பெரியம்மாவோட ராத்தங்கட்டும்... சுப்பா ஐயர், நாளைக்கு, இங்க கும்பாபிஷேகம் முடிஞ்சப்பறம் இவா எல்லாரையும் அழச்சுண்டு வாங்கோ” என்றார். வந்திருந்த இரண்டு பெண்மணிகளும் பரம சந்தோஷத்தோடு, குழந்தைகளை பெரியவா முன்னிலையிலேயே கை-மாற்றிக் கொண்டு, அணைத்துக் கொண்டு முன்னே சென்றார்கள். தம்பி சந்தோஷத்தோடு பின்னால் சென்றார். அண்ணன், மந்திரிக்கப் பட்டவர்போல் மௌனியாக தலை குனிந்து பின் தொடர்ந்தார். சுப்பா ஐயர் குரல் தழும்ப, பேச முடியாமல், விழுந்து சேவிக்க ஆரம்பித்தவர், பெரியவா நிறுத்தச் சொல்லும்வரை சேவித்தார். எழுந்து, ஒரு குழந்தை போல, குதித்துக் கொண்டே திரும்பிப் பார்த்துக் கொண்டே நடந்தார்.

மறுநாள், கும்பாபிஷேகத்துப் பின்னர், முன்மாலையில், பெரியவாளை தரிசனம் செய்ய கூட்டம் அலை மோதியது. கோடியில் தயங்கி நின்றுகொண்டிருந்தவர்களை முன்னே வரச்சொன்னார். கை ஜாடையிலேயே, அக்கா-தங்கையை பார்த்து, “குழந்தைகள் ராத்திரி சமத்தா இருந்தாளா? இல்லை, அப்பா-அம்மா வேணும்னு அழுதாளா?” என்றார். வழக்கம்போல் தங்கை எழுந்து சந்தோஷமாக, “ரொம்ப சந்தோஷமா இருந்தாங்க, எந்த சிணுங்கலும் இல்லை - அக்காகிட்டயும் அப்படித்தான்” என்றார்.

பத்து வினாடி மௌனம், கண்ணை மூடி ஒரு முடிவுக்கு வந்தவர் போல, “ஐயர்-வாள், அடுத்த ஹியரிங் எப்ப?”. என்றார். “அதுக்கு இன்னும் 5 மாசம் இருக்கு, கீழ்கோர்ட்டுல ராசியா போகச் சொல்லி ஜட்ஜ் சொன்னதால, மேல் கோர்ட்டுல அப்பீல் போடச் சொன்னான் ராமன்.

அதனால...'' ஐயர் முடிப்பதற்கு முன்னால், பெரியவா, ''அது பாட்டுக்கு அது; ஆனா ராமனும் லக்ஷ்மணனும் கொஞ்ச நாளைக்கு அவன் கொழந்தைகள இவனும், இவன் கொழந்தைகள அவனும் வச்சுண்டு, அவாளோட படிப்பு, வைத்யம் இத்யாதிகளை கவனிச்சுண்டு அன்பா பரிபாலிச்சா, அந்த நயனாம்பிகையும் காலகண்டேச்வரரும் ரெண்டு குடும்பத்தாருக்கும் நல்ல வழி காட்டுவா. ஐயர்வாள்! நான் சொல்றதை இவா கேட்டுத்தான் ஆகணும்னு அவச்யமில்லை. கேட்டு சொல்லுங்கோ...'' என்று சொல்லிவிட்டு, ''ஆகாரம் பண்ணிட்டு, ப்ரசாதம் வாங்கிண்டு போகச் சொல்லும்... '' என்று சொல்லி எங்கள் பக்கம் திரும்பினார். ஐந்து நிமிஷத்தில், அக்கா-தங்கை இருவரும் மலர்ந்த முகத்தோடு ஓடி வந்து நமஸ்காரம் செய்தார்கள். இப்போது, தங்கை பேசினார், ''சாமி சொன்னா மறுபேச்சில்லங்க... எங்க முசுட்டு மாமா கூட (ராமன்) ஒப்புக்கிட்டார். இப்பவே ப்ரசாதம் வாங்கிகிட்டு கிளம்பறோம் சாமி.'' அக்கா, மெதுவாகக் கேட்டார், ''மறுபடியும் எப்ப வந்து சாமியை எங்க பாக்கலாமுங்கோ? கொழந்தைகளை பொறவு எப்ப பாக்கறது... '' என்று இழுத்தார்...

பெரியவா சிரித்துக் கொண்டே பேசினார், ''ஒரு மூணு மாசம் நீங்க கொழந்தைகளை பேதமில்லாம பாத்துக்கோங்கோ... அப்ப உங்க ஊர் பக்கம் நானே வருவேன், அப்ப ஐயர் உங்களை அழச்சுண்டு வருவார்... (பெரியவா, சுப்பா ஐயர் பக்கம் திரும்பி) நடுவுல ஒருக்கா ரெண்டு குடும்பத்தாரையும், முக்யமா கொழந்தைகள அழச்சுண்டு கொல்லூர் மூகாம்பிகையை தர்சனம் பண்ணிட்டு வாரும். ஜூலை முதல் வாரம் காமநாயக்கன்பாளையம் வருவேன். அப்ப, அங்க - அவா ஊர், செஞ்சேரிமலை-கிட்டதானே, இவாளை அழச்சுண்டு வாரும். அதுக்குள்ள என்னவெல்லாம் அம்பாள் விளையாடப் போறாளோ பாக்கலாம்'' என்று சொல்லி பெரிதாகச் சிரித்தார். சுப்பா ஐயர் மறுபடியும் நெகிழ்ந்து போனார்.

பெரியவாளிடம் உத்தரவு வாங்கிக் கொண்டு அன்று இரவே ஆரணி வழியாக சென்னை வந்து சேர்ந்தோம். சில வாரங்கள் கழித்து, கோவைக்கு அருகில் உள்ள சாதுர்மாஸ்ய முகாமின் போது 1960 ஜூலை

முதல் வாரம் – காமநாயக்கன்பாளையத்திற்கு அப்பாவை வரச் சொல்லியிருந்ததால் வார இறுதி பயணமாக மேற்கொண்டோம். பெரியவாவுடனான ஒவ்வொரு சந்திப்பும் மறக்க முடியாததாகவும் முக்கியமானதாகவும் இருந்தபோதும், அந்த சந்திப்பு என் வாழ்க்கையில் ஒரு முக்கிய கட்டமாக இருந்தது, ஏனென்றால் என் வாழ்க்கையின் அடித்தளமான எனது கல்வியைப் பற்றி விவாதிக்கத்தான் பெரியவா எங்களை அழைத்திருந்தார். வழக்கமான குசலங்களுக்குப் பிறகு, அவர் பேசத் தொடங்கினார். அது பற்றி விவரமாக பின்னர் எழுதுகிறேன்.

திருப்பூரிலிருந்து காமநாயக்கன்பாளையத்திற்கு அப்பாவின் 'ஏர்ஃபோர்ஸ்'–கால நண்பர் ஒருவர் ஏற்பாட்டில் காரில் அவருடன் சென்றோம். அதனால், ஸ்னானம் எல்லாம் முடிந்து, நேரடியாக தரிசனத்துக்குப் போய் சேர்ந்தோம். "வாடா, ராகவா" என்று எங்களை அழைத்து உக்காரச் சொல்லி, கொஞ்சம் எட்ட நின்று கொண்டிருந்த வக்கீல் சுப்பா–ஐயர் மற்றும் அவருடன் வந்திருந்த இரண்டு குடும்பத்தாரையும் அருகே வரச்சொன்னார். வழக்கம்போல, அக்காவும் தங்கையும் குழந்தைகள் நால்வரையும் கீழே கிடத்தி வணங்கச் சொல்லி, பின்னர் தத்தம் கணவர் பக்கம் பார்க்க, அவர்களும் வணங்கி எழுந்தார்கள். இப்போது தங்கை பேச ஆரம்பித்தாள். "சாமி, எங்கள் குடும்பத்தார் எல்லாருக்கும், செஞ்சேரிமலை வேலாயுதசாமிதான் கொலதெய்வம். இங்க வந்தப்பறம் தான், அந்த சாமி நீங்கதான்னு புரிஞ்சுடுச்சுங்க. நானும், அக்காவும் இந்த நாலு குழந்தகளும் கடந்த மூணு மாசம் சந்தோஷமா இருந்தோமுங்க. வக்கீல் ஐயர், மூகாம்பிகையாண்ட கூட்டிப் போனப்பறம் அக்கா பொண்ணும் எம்–பையனும், இப்பல்லாம், அடிக்கடி சிலப்போ 4–5 வார்த்தை கூட பேசறாங்க. என் வீட்டுக்காரர் கேஸ் எதுவும் வேணாம்னுட்டு விலகிட்டார். வக்கீல் அய்யாதான், போன வாரம், அவருக்கு கேஸ்–விலக்கு பண்ணிக் கொடுத்தாரு. பெரியவா, கொஞ்சம் நிமிர்ந்து அண்ணனைப் பார்த்தார். ராமன், பெரியவா கண்ணைப் பார்க்க தைர்யமில்லாமல், வக்கீலண்ட காதில் ஏதோ சொன்னார். உடனே மலர்ந்த முகத்தோடே, வக்கீல், "இப்பதான் இவன் சொல்றான், கேஸ்–எதுவும் வேண்டாம், சம பங்காப்

பிரிச்சுடலாம்–னு. எனக்கே 'ஷாக்கா' இருக்கு, நம்ப முடியல", அழுதுடுவார் போல இருந்தது. "எல்லாம் பெரியவா பண்ணின மந்திரம்தான்..." பெரியவா சிரிச்சுண்டே, "எல்லாத்தையும் என் தலைல போட்டுடாதேள்... இதில ராமனை அமைதியா மாத்தினது யார்னு இப்ப அவாளண்ட கேளுங்கோ". அக்கா தலை குனிந்தவாறே பயந்து கொண்டே பேசினாள் – "நானும் பசங்களும் என் தங்கை வீட்டுலயே இருந்துடறோம். நீங்க கேஸ் ஜெயிச்சு சொத்தோட சந்தோஷமா இருங்கன்னு, இப்போ சாமி கிட்ட வர்றதுக்கு மின்னாடிதான் சொல்லிட்டு வந்தேனுங்க". பெரியவா, வாய்விட்டு சிரித்தார்... அனைவரும் புரியாமல் அவருடன் மெல்லிதாக சிரித்தோம்.. "பார்த்தீரா ஐயர்வாள், கீழ்கோர்ட்டு, மேல் கோர்ட்டு,நீர் பெரிய வக்கீல் – என்று யாராலும் தீர்க்க முடியாமலிருந்த சிக்கலை தீர்த்த மந்திரம் எங்கிட்ட இல்லைங்காணும், அந்த ரெண்டு தர்மபத்தினிகளிடம் இருந்திருக்கு... கொஞ்சம் தாமஸமா வேலை செஞ்சுருக்கு, அவ்வளவுதான். அப்பறம், இவாளை மெட்ராஸ் அழச்சுண்டு போய், Dr. B. ராமமூர்த்தின்னுட்டு ஒரு ந்யூரோஸர்ஜன் மைலாப்பூர்ல இருக்கார். அவரண்ட அடியேன் அனுப்பிச்சேன்னு சொன்னீர்னா, உடனே இந்த கொழந்தைகளை சோதனை பண்ணி தகுந்த உபாயம் சொல்லுவார்". பெரியவா, தங்கையைப் பார்த்து அருகே வரச் சொன்னார், "உன்னோட வேலாயுதசாமிதான், இந்த சாமிக்கும் தெய்வம்... எல்லாம், அவன் பண்ணின விளையாட்டு... என்னை கடவுளாக்கிடாதேங்கோ. எல்லாரும் நன்னாயிருங்கோ" என்று சொல்லி, ஒவ்வொரு குழந்தை கையிலும் ஒரு பழத்தைப் போட்டார். பிரமித்துப் போயிருந்த அப்பாவைப் பார்த்து, "என்னடா ராகவா, இந்த வருஷம் பள்ளிக்கூடம் கடைசி வருஷம் இல்லியோ? மேக்கொண்டு, இவன் படிப்புக்கு என்ன ஏற்பாடு? ஆஞ்ஜநேயன் வாலு என்ன படிக்கனும்னு சொல்றான்?" அப்பா தயங்கிக் கொண்டே பேசினார்.

✦ ✦ ✦

அத்தியாயம் 7

“இன்னும் ஆறு மாஸம் ‘டைம்’ இருக்குன்னு... ”, அப்பா பேசி முடிக்கவில்லை. “அப்படின்னா என்னடா அர்த்தம்?” பெரியவாளின் தொனியில் கோபமா கவலையான்னு புரியலை!

இப்படி–அப்படின்னு மசமசன்னு இருந்தா ஆறுமாஸம் ஓடிப்போய்டும்... நீ பெரிய பட்டாளத்தானாச்சேடா? ‘planning’ வேண்டாமா? ஏன்? மேக்கொண்டு படிக்க வெக்க உத்தேசம் இருக்கோல்லியோ? இல்லேன்னாக்க, இவன் அக்காக்களை ‘school final’ முடிச்சதும், அப்படியே போதும்னு விட்டாப்போல...”, அவரது தொனியில் எரிச்சலும் கவலையும் சேர்ந்திருந்ததைக் கவனித்தோம்... “நன்னா படிக்கறான், இதுவரை ‘ஸ்கூல் first’ வரான்னு, T.P. ராஜகோபாலய்யங்கார், அதான், அவனோட ‘ஹெட்மாஸ்டர்’ வந்திருந்தப்போ... நான் விசாரிச்சப்போ தெரிஞ்சது. அவர் அவன் பேர்ல அன்பும் ரொம்ப நம்பிக்கையும் வெச்சிருக்கார்–னும் தெரிஞ்சுது... அவரும் தயங்கிண்டுதான் சொன்னார் – நீ இன்னும் முடிவு பண்ணலேன்னு.” அப்பா கொஞ்சம் தைரியத்தை வரவழைத்துக் கொண்டு... பேசத் தொடங்கினார்.

“மெடிகல் இல்லேன்னா, ஏரோனாடிகல் இஞ்ஜினீரிங் படிக்கணும்–னு ஆசைங்கறான்; அதுக்கெல்லாம், என்னால முடியுமா? ... பெரியவாளுக்கே என் நிலமை நன்னாவே தெரியும்...” சொல்லிவிட்டு என்னைப் பார்த்தார்.. அதுல கொஞ்சம் கோபம் தொனித்தது. அதை பெரியவாளும் கவனிச்சுட்டு, குரல்ல கனிவோட, அப்பாவை பார்த்து, “ஏண்டா, அவன் கேட்டான் – சரி? கேட்டாதான் என்ன தப்புடா? கொழந்ததானேடா? இன்னோத்தரா இருந்தா, இந்த மாதிரி அவாளோட பசங்கள் படிக்க

திருவையாறு S.R. கிருஷ்ணன்

மாட்டாளா, கேக்கமாட்டாளான்னு ஆதங்கப்படுவாளேடா?. ம்... சரிபோகட்டும், விடு; கவலப்படாதேடா... அவன் இந்த சின்ன வயசுலேயே ஆஞ்ஜநேய பக்தன்... எல்லாம் அவன் ஆசைக்கு மேலேயே நல்லதாவே நடக்கும். நம்ம சாஸ்திரிகளண்ட சொன்னானாம்... ஏதோ பேச்சுக்கு நடுவுல அவர் கேட்டாராம்... உங்க ஊர் பார்த்தசாரதி கோவில்ல எந்த ஸ்வாமியை நீ ரொம்ப தடவை சுத்துவேன்னு அவர் கேட்டப்போ, 'அங்க அடிக்கடி போகமுடியறதில்ல... 12 வயஸுல ஆறுபடை வீடு போறச்சே அப்பா, சுசீந்த்ரம்-னு ஸ்தலம் ஒண்ணுக்கு அழச்சிண்டு போனார்... அப்பத்திலேர்ந்து, அதுவும் பெரியவா ப்ரதோஷத்தில சொன்ன அனுமார் ப்ரபாவம் கேட்டதிலேர்ந்து –அனுமார் ஸ்தம்பம் இருக்கே, அங்க நிறைய போவேன், பார்த்தசாரதி கோவில்ல, அம்மாவுக்கு துணைக்கு போறச்சே – உத்ஸவர் மண்டபத்தில ஒரு தூண்ல இருக்கற ஆஞ்ஜநேயரை நிறய சுத்துவேன்னு சொன்னானாம்... ' [சிரிச்சார்], அவனுக்கு அவ்வளவு நம்பிக்கை இருக்குடா. போகட்டும்... சில மாஸம் கழிச்சு வந்துபாரு, எல்லாம், நல்லதே நடக்கும்... நம்ம செய்ய வேண்டிய கடமைகளை விடாமே, சுய–அவநம்பிக்கைபடாமே, செஞ்சுண்டே இருக்கணும்... "

பெரியவா பேசிக் கொண்டே தலை நிமிர்ந்தார். கொஞ்சம் தள்ளி, அப்பா வயசுல ஒரு பெரியவர், அவராத்து மாமி, ஒரு இளம் பெண்மணி மூவரும் கைகூப்பிய வண்ணம் நின்றுகொண்டிருந்தனர். கொஞ்சம் கண்ணைக் குறுக்கிப் பார்த்துவிட்டு கிட்ட வரச் சொல்லி அழைத்தார். "நீ காசி–ஸ்வாமிநாதன் தானே?" என்றார். வந்தவர் திடீரென மகிழ்ச்சியில் மூழ்கியவராக, "ஆமாம், பெரியவா. தரிசன பாக்கியம் கிட்டத்தட்ட 18 வருடங்கள் கழித்து இன்னிக்கித்தான் அனுக்ரஹமாச்சுது!" என்றார். அப்பாவைப் பார்த்த பெரியவா, "அவசரம் ஒண்ணுமில்லதானே ராகவா? கொஞ்சம் கழிச்சுப் போகலாம்", என்று சொன்னார். நாங்களும் கொஞ்சம் நாலு அடி பின்னுக்கு வந்து நடப்பதை கவனிக்க ஆரம்பித்தோம். "சொல்லு ஸ்வாமிநாதா... எங்க இருக்கே, எப்ப வந்தே... என்ன விஷயமா பாக்க வந்தே... எல்லாத்தையும் நீயே உக்காந்துண்டு சொல்லு. நீங்களும் அப்படியே உக்காந்துக்கோங்கோ" என்றார் பெரியவா. வந்தவரும் அடுத்த சில நிமிஷங்களுக்கு மூச்சு விடாமல் பேசினார்.

“பெரியவா அலஹாபாத் வித்வத்ஸதஸுக்கு வந்து திரும்பறச்சே.. அடியேனும் உங்களோடேயே காசிக்கு வந்தேன்...”

“மேல சொல்லு... 1934 நவராத்திரி இல்லியா... ”

“ஆமாம், பெரியவா அனுக்ரஹத்துல வேதபாடசாலைல ராமநாத தீக்ஷிதருக்கு உதவியாவும், சிஷ்யனாவும் ரெண்டு வருஷம் இருந்தேன். 1936-ல அவரோடயே ‘Berhampur’-ல பெரியவா சாதுர்மாஸ்யம் இருந்தப்போ வந்து சேவிச்சோம். காசிக்கு திரும்பி வந்த ரெண்டு மாசத்தில அப்பாவுக்கு உடம்பு மோசமாயிருக்குன்னு தகவல் வந்து திருப்பாப்புலியூர் வந்தேன். அக்கா, அத்திம்பேர் தான் அப்பா, அம்மாவைப் பாத்துண்டு இருந்தா. கவர்ன்மெண்ட் ஸ்கூல்ல உதவி ஹெட்மாஸ்டரா இருந்த அத்திம்பேருக்கு வில்லியனூருக்கு மாத்தலாச்சு. எல்லாரும் மாத்திண்டு அங்கேயே போய் செட்டில் ஆனோம். அப்பா, அம்மா ஆசைபட்டபடி, அத்திம்பேர் தன் தங்கையையே, இதோ கோகிலாம்பாவை, கன்னிகாதானம் பண்ணிக் கொடுத்தார். சில மாசங்கள்ல முதல்ல அப்பா, அப்பறம் அம்மா-ன்னு விச்வேஸ்வரர் காலடிக்குப் போய் சேர்ந்துட்டா. அடுத்த சில வருஷம் பக்கத்துலயே, காமேஸ்வரர் கோவில்ல தெய்வகைங்கர்யம், அதோட கூட, மரியாதப்பட்ட குடும்பங்களுக்கு உபாத்திமை, ஏழைக் கொழந்தைகளுக்கு, ஆத்து திண்ணையிலேயே வேதபாடம்-னு ஏதேதோ ஆரம்பிச்சேன். அப்பதான் இவ பொறந்தா; விசாலாக்ஷின்னு பேர் வச்சோம். அக்கா, அத்திம்பேருக்கும் இவதான் கொழந்தைன்னு ஐக்யம் ஆய்ட்டா. மனசு ஒரு நிலைப்படலை. 1945-ல பெரியவா கும்பகோணம் மஹாமஹத்தை ஒட்டி அத்வைதஸதஸ் தங்க விழாவுக்கு வந்தப்போ, ராமு தீக்ஷிதர் வாரணாசிலேர்ந்து வந்து, பெரியவா தலை ஆட்டினார்; “.. ம், நீயும் வந்து நமஸ்காரம் பண்ணிட்டுப்போனே, ஞாபகம் இருக்கு, ஆனா, நீ எதுவுமே பேசலை, அப்படியே போய்ட்டே... நீ காசிலதான் தீக்ஷிதரோட இருக்கேன்னு நினச்சுண்டேன்..”, பெரியவா கண்மூடி மௌனம் சாதித்தார். ஸ்வாமிநாதய்யர் தொடர்ந்தார்...

“...தீக்ஷிதரை கும்பகோணத்திலேர்ந்து வில்லியனூர் அழச்சுண்டுபோய் காமேஸ்வரர் தர்சனம் பண்ணி வக்கறப்போ, தீக்ஷிதர்

ஒரு கேள்வி கேட்டார்... ‘ரொம்ப கொழப்பத்துல இருக்கியா சாமிநாதா? ஏன் பெரியவாளண்ட எதுவும் சொல்லலை... கடந்த 10 வருஷத்தில எவ்வளவோ உன் வாழ்க்கைல நடந்துடுத்து... உனக்குன்னு ஒரு குடும்பம் இருக்கு, இப்ப என்ன உத்தேசம்? எத்தன நாள் உங்க அத்திம்பேர் தயவுல இப்படி மனதுல தவிப்போட இருக்கப்போறே?...

ஸ்வாமிநாதய்யர் கொஞ்சம் நிறுத்தினார். என் மனசுல இருக்கற கொழப்பம், தவிப்பு எல்லாம் உடஞ்சு என்ன பதில்-சொல்றதுன்னு தெரியாமல் விக்கிச்சுப்போய் இருந்தேன். ‘உன் இடத்தை யாரும் எடுத்துக்கலை, எனக்கும் வயசாறது, நீ காசி வரேன்னாக்க, ஆனந்தமா வரலாம். மேக்கொண்டு அந்த காசி விஸ்வநாதன் பாத்துப்பான்... ’ என்று தீக்ஷிதர் சொன்னார்.

என் பார்யைக்குன்னு எந்த அபிப்ராயமும் இல்லை... அதனால, அத்திம்பேரண்ட அந்த பேச்சை எடுத்தப்போ, ‘நீயும் கோகிலாவும் பழயபடி காசி, வேதபாடசாலைன்னு போகணும்னா கொஞ்ச வருஷம் போய்ட்டு வாங்கோ. உன் மனசு அங்க தான் இருக்குன்னு புரியறது. ஆனாக்க, இந்த சின்னூண்டு அம்பாள் விசாலாக்ஷி நம்ம எல்லாருக்கும் பொது கொழந்தயா வளர்லதால, அவளை எங்களண்ட விட்டுப்போக உங்க ரெண்டு பேருக்கும் சம்மதமான்னு யோசியுங்கோ? விசாலத்துக்கு 6 வயசுதான், ஆனா ரொம்ப புத்திசாலி. இப்ப எல்லாரும் பெண்டுகளையும் நன்னா படிக்க வெக்கறா... இதுவரையிலும் தமிழ், அங்க போனப்பறம் இந்த கொழந்தக்கு என்ன பாஷை, என்ன வழி? எல்லாத்தயும் யோசியுங்கோ; அதனால, அவளையும் கேளுங்கோ’ என்று சொல்லி விட்டு கோவிலுக்குப் போய்ட்டார். அடுத்த ரெண்டு நாள் ரொம்ப கொழப்பம், நெறய பேச்சுவார்த்தைகளுக்கப்பறம், விசாலாக்ஷி ஆசைப்படியே அக்கா, அத்திம்பேரண்டயே விட்டுட்டு, நாங்களும் மனசை சமாதானம் பண்ணிண்டு, காசிக்குப் போய்ச் சேர்ந்தோம். அத்திம்பேருக்கு பாண்டிச்சேரி அரவிந்தர் ஆஸ்ரமத்துல கொஞ்சம் செல்வாக்கும் இருந்ததால விசாலத்தை அந்த இண்டர்நேஷனல் ஸ்கூல்லயே சேத்துப் படிக்க வெச்சார். விசாலம் நன்னா படிச்சதினால எந்த செலவும் இல்லாம, அவ ஆசைப்பட்ட மாதிரியே அங்கயே காலேஜ்

படிப்பும் கிடச்சுது. வருஷா வருஷம் வில்லியனூர் வருவோம், ஆனா, போன வருஷம் ரொம்ப ஸ்பெஷல் – ஏன்னா, இவளுக்கு காலேஜ்ல பெரிய மரியாதை பண்ணறப்ப, நாங்களும் வந்திருந்தோம். அவளுக்கு எல்லாமா இருந்த அத்திம்பேரையே முன்னநின்னு, அரவிந்தர் ஆஸ்ரமம் கொடுத்த மரியாதையை ஏத்துக்கச் சொன்னேன். அது நடந்த ஒரு மாசத்துல அத்திம்பேர், மாரடைப்புல... அதனால, நாங்களும் காசியை விட்டு ஜாகையை காலி பண்ணிண்டு அக்காதுணைக்கு வில்லியனூருக்கே வந்துட்டோம்...”

பெரியவா கண்ணைத் திறந்து பார்த்தார், மெல்லியதாக சிரித்தார்... “இத்தன வருஷம் வராதவன், இப்ப வந்துருக்கேன்னா... ம்., சரி, அதையும் நீயே சொல்லிடு! தலைகுனிந்த ஸ்வாமிநாதய்யர், “அறியாமைதான், மன்னிச்சுடுங்கோ... இப்ப எங்க ரெண்டு பேருக்கும் ஒரு பெரிய கொழப்பம், விசாலம் கல்யாணம் எல்லாம் வேண்டாம், கலெக்டர் படிப்பு படிக்கப் போறேங்கறா... என்ன பண்ணறதுன்னு புரியல... தாங்கதான் சரியா வளக்கலயோன்னு என்னோட அக்கா வ்யாகூலப்படறா. நாங்க பொறுப்பில்லாம எல்லாத்தையும் அத்திம்பேர் தலைல சுமத்திட்டுப் போய்ட்டதாலதான், இப்ப விசாலம் அம்மா, அப்பா சொன்னா எதுவும் கேக்கமாட்டேங்கறாளா? ஒண்ணும் புரியல” ஸ்வாமிநாதய்யர் அழுதுடுவார் போல இருந்தது. பெரியவா கையமர்த்தினார். “நீ ரொம்ப பேசிட்டே, இப்ப விசாலம் பேசட்டும்” என்று புன்னகையோட ஸ்வாமிநாதய்யருடைய பெண்ணைப் பார்த்தார்..

“நான் சொல்றதில ஏதானும் சம்பந்தமில்லாமயோ, அதிகப்ரசங்க மாகவோ இருந்தால், என்னை மன்னிச்சுடவேண்டி பெரியவாளண்ட கேட்டுக்கறேன்; எப்படி பேசறதுன்னு தெரிய வில்லை, ஆனால் என் மனசுல இருக்கறதை உள்ளபடி உண்மையாக சொல்ல முயற்சி பண்றேன்.” பெரியவா கையமர்த்திவிட்டு “கவலைப்படாம, உனக்கு தோணினபடி சொல்லு.” இப்போது, கொஞ்சம் தைர்யத்தோட பேச ஆரம்பித்தாள்.

“அந்த நாள்–ல எங்க அம்மாவுக்கு 16 வயசு, அப்பாவுக்கு 26 வயசு – கல்யாணம் பண்ணி வெச்சுட்டா. அம்மாவை எட்டாங்க்ளாஸோட

நிறுத்திட்டா, எல்லாம் போறும்னுட்டு. அதெல்லாம்... 25 வருஷம் மின்னால நடந்த விஷயம். ஆனா, இப்ப எங்க அத்திம்பேர் ஸ்கூல் ஹெட்மாஸ்டர்ங்கறது மட்டுமில்லாம, உலக விஷயங்கள்ல அப்டுடேட்னு எல்லாரண்டையும் பேர் வாங்கினவர்; அவர் சொல்லறாப்போல...'' (பேசும்போதே கண் கலங்கினாள்).

“நன்னா புரியறது... கொஞ்சம் சுதாரிச்சுண்டு சொல்லு. நீ மேக்கொண்டு என்ன பண்ணற உத்தேசம்?'', பெரியவா ஆதுரமாக பேசினார். விசாலம் கனைத்துக் கொண்டே பேசினாள்.

“பள்ளிக்கூட ஃபைனல்ஸ்ல ராங்க் வாங்கினதால அரபிந்தோ காலெஜ்–ல first–க்ரூப் அட்மிஷன் கிடச்சுது. க்ராஜுவேஷன்–லயும் அஞ்சாவது ராங்க்... ஆனா, அப்பாவோ, 'மேல படிச்சா, MA, அப்பறம் doctorate–னுட்டு, உனக்கு தகுந்த மாப்ளை நினச்சாலும் நமக்கு கிடைக்காது. நம்ம தகுதிக்குத் தக்கன மாதிரி ஏதாவது வரன் பாக்கறேன்' என்று வற்புறுத்தறார். நாங்க வசிக்கற ஜில்லாவுக்கே கலெக்டர் ஆகணும்–கறது என் ஆசை மட்டுமில்லை, என் அத்திம்பேர் ஆசையும் கூடத்தான்... எல்லாம் பகவத் ஸங்கல்பம்–னு சொல்ற அப்பா ஏன் தான் என்னுடைய ஆசையும், ந்யாயமான ஆசை, அதுதான் பகவத் ஸங்கல்பம்–னு நெனக்க மாட்டேங்கறார்? போன வருஷம் தான் எங்க அரபிந்தோ–'மா', 'இண்டர்நேஷனல்' சென்டர் ஆஃப் எஜுகேஷன் என்று மாத்தினார். சிவில் ஸர்விஸ் பரீக்ஷைக்கு தயார் செய்யறதிலிருந்து எல்லாத்துக்கும் இலவசமா உதவி பண்றேன்னு அவாளே சொன்னாலும், அப்பா அதெல்லாம் பொம்மனாட்டிகளுக்கு சரிப்படாது எங்கிறார். அதனால, கோவத்துல, எல்லா பொண்டுகளும் என்னைப்போல அடுத்த ஜென்மத்தில ஆண் பிள்ளையா பொறக்கணும்னு நெனக்க ஆரம்பிச்சுட்டா, அது பகவத் ஸ்ருஷ்டிக்கு நாம காட்டற அவமரியாதை யில்லயான்னு கேட்டேன். அந்த மாதிரி நான் பேசறதைத்தான் அவமரியாதை, அகம்பாவம் அப்படின்னு அப்பா நெனைக்கறார். பெரியவா குடுத்த தைர்யத்தில ஒரு கேள்வி கேக்கறேன். 'பெண் ஜென்மமா பொறந்தது தப்பா, இல்லை பெண்ணாயிருந்தாலும் இந்த நாட்டுக்கு என்னாலயும் பெரிய விதத்துல நல்லது செய்ய முடியும்னு

நெனைக்கறது தான் தப்பா? ஒரு வேளை, பரீக்ஷையிலயோ, இண்டெர்வியூலயோ ஜெயிக்கலேன்னா, அப்பறம் நீங்க சொன்னபடியே கேக்கறேன்னு கூட அப்பாகிட்ட சொன்னேன். கடைசியா, பெரியவா என்ன முடிவு சொன்னாலும் அப்படியே கேக்கறேன்னு சொல்லிட்டு தான் வந்தேன்''.

பெரியவா கண்ணை மூடிக்கொண்டு மோவாயைத்தடவிய வண்ணம் சில கணம் மௌனமாயிருந்தார். கண்ணைத் திறந்து, ஸ்வாமிநாதய்யரைப் பார்த்து, "நீ என்ன எதிர்ப்பார்த்துண்டு இங்க வந்தே? பெரியவா என்ன முடிவு சொன்னாலும் கேக்கறேன்னுட்டு, உன் பொண்ணு அவ பக்க ந்யாயத்தை அழகா சில கேள்விகளோட கேட்டா... அந்த கேள்விகளுக்கு, உன் பதில் ஏதாவது உண்டா? அத, முதல்ல சொல்லு'' என்றார். ஸ்வாமிநாதய்யர் "எனக்கு எதுவும் புரியல. பெரியவா எது சொன்னாலும் சரி'' என்று கை கூப்பிவிட்டார். பெரியவா, அடுத்தது அவளுடைய அம்மா கோகிலாம்பா பக்கம் திரும்பிப் பார்த்தார். அதற்கு அந்த அம்மையார் தலை குனிந்தவாறே பதில் சொன்னார். "எனக்கு ஒண்ணும் தெரியாதுன்னும், அவரை மறுத்து பேசக்கூடாதுன்னும் ஆரம்பத்திலேருந்து பழக்கம் பண்ணிட்டதால, நல்லது-கெட்டதுன்னு மனசுக்குப்பட்டாலும் வாய் விட்டு எதுவும் சொல்லறதில்லை. அப்படியே ஆரம்பித்தாலும் கண்ணாலேயே அடக்கிடுவா... இப்ப பெரியவா பார்த்த பார்வைல என் அபிப்ராயம் கேக்கறாப்போல தெரியறது..'' பெரியவா கண்ணெல்லாம் கனிவாக, ஆமாம்-ன்னு தலை அசைத்தார். கோகிலாம்பா தொடர்ந்தார். "விசாலம் தப்பா எதுவும் கேக்கல. நன்னா படிச்சு பெரிய மார்க்கெல்லாம் வாங்கி அவ காலேஜுக்கு பெருமை சேர்த்துருக்கா. மேக்கொண்டு கலெக்டர் படிப்புகூட அவாளே செலவெல்லாம் ஏத்துக்கறேங்கறாளாம். அவ பரீக்ஷை பாஸ் பண்ணி அதுக்கப்பறம் 'கவர்ன்மெண்ட்' அவளை கலெக்டர்-ன்னு செலக்ட் பண்ணா, அதுதான் பகவான் அவ மூலமா பெண்குலத்துக்கு, மனுஷகுலத்துக்கு சேவை தேவை-ன்னு நாம் ஏன் ஏத்துக்கப்படாது? இதுதான் பகவத்-சங்கல்பம் என்று ஏன் நினைக்க முடியல? அதையும் மீறி அவளுக்கு இஷ்டம் இல்லாம இப்பவே கல்யாணம் பண்ணி வெச்சு,

எத்தனயோ லக்ஷம் பொண்டுகள் போல, மனசுல கசப்போட இன்னும் 50–60 வருஷம் வாழ்ந்து, என்ன சாதிக்கப்போறா? பகவான் சந்தர்ப்பம் தந்துகூட அவனை அலக்ஷியப்படுத்தற மாதிரி ஆகாதா? நான் அதிகப்ரசங்கம் பண்ணியிருந்தா, பகவானாட்டம், இல்லை, ஒரு தாயாராட்டம் என்னை மன்னிச்சுடுங்கோ''... பொங்கி வரும் அழுகையை அடக்கிக்கொண்டுவிட்டார் கோகிலாம்பா.

பெரியவா கொஞ்ச நேரம் கண்ணை மூடிண்டு மௌனம் சாதித்தார். மெதுவாக, கண்ணைத் திறந்து, "சாமிநாதா, உங்க மூணு பேருக்கும் ஒரு பதில் சுலபமா சொல்லிடமுடியும், 'இது, உங்க குடும்ப விஷயம், இதை கோடானுகோடி மனுஷா சமாளிக்கறாமாதிரி நீங்களும் தீர்மானம் பண்ணுங்கோ, இதுல சன்னியாசியை இழுக்காதேங்கோ-ன்னுட்டு'. ஆனா, குழம்பிப்போன உங்க ரெண்டு பேருக்கும், என்னை நம்பி வந்திருக்கற இந்த கொழந்தைக்கும் ஒரு தீர்மானம் சொல்றேன். கேட்டா கேளுங்கோ, மற்றபடி முடிவு உங்களோடது''. என்றார். வந்த மூன்று பேரும், "ஆஹா, உங்க தீர்ப்பு பகவான் தீர்ப்புன்னு ஏத்துக்கறோம்'' . பெரியவா உடனே முடிவு தரலை. விவரமாக பேசிவிட்டு, அவர் முடிவை கடைசியில் சொன்னார்...

✦ ✦ ✦

அத்தியாயம் 8

மஹா பெரியவர் முதலில் கோகிலாம்பாவைப் பார்த்து, 'முதல்ல உங்களுக்கு பதில் சொல்லலைன்னு நினைக்காதே அம்மா; விசாலாக்ஷிக்கு சொல்லப்போற விஷயங்கள்ள உங்களுக்கும் பதில் இருக்கு', என்று சொல்லி விசாலம் பக்கம் திரும்பினார்.

"நீ நெறய கேள்வி கேட்டே! முதல்ல, நீ கேட்டது, '(1) பெண் ஜென்மமா பொறந்தது தப்பா, (2) இல்லை பெண்ணாயிருந்தாலும் இந்த நாட்டுக்கு என்னாலயும் பெரிய விதத்துல நல்லது செய்ய முடியும்னு நெனைக்கறது தான் தப்பா?' –

நீ கேட்ட கேள்விகள் எதுவுமே தப்பில்லை. யுக யுகமாக பெண்களோட முக்யத்வம், மஹத்வம் பற்றி சொல்லிக் கொண்டே தான் இருக்கிறோம். சக்தி இல்லாத சிவத்தை பேசுவதே இல்லை. அதனால் தான், பரமேஸ்வரன் தன் உடம்பில் பாதியை அம்பாளுக்கு தந்து அர்த்தநாரியானான்; மஹாவிஷ்ணு வக்ஷஸ்தலத்திலேயே மஹாலக்ஷ்மியை தரிக்கிறான் என்று நம்புகிறோம். ஆனா, நடைமுறைல பெண்களுக்கு சரியான மரியாதையையும் அந்தஸ்தையும் தராமல், கல்யாணங்கற புனிதமான ஸம்ஸ்காரத்தையே அடிப்படையாவே ஒரு வ்யாபாரமாகவும், கல்யாண வயது வந்த பெண்களுக்கு விலை நிர்ணய பட்டியலும், அதற்கு வரதக்ஷிணை என்கிற மரியாதையான பெயரும் கொடுத்துட்டதனால முக்கியமா ப்ராமண ஸமூஹத்தில உள்ள பெண்களுக்கு இந்த மாதிரி கேள்விகள் வரது". உன்னோட ரெண்டாவது கேள்விக்கு கொஞ்சம் கழித்து பதில் சொல்றேன், அதுக்கு முன்னால,

சில விஷயங்களை தெளிவு படுத்தணும்; அதனால உன் அம்மா கேட்ட கேள்விகள், உன் அப்பா மனசில் இருக்கற குழப்பம், வ்யாகூலம் இவை எல்லாத்துக்கும் பதிலாக அமையலாம்.

உன்னைப்போல உங்கப்பாவும் இந்த சந்தர்ப்பத்தில் என்னிடம் கேட்டிருக்கக்கூடிய ஒரு கடுமையான கேள்வியை என்னிடம் உள்ள மரியாதையால் தான் கேட்கவில்லை என்று நினச்சுண்டேன். ஏறக்குறைய 10–20 வருஷங்களுக்கு முன்ன, நம் தென்னாட்டு குடும்பங்கள்ள, குறிப்பாக பிராமண ஸமூஹத்தில, பெண் கொழந்தைகளுடைய திருமணங்கள், பண வசதியின்மை காரணமாக காலதாமதப்படுவதும், ஏன், நடக்காமயே இருப்பதும், அதற்காக குடும்பத்தில் உள்ள பெண் குழந்தைகளை ஏதாவது வேலைக்கு, பணம் சம்பாதிக்க அனுப்ப விரும்பும் அப்பா–அம்மாக்கள் குறித்தும் என்னிடம் பல கேள்விகள் தொடர்ந்து கேக்கப்பட்டன. அந்தப் பெண்குழந்தைகள், அப்போதைய கஷ்டமான சூழ்நிலயிலும் சங்கடங்களுக்கு நடுவுலயும் பணம் சம்பாதிச்சு, அவர்களின் அப்பா–அம்மா மற்றும் சகோதரர்கள், பெண்கள் திருமணங்களை நடத்துவதற்கு வேணுமளவுக்கு போதுமான சேமிப்பை கொடுக்க முடியும் என்று பெண்ணைப் பெத்தவா வாதிச்சார்கள்.

மாப்பிள்ளைகள் மற்றும் மணமகளின் பெற்றோர்களும், இருசாராரும், என்னோடைய விரிவான விமர்சனத்தோட ஒரு சின்ன பகுதியை மட்டும், அவரவர்கள் ஆதாயத்துக்கு பயன்படுத்திக் கொண்டார்கள்.

ஆனால், அந்த விவாதத்திலேயே கொஞ்சம் கூட அவசியமில்லாத ஆடம்பரமான திருமணங்கள் தொடர்பான பல அம்சங்கள் இருந்தன என்பதையும், பெரும்பாலும் அவைகள் மணமகன்களின் பெற்றோரால் கோரப்பட்டது என்கிறதையும் கடுமையாக பல முறை விமர்சித்தேன். ஆனால், அந்த விமர்சனங்களை பூரணமாக ஏற்று சரி செய்யும் பக்குவம் இருசாராருக்கும் இன்று வரை வரவில்லை. இதுபோல வெறுக்கத்தக்க பணம் சம்பாதிக்கும் கோரிக்கைகளுக்கு மேலும் மேலும் தூபம் போடுவதில் பெண்களின் பெற்றோருக்கும் பெரிய பொறுப்பு உண்டுன்னும் சொன்னேன். அப்படிப்பட்ட சந்தர்பத்தில் தான்,

பெற்றோர்கள் தங்கள் பெண்களை வேலைக்கு அனுப்புவதை நான் தேவையில்லை என்று விமர்சனம் பண்ணேன்.

சில ஏழை பெற்றோர்கள் கல்யாணத்தை படாடோபமாகக் கொண்டாடி, கணிசமான வரதக்ஷிணை கொடுத்தால், தங்கள் பெண்களுக்கு புகுந்த வீடுகளல்ல மதிப்பும், நல்ல பராமரிப்பும் கிடைக்கும் என்றும் தப்புக்கணக்குப் போடுறா. அப்படி நடக்கறதான்னாக்க, இல்லை என்பதுதான் நிதர்சனம். இன்னிக்கும், எல்லா சூழ்நிலையிலும் பெண்களுக்கு சமமான மரியாதையை போதிக்கும் நமது பழமையான தர்மம் மற்றும் வேதக்கோட்பாடுகளை நான் பூர்ணமா நம்பறேன். திருமணமாகாத பெரும்பாலான பெண்கள், அவாளுக்கு வரப்போகும் புருஷா தன்னை மதிச்சு, அவளுக்குத் தேவையான, அத்யாவச்ய வசதிகளை வழங்கறா மாதிரி உள்ளவர்களைதான் கல்யாணம் பண்ணிக்கொள்ள விரும்புவார்கள் என்றும், அதுக்காக வேலைக்குப் போகவேண்டிய கட்டாயத்தை விரும்புறதில்லை என்றும், பிறக்கும் குழந்தைகளுக்கு சம்ஸ்காரம் சொல்லித்தரும் தாயாகவும், தார்மீகமான புருஷனுக்கு எளிமையோடும் அன்போடும் வழிகாட்டியாகவும் இருப்பதையே விரும்புகிறார்கள் என்றும் அவர்கள் வாயாலேயே சொல்லக் கேள்விப்படுகிறேன்.

தங்கள் பெண்கள் ஏதாவது வேலை பார்த்து பணம் தருவார்கள் என்று விரும்பும் ஏழைத்தாய்-தகப்பன் கூட, கல்யாணத்திற்குப் பின்னால், வேலைக்குப் போக வேண்டாமேன்னுதான் ஆவலோட எதிர்பார்ப்பார்கள்! ஆனால், நடைமுறையில், இந்த ஏழைப் பெண்கள், வேலையும் பாத்து பணமும் சம்பாதிச்சு, சேமிச்சு, வரதக்ஷிணையும் கொடுத்து கல்யாணம் பண்ணிக்கொண்டு புக்கஹம் போனபின்னேயும், மாமியார், மாமனார், யாரை நம்பிப்போனாளோ அவனும், இவா தொடர்ந்து வேலை பாக்கறதை விரும்பித்தான் வரவேக்கறதைப் பாக்கறோம். ஆரம்பத்தில் இந்தப் பெண்ணுக்கும் தனக்கு, வேலைக்குப் போறதால தான் புக்காத்துல மரியாதை கிடைக்கறது எங்கற அசட்டு எண்ணம். ஆனால், ஒரு கொழந்தை பொறந்தப்பறம் எல்லா விதத்திலயும் தலை

கீழா மாற்றம், மன உளச்சல். வேலையை விடவும் முடியல; ஆடம்பர செலவுகளைப் பெருக்கிண்டாச்சு; கொழந்தய பாத்துக்க முடியல. ஏண்டா கல்யாணம் பண்ணிண்டோம்கற வ்யாகூலமும் வந்துடறது. இதல்லாம் என் காதுல நிறய விழறது. அதை மனசுல வெச்சுண்டு தான், எளிமையா கல்யாணம் பண்ணிக்கோங்கோ, எளிமையா வாழக் கத்துக் கொள்ளுங்கோ, பேராசை, ஆடம்பரம் எல்லாம் இல்லாத வாழ்க்கை தெய்வீகமா இருக்கும்ன்னு சொன்னேன். அதை புரிஞ்சுக்காமே, பெரியவா, பெண்கள் வேலைக்கு போறதை தப்புன்னு சொல்றார்னு ஒரு அரைவேக்காட்டு விமர்சனம்.

இதில் என்னிடம் சொல்லாத, கேக்காத, விஷயம் என்னான்னாக்க, அப்பா அம்மாவை இழந்த ஏழைக் குடும்பங்களில் உள்ள பெண்கள் அத்யாவச்ய ஜீவனோபாயம் காரணமாகவும், தாயாரையும் உடம்பொறப்பு களையும் கடைத்தேத்த வேண்டி வேலைக்கு செல்வதும், வேலைக்கு போகிற இடத்தில் சொல்ல முடியாத அவஸ்தைகள் படுவதும் பிராமண ஸமூஹத்தில் இந்த நாள் வரை தொடரும் ஒரு அவலம். அப்படிப்பட்ட ஏழைக் குடும்பங்கள்ள இருந்து வரும் நல்ல பெண்களை வசதியுள்ள பிள்ளைகள், எந்த ஒரு ஆடம்பரமும் இல்லாம கல்யாணம் பண்ணிண்டு அவாளை நல்லபடியா போஷாக்கு பண்ணினால் அவாளோட சந்ததிகளுக்கு எவ்வளவு சிரேயஸ்! ஆனா நடக்கறது என்ன? அப்படிப்பட்ட ஏழைகளுக்கு கல்யாணம் என்கறதே ஒரு கனவு; அப்படியே நடந்தாலும், ரொம்ப வயசானவருக்கு ரெண்டாந்தாரம், மூணாந்தாரம் அதுவும் வளர்ந்த கொழந்தகளோடன்னு ஒரு வழக்கமாயிடுத்து. இதெல்லாம் தான் கலியோட விளயாட்டோ என்னவோ...

இதுல ஒரு நியதி என்னன்னாக்க, இப்ப 45 கோடி ஜனம் இருக்கற தேசத்தில ஆண்–பெண் விகிதம் 48–52 – ன்னு சொல்றா. இப்ப நடக்கற பெண் சிசுவதைனாலயும், மற்ற கொடுமைகளாலயும் இந்த விகிதம் இன்னும் 30–40 வருஷங்கள்ள தலைகீழாக மாறும்; அப்ப, நல்ல பெண்கள் கல்யாணம் வேண்டாம்–னு சொல்ற ஸ்திதி வரலாம். கலியில, ஸ்வயம்வரம் வெச்சு பொண்டுகள் அவாளுக்கு பிடிச்ச பிள்ளயாண்டான் யார்னு

நிர்ணயம் பண்ற நிலம சமீபத்திலயே வரலாம். இப்ப பிள்ளகள் 'ரிஜக்ட்' பண்றா, அப்ப பொண்டுகள், இவன் வேணாம், அவன் தேவலை என்றெல்லாம் சொல்ற நிலமை வரும். வரதக்ஷிணை பிச்சைகள் தலைகீழா மாறலாம்! இதுக்காகவாவது, ப்ராமண ஸமூஹம் தங்களைத் திருத்திக் கொள்ளணும்.

இப்ப நீ நினக்கலாம், 'எதுக்காக நான் கேட்ட கேள்விக்கு நேராக பதில் சொல்லாம, பெரியவா இந்த சமுதாய கொடுமைகள், பேராசைகள் பத்தியெல்லாம் பேசறார்னு. முதல்ல உன்னோட அப்பா கவலையைப் பத்திப் பார்ப்போம். நீ சொன்னாப்பல அவர் காலம் வேற; அடியேன் அவருக்கும் முந்தின தலமுறை. நீ அதிகம் படிச்சாலோ இல்லை பெரிய உத்யோகம் பாக்க ஆரம்பிச்சுட்டாலோ, உனக்கு வயசானப்பறம், உன் தகுதிக்கு ஒரு நல்ல மாப்பிள்ளை கிடைக்கறதுங்கறது, அதுவும், பேராசை அதிகம் உள்ள இந்த சமூஹத்தில, துர்லபம்ன்னு நினைக்கறான் உங்கப்பா. ஆனா, உங்க அம்மாவுக்கு உன் ஆசைகள், உன்னுடய கோல்னு சொல்லலாமா, அதுகள் பேர்ல பெரிய நம்பிக்கை. தனக்குக் கிடைக்காதது எல்லாம் உனக்கு கிடைக்கணும்கற எண்ணத்தில சொல்லறாங்கறது நன்னாவே புரியறது.

சுதந்திரத்துக்கு முன்னால நம்ம தேசத்தில வெள்ளக்காரன் நம்மை எல்லாரையும் ஒடுக்கிவச்சான், அதுவும் துலுக்காளையும், மற்ற மதக்காரர்களையும் இந்துக்களுக்கு எதிராக தூண்டிவிட்டு நமக்குள்ளேயே வர்ணாஸ்ரம பிரிவுகளை வச்சு அரசியல் பண்ணினான். நம்மவர்களில் கோடிக்கணக்கானவர்கள் உள்பட, எல்லாருமே பெண்களை அடிமையாகத்தான் வச்சிருந்தா... சுதந்திரம் வந்து 13 வருஷம் ஆச்சு, வெள்ளக்காரன் இங்கேருந்து கிளம்பிட்டானே தவிர இந்தியர்களுக்குள்ளயும், இந்துக்களுக் குள்ளயும், ஏன், ப்ராமண சமூஹத்துக்குள்ளுக்குள்ளேயே இருக்கற அர்த்தமில்லாத பிரிவுகள், பேதம் எதுவும் கொறயல. பெண்களுக்கு நிஜமான சுதந்திரம் இன்னும் வரலை. இது சமூஹத்தோட வக்ரம். பெண்கள் இப்பதான் கொஞ்சம் கொஞ்சமா தலை எடுக்கறா... அது நல்ல விஷயம் தான். இன்னும் 20–30

வருஷம் கழிச்சு, ஆணும் பெண்ணும் சமம்னு எல்லா வாய்ப்புகள்லயும் சம உரிமை வரலாம், சட்டங்கள் கூட போடலாம். அந்த மாறுதல்களை சரியா கையாளத் தெரியாமே, இரு சாராரும் எல்லை மீறிப்போகாம இருக்கணும். அப்படி நடந்தால், கல்யாணமே வேணாம்-கற மனப்பான்மை வேற விளைவுகளை கொண்டுவரலாம். அந்த பகவான் என்ன நினச்சுண்டு இருக்கானோ?

நீ கேட்ட இன்னொரு கேள்வி, நான் பெண்-கறதுனால நாட்டுக்கு நல்லது பண்ண முடியாதா? முடியும், முடியணும், கண்டிப்பாக முயற்சி பண்ணணும். அடுத்த பத்து வருஷத்தில உலக நாடுகள் பலதுலயும், ஏன் இந்தியாலேயே, பெண்கள் 'ப்ரைம் மினிஸ்டர், ப்ரசிடண்ட்' – ன்னு எல்லா பதவியயும் வஹிக்கலாம். ஆண்களுக்கு, நம் பெண்கள் எந்த விதத்திலயும் குறஞ்சவா இல்ல; அதனால தான் நம்ம தர்மத்தில அம்பாளுக்கு அவ்வளவு உன்னதமான ஸ்தானம், உபாஸகம் எல்லாம். ஆனால், இவைகளெல்லாம் புதிசு புதிசாக நடக்க ஆரம்பிக்கும்போது, முன்ன காலத்துல பல்லாயிரக்கணக்கான வருஷங்கள் பெண்களை அடக்கி வச்சதால, முதல்ல புதிசாக பதவி ஏற்கும் பெண்மணிகளுக்கு அதிகமான ப்ரச்சனைகள் புதிசு புதிசாக தோன்றலாம். ஆனால், பெண் தலைவர்களும், அதிகாரிகளும் அதுக்கும் மீறி போராடி ஜெயிப்பா. காலத்துக்கு அந்த சக்தி உண்டு.

உனக்கு நம்பிக்கை இருக்கு; ஆனா, உங்கப்பா பயப்படறார். அதிகம் பொஸ்தகப்படிப்பு இல்லாட்டாலும், உன் சுய நம்பிக்கையிலயும், தைர்யத்திலேயும், உன் முயற்சியிலயும் உங்க அம்மாவுக்கு நம்பிக்கை இருக்கு. எல்லாத்துக்கும் மேல பகவான் மேல உங்க மூணு பேருக்கும் திட நம்பிக்கை இருக்கு. அது உன்னைக் காப்பாத்தும். என்னக்கேட்டா, நீ பரீக்ஷை எழுதலாம். அம்பாள் சித்தம் அதுதான்னாக்க, கலெக்டராகவும் ஆகலாம். அப்படி சந்தர்ப்பம் நேரும்போது, ஒரு எட்டு வந்து பாத்துட்டுப்போ... (என்று சொல்லி ஆனந்தமாக சிரித்துவிட்டு பெரியவா தொடர்ந்தார்). ஆனா, உங்க அம்மா, அப்பாவையும் உன்னோட முடிவுல கலந்துக்கோ. அதுதான் உனக்கு என்னென்னிக்கும் காப்பு. அவா

ஆசியும் அனுக்ரஹமும் இல்லாம உன்னால நீ நினக்கற பெரிய விஷயங்களை நல்லபடியா சாதிக்க முடியாது– அதை மனசுல வச்சுக்கோ. உன்னளவு ஏட்டுப்படிப்பு படிச்சவா தான் உனக்கு அறிவுரை சொல்லணும்–னு கிடயாது. கடந்த ஆறு வருஷமா இந்த ஸ்டேட்டுக்கு முதல் அமைச்சரா ஆள்றவர் யாருன்னு உனக்குத் தெரியுமோல்லியோ? அஞ்சாங்க்ளாஸோ என்னவோ – அவ்வளவு தான் ஏட்டுப்படிப்பு... அவர் நாணயம், நேர்மை, விஷய ஞானம் பத்தியும் எப்படி இந்த நாட்டை ஆளரார்ன்னும் அடியேன் உனக்கு சொல்ல வேணாம்.

எது செய்தாலும் முழு முயற்சி, கவனத்தோட அடக்கத்தோட செய், பலனை பகவான் காலடில போட்டுடு. நல்லதே நடக்கும்" என்று பெரியவா வாழ்த்தினார்.

ரொம்ப நேரம் பேசின களைப்புல, பெரியவா அமைதியாக சாய்ந்து கொண்டார்.

விசாலம், அம்மா, அப்பா எல்லாரும், பெரியவா காலில் நெடுஞ்சாண் கிடையாக விழுந்ததோடு அழுகையை கஷ்டப்பட்டு அடக்கிக் கொண்டார்கள். மூவர் முகத்திலும் சந்தோஷம், அமைதி மற்றும் தெளிவு தெரிந்தது. அம்மா, அப்பா பேச முடியாமல் திணறினார்கள். விசாலம் மட்டும் சுதாரித்துக் கொண்டு பேசினாள். "அப்பா உங்க காலடில என்னைக் கொண்டு சேக்கலைன்னா, இந்த பாக்யம் எனக்கு கிடைச்சிருக்காது. உங்க கடாக்ஷத்தோடயும் அப்பா அம்மா ஆசியோடயும் பரீக்ஷை எழுதறேன். என்ன ரிசல்ட் கிடைச்சாலும், உங்களண்ட சொல்லி ஆசீர்வாதம் வாங்காம மேல்கொண்டு போகமாட்டேன்" என்று சொல்லிவிட்டு அனைவரும் கிளம்பினார்கள்.

பெரியவா அப்பா பக்கம் திரும்பி, "நடக்கறதெல்லாம் பாத்தியோல்லியோ? இவன் காலெஜ் சங்கதி என்னன்னு அடுத்த தடவ வரச்சே ஒரு நல்ல முடிவோட வா. அவனையும் கேளு, பட்டாளத்தானாட்டம் நீயா முடிவு பண்ணாதே" ன்னு சொல்லி விட்டு சிரித்தார். பெரியவாளிடம் உத்தரவு வாங்கிக்கொண்டு, எஸ்.என்.பாளயம் வந்து, கோயம்பத்தூர்

வழியா சென்னை வந்து சேர்ந்தோம். வந்து சில நாட்களிலேயே காமநாயக்கன் பாளையத்தில் நடந்த அந்த சம்பவமே மறந்துபோச்சு. அதற்கப்புறம் பெரியவாளை பல ஊர்களில் பல சந்தர்ப்பங்களில் சந்தித்தோம் என்றாலும், கிட்டத்தட்ட 3½ வருஷங்களுக்குப் பிறகு டிசம்பர் 1963–ல் நடந்த ஓரிரு அதிசயங்களை திருவிடைமருதூர் ஸ்ரீமடத்துக்கு போயிருந்தபோது நேரடியாக அனுபவித்தோம். நாங்கள் ஸ்ரீமடத்தில் அவரை சந்தித்த மறு நாள் (December 12, 1963) கும்பகோணத்தில் 'வேதபாஷ்ய காலேஜ்' துவக்கி வைக்கத்தான் பெரியவா திருவிடை மருதூர் வந்திருந்தார். பெரியவா சம்பந்தப்பட்ட எந்த அனுபவமும் என்னைப் பொறுத்தமட்டில் பிரமிப்பூட்டும் சம்பவமாகத்தானிருந்தது.

✦ ✦ ✦

அத்தியாயம் 9

இந்தமுறை, ஒரு வருஷத்துக்கப்புறம் வந்த அப்பாவைப் பார்த்து பெரியவா சந்தோஷப்பட்டாலும், அவர் கேள்வியில்' ஏண்டா, இவ்வளவு பலஹீனம்? முன்னவிட இன்னும் நொண்றயேடா!", என்றபோது மாத்ருவாத்ஸல்யமும், கவலையும் கருணையும் தொனித்தது. அப்பாவின் கண் அசைவில், நான் நகர்ந்து சென்றேன். கொஞ்ச நேரம் இருவரும் தனியாக பேசிக் கொண்டார்கள். பெரியவா கொஞ்சம் கேள்வி, அப்பா நிறைய பதில் – அதற்கு மேல் என்ன பேசிக் கொண்டார்கள் என்பது இன்று வரை ரஹஸ்யம் தான்.

பெரியவா அழைத்தாரென்று அருகே போன போது, பேசினேன் என்பதை விட 'பேசிக் கொட்டினேன்', என்று தான் சொல்லணும்.

தாத்தாவோட ஸ்ரீபாஷ்ய வ்யாக்யான க்ளாஸ் மறுபடியும் எப்படி ஆரம்பித்தன; ஆனால் தாத்தாவின் உடல்நிலை சரியில்லாததால் அப்பாவுக்கும் எனக்கும் எவ்வளவு மனக்கவலை என்றெல்லாம் சொன்னேன். அத்யயனம், மற்றும் ஸ்ம்ருதி வகுப்புகளை எப்படி அண்ணா (சுப்ரமணிய–ஐயர்) மாமாவும் காலடி சாஸ்திரிகளும் (பெரியவா அறிவுரையின் பேரில்) பக்குவமாக ஒத்திவைக்க முடிவு செய்தார் களென்றும், உஜ்ஜயினி காளிதாஸா திருவிழா பயணம் (இரண்டாவது முறை) எவ்வாறு சிறப்பாக நடந்தது, டாக்டர் ராகவனுக்கு எப்படி எங்கள் அணியின் செயல்திறனுக்காக அகில இந்திய ரீதியில் மரியாதையும் கௌவரமும் கிடைத்தது, எப்படி கௌரவிக்கப்பட்டார் என்றெல்லாம் ஒரு பத்திரிகை செய்திபோல ஒப்பித்தேன்.

முதலில் கனிவாக சிரித்த பெரியவா, ஒரு ஆழமான அறிவுரை கொடுத்தார். அதை இதயத்தில் கிட்டத்தட்ட 60 வருஷங்களாகச் சுமக்கிறேன் என்றால் அது மிகையில்லை! "நீ ரொம்ப ஈஸியா சந்தோஷப்படறே, இல்லேன்னா, பெரிசா துக்கப்படறே, ஏதோ உனக்கு மட்டும்தான் இந்த உலகத்துல பெரிய ப்ரச்சினைகள் வரது மாதிரியோ, இல்லேன்னா, அப்பப்ப பெரிசா சாதிச்சுட்டாப் போலவும், நீ கீதைய ஸுப்ரமண்ய ஐயர் கிட்ட பாடம் பண்ணேன்னு சொன்னார்... அப்படின்னாக்க, இந்த ஸ்லோகங்கள் ஞாபகம் இருக்கணும் இல்லியா?

सम: शत्रौ च मित्रे च तथा मानापमानयो: ।
शीतोष्णसुखदु:खेषु सम: सङ्गविवर्जित: ॥ BG [12.18]

ஸம: ஶத்ரௌ ச மித்ரே ச ததா² மாநாபமாநயோ: |
ஶீதோஷ்ணஸுக²து³:கே²ஷு ஸம ஸங்க³விவர்ஜித: || 12.18

तुल्यनिन्दास्तुतिर्मौनी सन्तुष्टो येन केनचित् ।
अनिकेत: स्थिरमतिर्भक्तिमान्मे प्रियो नर: ॥ BG [12.19]

துல்யநிந்தா³ஸ்துதிர்மௌநீ ஸந்துஷ்டோ யேந கேநசித் |
அநிகேத: ஸ்தி²ரமதிர்ப⁴க்திமாந்மே ப்ரியோ நர: || 12-19

இந்த இரண்டு ஸ்லோகத்துக்கும் அர்த்தம் தெரியு மோல்லியோ? நீ இங்க்லீஷ்-லயே சொல்லலாம். உன் பாஷா பாண்டித்யம் எவ்ளோ இம்ப்ரூவ் ஆயிருக்குன்னு பாக்கலாம்... [வாயைத் திறந்து சிரிச்சார்].

[அதற்கு முந்தின வாரம்தான், பல்கலைக் கழகங்களுக்கு இடையேயான பகவத்கீதை இறுதிப் போட்டியில் கலந்து கொண்டு முதல் பரிசு வாங்கினேன் என்பதும் அந்த இரண்டு ஸ்லோகங்களையும் 5 நிமிடம் முன்னால் தான் எனக்கு தந்தார்கள் - என்பதும் எனது ப்ரொபஸர் ஸ்ரீதர் மூலம் பெரியவாளுக்கு தகவல் சென்றடைந்து விட்டது என்பது பின்னர்தான் தெரிய வந்தது]. கொஞ்சம் தயங்கினேன். "போன வாரம் நீ பேசின ஸப்ஜெக்ட்தானே, பெரிய விஷயம் ஒண்ணுமில்லியே, தயங்காம சொல்லு பாப்போம்.

'One who is equal to friends and enemies, who is equipoised in honor and dishonor, heat and cold, happiness and distress, fame, and infamy, who is always free from contaminating association, always silent and satisfied with anything, who doesn't care for any location of stay, who is fixed in knowledge and who is engaged in devotional service – such a person is very dear to Me', அவரைப் பார்த்தேன்.

"பலே, **अनिकेत: அநிகேத:** அப்படின்னா, எல்லாரும் 'one who has no residence' ன்னு சொல்லுவா.அதுபொதுவாக தப்பில்ல, ஆனாக்க நீ, சரியான அர்த்தத்தை புடிச்சுட்டே–என்னைப்போல் ஒரு இடம், ஒரு வீடுன்னு இல்லாதவன், சன்யாசி–அப்படின்னு தான் பொதுவா நினச்சுப்பா, நீ சொன்னபாரு, அது தான் சரி. எந்த ஒரு வசதி–சுகத்தைப் பத்தியும் அக்கறை இல்லாதவன், does not care–அதுதான் சரி பலே. 'யார் சொல்லி வெச்சா, இந்த மாதிரி அர்த்தம்ன்னு?

கொஞ்சம் பயத்தோட பதில் சொன்னேன்: "ம்... ஸ்திதப்ரஜ்ஞை வந்துட்டப்பறம், ஒரு இடம், ஒரு நிலை, சௌகர்யம் எதுலயும் ஒரு பொருட்டு இருக்கப்படாதுன்னு சொன்னா மாதிரி பட்டுது, அதனால அப்படி சொன்னேன் competition–லயும் அப்படித்தான் சொன்னேன். ஜட்ஜுகளும் மறுத்துக் கேக்கலை

அப்படிச் சொல்லு உனக்குத் தான் முதல் ப்ரைஸ் இல்லியோ (–என்று சொல்லிட்டு, மறுபடியும் சிரித்தார்).

திடீரென கண்ணை மூடி கொஞ்சம் மௌனம், அமைதியாக ஆனால் ஸீரியஸாக, 'ம் இன்னும் 2–3 மாசத்தில எங்க யாத்திரைகள் சாதுர்மாஸ்யம் ப்ரொக்ராம் எல்லாம் முடிவு பண்ணிடுவா. வர பிப்ரவரி கடசீலருந்து, ஒரு 7–8 மாசம் காஞ்சீபுரம் சுத்தி–தான் camp இருக்கும் போல இருக்கு. அதனால, உனக்கு கொஞ்சம் சுளுவா அடிக்கடி வரமுடியும். வந்துபாரு. கொழந்தே, வாழ்க்கைல எது நடந்தாலும் அது உனக்கு ஒரு பெரிய பாடம்தான். அப்படின்னுதான் எடுத்துக்கணும்; நிறைய சோதனைகள் வரும், எதுக்கும் மனது சஞ்சலப் படாம - சுகம் துக்கம், சோதனைகள் எல்லாத்திலயும், அளவுக்கு மீறி மூழ்கிடாம, திடமா இருக்க பழகிக்கணும் சரி, அது போகட்டும், ராகவா, எத்தன நாள் இருப்பேள், இங்க? இன்னிக்கு 11–ஆம் தேதி, புதன், இல்லியா, நாளக்கி டௌன் ஹைஸ்கூல்–ல வேத பாடசாலை ஆரம்பம். அதல்லாம் ஆனப்பறம் போகலாமில்லியோ?

திருவையாறு S.R. கிருஷ்ணன்

இவனுக்கு நிறைய விஷயம் கேக்க-பாக்க-இருக்கு. கும்பகோணத்தில எங்க தங்கறேள்? மனுஷா இருக்கா இல்லியோ ஆமாம்னு அப்பா தலையாட்டினார்.

மடத்து மேனேஜர் விஸ்வநாத ஐயர் தயங்கிக் கொண்டே வந்தார்... "உங்களண்ட பேசணும்னு, தரிசனம் பண்ணனும்னு நெறய பேர் காத்துண்டு இருக்கா..."

"சரி, ஆரெல்லாம் வந்துருக்கா?"

மொதல்ல, தஞ்சாவூர் கலெக்டர்...

"ஆரு, சந்த்ரசேகரனா?"

"இல்லை, அவர் மாறிப் போயாச்சு, இவர் புதுசா வேதநாராயணன்-னுட்டு.."

"பேஷா வரச் சொல்லு" மிடுக்காக உள்ளே நுழைந்த கலெக்டர், பணிவாக வந்து குனிந்த வண்ணம் நமஸ்காரம் பண்ணினார். "நீங்க மேனேஜரண்ட கேட்டது வரும் போது என் காதில விழுந்தது, கலெக்டர் சந்த்ருவுக்கப்பறம் போன வருஷம் எனக்கு இந்த ஜில்லாவுக்கு போஸ்டிங். உங்களை தரிசனம் பண்ணிட்டு, வேத பாடசாலை inauguration-க்கு ஏதாவது நாங்க பண்ணனுமான்னு, கேட்டுட்டுப் போகலாம்-னு வந்தேன்".

"மேனேஜர்கிட்ட சொல்லிட்டுப் போங்கோ, ஏதாவது உபகாரம் வேணுமானா, அவர் உங்களை கூப்படலாம்".

பின்னாடியே நின்று கொண்டிருந்த விஸ்வநாத ஐயர் மெதுவாக, "கிட்டத்தட்ட 5,000 பேர் வருவாள்னு எதிர்பார்க்கறதால கும்பகோணம் ஸப்-ஜட்ஜ் ஜமாலுதீன் இருக்காரே, அவர் சப்-கலக்டர் கிட்ட தேவையான உதவிகளுக்கு பேசிருக்கார்னு நினக்கறேன். அவரும், பெரிய ஜட்ஜ்-ம் வருவான்னு சொன்னார்" என்று முடித்தார்.அதற்கு கலெக்டர், "நானும் விசாரிச்சு என்ன செய்யணுமோ செய்யறேன்"என்று சொல்லிவிட்டு கிளம்ப ஆயத்தமானார். பெரியவா அமைதியாக சிரித்துக் கொண்டே, ஆசீர்வாதம் பண்ணி ப்ரஸாதம் கொடுத்தார். அடுத்து மேனேஜரைப் பார்த்து, இப்ப யாரு-ன்னு சொல்லி ஒரு புன்சிரிப்பு. அப்பாவும் நானும் ஒருவரை ஒருவர் பார்த்துக் கொண்டோம்...

பெரியவா காலடியிலிருந்து

ஒரு அறுபது வயதுள்ள பெரியவர், அவர் பார்யை, ஒரு லக்ஷணமான உயரமான இளைஞர் மூவரும் மேனேஜர் பின்னால் வந்தார்கள். நமஸ்காரம் செய்த அந்த பெரியவர், 'அடியேன் வேங்கடசுப்ரமணி, வேங்கடசுப்பன்னாத்தான் குடும்பத்திலயே தெரியும், பார்யை பத்மாஸினி, ஒரே பையன், ராமநாதன், டாக்டருக்கு படிச்சுட்டு, மிலிடரில டாக்டரா இருந்துட்டு, இப்ப கோரக்பூர்-ல புதுசா துவங்கியிருக்கற Air Force Station-ல கவர்ன்மெண்ட் சர்ஜனா சில மாசமா உத்யோகம் பண்றான். என் தம்பி அங்கேயே Squadron leaderrank-ல vice principal-ஆக Air Force college-ல டீச்சரா இருக்கான். ராமநாதன் இப்பதான் கல்யாணம் பண்ணிக்கறேன்-ன்னு ஒத்துண்டிருக்கான். பத்மாஸினி-க்கு ஹார்ட் ப்ராப்ளம். அடியேன் 30-வருஷத்துக்கும் மேல வாரணாசில, BHU-ல (Banaras Hindu University) வேல பாத்துட்டு, பத்மா ஆசைப் பட்டாங்கறதுக்காக ராமனாதனோடயே செட்டில் ஆய்ட்டோம். உங்கள தர்சனம் பண்ணிட்டு, இவனோட எங்க சொந்த ஊருக்கு ஒரு எட்டு போய் பூர்விக நிலம், வீடு இவைகளை இவன் சொல்றபடி ஒரு மாதிரியா செட்டில் பண்ற உத்தேசம். உங்க தரிசனம், அனுக்ரஹம் கிடச்சா இவனுக்கும் ஒரு நல்ல சகதர்மிணி கிடைச்சுடுவான்னு பெரிய நம்பிக்கை... சொல்லிவிட்டு நெடுஞ்சாண் கிடையாக நமஸ்கரித்தார். எல்லாரும் நமஸ்கரித்து நின்றார்கள்.

"உக்காரும் சுப்பன், ராமனாதா, அம்மா நீங்களும் தான்... சுப்பா, அடியேனுக்கு, உன்னோட பேர், உன்னைப் பார்த்த ஞாபகம் இருக்கு, நோக்கு? ஒரு நிமிஷத்தில் வந்தவர் பதறிப் போனார்; கன்னத்தில் போட்டுக் கொண்டு, 'ஆஹா, BHU-ல அஸிஸ்டண்டா வேலைக்கு சேந்து ஒரு வருஷத்தில பெரியவா அலஹபாத்-ல இருந்து காசிக்கு வந்தபோது, ராமு தீக்ஷிதரோட வந்து உங்களண்ட அனுக்ரஹம் வாங்கிண்டேன்... இது பெரியவாளுக்கு ஞாபகம் இருக்கு, அடியேனுக்கு.." சொல்லிவிட்டு கண்கலங்கினார்.

"மறந்து போறதுங்கறது எல்லாருக்கும் சஹஜம் தான்... அத விடுங்கோ. உங்களுக்கு பூர்வீகம் திருப்புல்லாணி இல்லியோ, அதனால பத்மாஸினின்னு நாமதேயமோ?" 'ஆமாம்' சுப்பன் சொன்னார்: அடியேன்

பூர்வீகம், உத்தரகோஸமங்கை-ன்னுட்டு, இவ பூர்வீகம் திருப்புல்லாணி, ஏழுமைல் தூரம்'. உம்ம தம்பி பேரென்ன? சுப்பன் பெருமையாக “மங்களநாதன், ஆனா, Squadron leader மங்கல்-னு தான் எல்லாருக்கும் தெரியும்... பெரியவா அப்பா பக்கம் திரும்பி, “ராகவா?” என்று சொல்லி சிரித்தார். அப்பா, அதைப் புரிந்துகொண்டு, “18-வருஷம் ஆய்டுத்து நான் சிவிலியன் வாழ்க்கைக்கு வந்து, ஆனா, வார்-டயத்துல, flying officer Mangal-னுட்டு என் Squadron-ல எனக்கு பக்கபலமா இருந்தான். அவன்தான் பொழச்சு வந்து Squadron leader-ஆ, Air Force college-ல vice principal-ஆ இருக்கான்னு கேக்கறச்சயே, அப்பா முடிக்கவில்லை, கண்கலங்கினார். பெரியவா சிரிச்சுண்டே, “சுப்பன், இவனை யாருன்னு நினச்சேள், அந்த நாள் Squadron leader, எதிரிகளண்டேருந்து தப்பிச்சு பொழச்சுவந்து, உலக மஹாயுத்தம் முடிவுல இவனுக்கு வெள்ளக்காரன் அடுத்த ராங்க் குடுத்ததாக கேள்வி... அது என்னடா? “Wing-commander-ஆ”.

பத்மாசினி அம்மா, நீங்க கவலைப்படாதேங்கோ, இந்த ஊரும் மஹாலிங்கேஸ்வரரும், இந்த ஸ்தல புராணமும், ரொம்பவும் புராதனம், பாரதப்ரசித்தம். கர்னூல்-ல மல்லிகார்ஜுனர், இங்க மத்யார்ஜுனர், அம்பாசமுத்ரம் கிட்ட புடார்ஜுனர் - என்று சொல்லுவா. இங்க ஈஸ்வரன் ஸ்வயம்பு லிங்கேஸ்வரர், மார்கண்டேய முனிக்கு அர்த்தநாரீஸ்வரராக தர்ஸனம் தந்தவர். மூகாம்பிகைக்கு இங்கயும் கொல்லூரிலேயும்தான் ஸன்னிதி. மஹாலிங்கேஸ்வரரை சுத்தி நாலு சிவஸ்தலம் இருக்கறதால, இதை பஞ்சலிங்க ஸ்தலம்-னும் சொல்லுவா. எல்லா தர்சனமும் பண்ணிண்டு சாயரக்ஷைக்கு மூணு பேரும் திரும்பி வாங்கோ. ஒவ்வொரு இடத்திலேயும், குருக்களண்ட ஸ்தலபுராணம் சொல்லச் சொல்லி கேட்டு மனசுல க்ரஹிச்சுக்கோங்கோ. நாளை வரை இருந்துட்டு கும்பகோணம் வேதசாலா பாத்துட்டு பொறுமையா போகலாம், அவசரம் வேண்டாம்” என்ற பெரியவா, அப்பா பக்கம் திரும்பி, ‘மடத்துல ஆகாரம் பண்ணிண்டு இங்கயே கொஞ்சம் விஸ்ராந்தி பண்ணிண்டு ஒரு நாலுமணி வாக்கில வந்துபாரு, பெரியவன் கண்ணுல தூக்கம் தெரியறது பாரு... ” உள்ளே போய் விட்டார்.

எட்டு வருஷ அனுபவத்தில, ஏதோ அதிசயம் நடக்கப் போகிறது என்று புரிந்துவிட்டது. அது என்னவாக இருக்கலாம் என்பதை அப்பாவால கூட ஊஹிக்க முடியவில்லை! நாங்கள் வந்து மத்யானம் பெரியவாளுக்காக காத்திருந்தோம்; சில நிமிஷங்களில் பெரியவா வந்தவுடன், விஸ்வனாத ஐயர், "கும்பகோணம் தாசில்தாரும், அவர் கூட இன்னும் 4-5 பேரோட வந்திருக்கார். எத்தனை நேரமானாலும் பரவாயில்லை, வடக்குலேர்ந்து ஒரு லேடி மேஜிஸ்ட்ரேட், வைசாலி-ன்னு பேராம், கலெக்டர் மாதிரியாம், அவாளை அழச்சுண்டு வந்திருக்கார்."

"வரச்சொல்லு", என்றார் பெரியவா.

முதல்ல வந்த தாசில்தார் நமஸ்காரம் பண்ணியவாறே, "ஸப்-கலக்டர்தான் வறதாயிருந்தது, கடைசி நிமிஷத்தில, போலீஸ் SP வந்து emergency ன்னு சொன்னதால, என்னை கூட அழச்சுண்டு போகச் சொல்லி உத்தரவு... மேற்கொண்டு அவரை 'போறும்', என்று சைகை காட்டி விட்டு, "நீங்க அழச்சுண்டு வந்தவாளுக்கு என்னை முன்னாடியே தெரியுமே?", என்று சொல்லி சிரித்தார். அந்த பெண்மணி பக்கம் திரும்பி, "நீ விசாலாக்ஷி யில்லியோ? கலெக்டர்-ஆயிட்டயா?".

வந்த பெண்மணி, "ஆமாம், விசாலமே தான், அஸிஸ்டண்ட் டிஸ்ட்ரிக்ட் மேஜிஸ்ட்ரேட் - இங்கல்லாம் ஸப்-கலக்டர் மாதிரி"- என்று சொல்லி, விழுந்து சேவித்தார், "இந்த ஊர் சப்-கலெக்டர் கிட்ட ரொம்ப சொன்னேன், என்னோட தெய்வத்துக்கிட்ட போகறதுக்கு எனக்கு எந்த escort-ம் வேணாம்ன்னு. ஆனா, அவர், இது கலெக்டர் உத்தரவு, இங்க இது ஒரு protocol அப்படின்னு சொல்லி அவாளா இந்த மனுஷாளெல்லாம் அனுப்பி வச்சார். மன்னிச்சுடுங்கோ".

"இதுக்கெல்லாம் என்ன மன்னிப்பு... அது கிடக்கட்டும், எந்த district, எந்த state... ? இப்ப உன் பேர் மாறிடுத்தா?"

"நான் எதுவுமே மாத்தலை, IAS ஸெலக்ஷன், ட்ரைனிங் முடிஞ்சவுடனே, உத்தரப்ரதேசத்துல கோரக்பூர் ஜில்லாவுக்கு போஸ்டிங் போட்டா. மொதல்ல சிடி மேஜிஸ்ட்ரேட்-ன்னுட்டு சில மாசம். திடீர்ன்னுட்டு, ஜில்லா அஸிஸ்டண்ட் டிஸ்ட்ரிக்ட் மேஜிஸ்ட்ரேட் போஸ்ட் காலியாச்சு,

ஆறு மாசம் மின்னே, உடனே அந்த சேர்-ல உக்காத்தி வச்சுட்டா"-ன்னு சொல்லி அடக்கமா சிரிச்சார்.

பெரியவா பெரிசாக சிரித்து விட்டு, "பகவான் உனக்கு ஏன் அந்த போஸ்ட் கொடுத்தான், ஏன் கோரக்பூர்-ன்னு உன்னை அனுப்பி வெச்சான் அப்டீன்னுட்டு உனக்கு தெரியாது, அதுக்கெல்லாம் பதில் சமீபத்துலயே தெரியவரும்... அது சரி, அப்பா, அம்மா எங்க?"

"அப்பா, அம்மா, அத்தை மூணு பேரும் ஒண்ணா கோரக்பூர் quarters-ல தான் இருக்கோம். இங்க வேதபாடசாலை துவக்கம்-ன்னு கேள்விப்பட்டு, உங்கள தரிசனம் பண்ண ரொம்ப ஆசைப்பட்டா; எனக்கும் மூணு வருஷமா தரிசனம் பண்ண முடியலயே-ங்கற பெரிய கொறை, அதுனால, ஒரு வாரம் லீவு சொல்லிட்டு ஓடி வந்துட்டோம். மாநில Chief Secretary, மாவட்ட மேஜிஸ்ட்ரேட் - மற்றும் பலபேருக்கு என் பேரை- விசாலாக்ஷின்னு சொல்றதுக்கு சரியா வரலை, ADM விசாலி-ன்னு English-ல சொல்லி, அப்புறம் விசாலியை, வைசாலின்னு கூப்ட ஆரம்பிச்சுட்டா, இது தான் கதை.. அப்பா, அம்மா, அத்தை வில்லியனூர் போய்ட்டு, இன்னிக்கு ராத்திரிக்குள்ள இங்க வந்துடுவா, பெரியவாளை தரிசனம் பண்ணறதுக்கு.."

"சரி, அவாளை அழச்சுண்டு நாளைக்கு காத்தால தப்பாம வந்துடு... அதுக்கு முன்னாடி, ஒரு விஷயம், அங்க ஒரு டாக்டர், அவா அப்பா, அம்மாவோட நிக்கறாரே, அவரை உங்க ஊர்-ல பாத்திருக்கியா?" என்ற பெரியவா, எட்ட நின்று கொண்டிருந்த சுப்பன் குடும்பத்தாரைக் காட்ட, விசாலி சந்தோஷமாக, "ஆமாம், எங்க ஊர் Air Force Division-ல well known சர்ஜன், 3-4 தடவை District health camp-ல சந்திச்சிருக்கேன். அவரும் என்று கேள்வியாக இழுத்தாள்". மறுபடியும் பெரியவா சிரித்தவாறே, அவர்களை அருகே அழைத்து, 'சுப்பா, இந்த கொழந்த விசாலாக்ஷியை ராமநாதனுக்கு ஏற்கனவே தெரியும்கறதை இப்ப தெரிஞ்சுண்டேன்... நீங்க எல்லாரும் பரஸ்பர பரிச்சயம் பண்ணிக்கோங்கோ, நாளைக்கு வாங்கோ. இப்ப நிறய பேர் காத்துண்டு இருக்கா, மீதியை நாளைக்கு வச்சுப்போம்.."ன்னு சொல்லிவிட்டு என் அப்பா பக்கம் திரும்பி கேள்வி கேக்க ஆரம்பித்தார்.

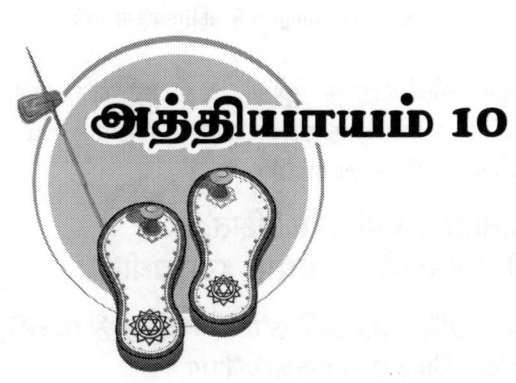

அத்தியாயம் 10

“**ரா**கவா, கொழந்தைக்கு ஏதாவது ஆகாரம் ஆச்சா? என்ன சாப்ட்டேள்”. அப்பா தயக்கமாக ‘இல்லை’ என்கிறாப்போல தலை ஆட்டினார். ஐயர் பக்கம் திரும்பிய பெரியவா, “விஸ்வநாதா, இவாளை அழச்சுண்டு போய் ஆகாரம் பண்ணச் சொல்லி அழச்சிண்டு வா”..

திரும்பி வந்து உட்கார்ந்த போது, பெரியவாளோட ஒரு பெரியவர் - அப்பா வயசிருக்கலாம் - பேசிக் கொண்டிருந்தார். அவர் பின்னாடி ஒரு நாலு பேர் அவரையே மரியாதையாப் பாத்துண்டு கை கட்டிண்டு உக்காந்திருந்தா. பெரியவா அப்பாவை முன்னாடி வரச்சொன்னதால, அவர் சமீபம் போனோம்.

“ராகவா, இவரைப்பத்தி மின்னாடி சொல்லியிருக்கேன், ஞாபகம் இருக்கா?” - அப்பா பயபக்தியா ஆமாம்-னு தலை ஆட்டினார்.

“ரெண்டு வருஷம் முந்தி இளையாத்தங்குடில பெரியவாளைப் பாத்தப்ப சொல்லியிருக்கேள்.”

“டாக்டர் லக்ஷ்மீகாந்த சர்மா-ன்னுட்டு நீடாமங்கலம் ஸந்தானராமர் கோவிலுக்கு ரொம்ப போஷகம் பண்ணியிருக்கார்னு சொன்னேனே - சாக்ஷாத் அவரேதான் இவர்”. அவர் பக்கம் திரும்பி, “நீர் வடுவூர் பக்கம் பூர்வீகமில்லியோ?” என்றவர், “இங்க கும்பகோணத்தில பெரிய ஆயுர்வேத வைத்தியர், இங்க்லீஷ் வைத்யமும் பண்றார். இல்லியா? அங்கயே ஒரு ஆயுர்வேத மூலிகை தோட்டம் கூட வெச்சு ஏழைகளுக்கு நிறய சேவை பண்ணறார். இந்த சந்தர்ப்பத்தில், பேச்சு, சலசலப்பு நின்று, திடீரென ஒரு அமைதி!. குறுக்க நெடுக்க போய்க்கொண்டிருந்தவர்கள்,

ஏன் மேனேஜர் விஸ்வநாத ஐயர் உள்பட எல்லாரும் அமைதியாக உக்காந்து கேட்க ஆரம்பித்தார்கள். ஒரு 15 வினாடி மௌனம் – பெரியவா கண்ணைத் திறந்து பேச ஆரம்பிச்சா...''

धर्म-एव हतोहन्ति धर्मोरक्षति रक्षितः।
तस्माद्धर्मो न हन्तव्यो मा नोधर्मो हतोऽवधीत्

த⁴ர்ம-ஏவ ஹதோஹந்தி த⁴ர்மோரக்ஷதி ரக்ஷித:।
தஸ்மாத்³த⁴ர்மோ ந ஹந்தவ்யோ
மா நோத⁴ர்மோ ஹதோऽவதீ⁴த்

மஹாபாரதத்தில வனபர்வா–வில வைசம்பாயனர் சொல்றாப்பல வர ஸத்ய வாக்யம். தர்மசாஸ்த்ரத்தில இதை Constitution of the Court of Justice பத்தி சொல்றச்சே ஸ்வாயம்புவ மனு சொன்னதாக படிச்சது! இதப்பத்தி மின்னமேயே பல தடவை சொல்லியிருக்கேன். தர்மத்தை நாம காப்பாத்த முயற்சி பண்ணாலே, தர்மம் நம்மை காப்பாத்தும்ன்னு. இங்க கும்பகோணத்தில ஒரு சப்–ஜட்ஜ் கமாலுத்தீன் – அப்படின்னு ஒரு தர்மிஷ்டர், நம்ம சர்மாவை கூப்பிட்டு, "கும்பகோணம் ராஜ வேத காவ்ய பாடசாலா சரியா நடக்கல. தகுதி இல்லாதவா ஆக்ரமிப்பு பண்ணிட்டாங்கறதால, என்னோட கோர்ட் நிர்வாகத்தின் கீழ் இருக்கற 30 சொச்சம் அமைப்புகள்ள இதுவும் ஒண்ணாயிடுத்து. இதை நீங்க சரியான முறைல உங்க தர்மப்படி நடத்துங்கோ. கிட்டத்தட்ட 420 வருஷம் மின்னாடி தொடங்கின புராதன தர்ம ஸ்தாபனம், சில வருஷங்களா ஒழுங்கான நிர்வாகத்தில இல்லைன்னு புரியறது – அதனால உம்ம கிட்ட ஒப்படைக்கலாம்–னு நினைக்கிறேன் என்று சொன்னாராம் – இது நடந்தது, ஏறக்கொறய ரெண்டு வருஷம் மின்னாடி; என்ன டாக்டர் வாள், நான் சரியா சொல்லறேனா... நீரே இங்க இருக்கறவாளுக்கு விவரமா பின்னணியை சொல்லுமே?'' என்றார்.

கொஞ்சம் தயங்கியவாறே பேசினார் சர்மா மாமா "பெரியவா சொன்னாப்பல, இந்த பொறுப்பை நிர்வாகம் பண்ண எனக்கு தகுதியோ, அனுபவமோ இல்லைன்னு ஜட்ஜ்–வாளண்ட முதல்ல மறுத்தப்போ, அவருக்கு கோபம் வந்தாலும் அடக்கிண்டு ஒரு கேள்வி கேட்டார்.

‘பொதுவாக ஜனங்கள் எல்லாத்துக்கும், இது சரியில்ல, அது அப்படி பண்ணியிருக்கலாம்-னு குத்தம் சொல்ல ரெடியா இருக்காளே ஒழிய, ஒரு நல்ல கார்யத்தை பொறுப்பேத்துண்டு நீங்களே சரி பண்ணுங்கோன்னு பொறுப்பைக் கொடுத்தா, நமக்கேன் இந்த வம்பு, வேண்டாத வேலை, என்ற எண்ணத்துல உதறிண்டு ஓடிப்போயிடறா. கடவுள் என்னைத் தூண்டியதாலதான், நான் உங்களை கேட்டேன். இந்த நல்ல பணியை வேண்டாம்னு நீரே உதறித் தள்ளினா, அதுவும் ஒரு விதத்துல பாபமில்லியோ. உங்க மதம் அதை சொல்லித்தரலியா?’, என்று கேட்டபோது நடுங்கிப்போய், அடியேன் மேனேஜர் விஸ்வநாத ஐயருக்கு இளயாத்தங்குடிக்கு ட்ரங்க்-கால் போட்டேன். கொஞ்ச நேரத்துல பெரியவா கிட்டேர்ந்து ‘பொறுப்பை ஏத்துக்கோ-ன்னுட்டு’ உத்தரவு வந்தது. ஜட்ஜ் என்னை மாயவரம் அரபிக் காலேஜுக்கு அழச்சுண்டு போய் காண்பிச்சதோட இல்லாம, ‘கும்பகோணம் வேதபாடசாலை தொடர்ந்து நல்லபடியா நடக்கறதுக்கு, உங்க வேதங்களை அங்கேயே தகுதியுள்ள ஆசிரியர்களை நியமனம் பண்ணி நிறய பேருக்கு வேதம் சொல்லித்தரணும்-என்று சொன்னார். அதைக் கேட்டவுடனே, அதுக்கு கொஞ்ச நாள் முன்னாடிதான் பெரியவாளா ‘புதுசா ஒரு வேத பாஷ்ய காலேஜ் துவங்கறது பற்றி கேட்டபோது, என்னண்ட அதுக்கான பண வசதி யில்லாட்டாலும், தயங்காம, ‘பெரியவா விருப்பம் அதுதான்னாக்க, உடனே அது மாதிரி ஆரம்பிக்க முயற்சியை ஆரம்பிச்சுடறேன்’, ன்னு சொன்னது ஞாபகம் வந்தது. அதுக்கு அப்பவே பெரியவா, ‘அதுக்கு ஒரு வேளை வரும்- இப்ப வேணாம், வேளை வரப்போ நானே சொல்றேன், அதுவரை பொறுத்துக்கோ’ என்றார்.

கொஞ்ச நாள்ளயே, இங்கேருந்து 15–மைல்ல, மாயவரத்துக்கு ஜட்ஜ் அழச்சுண்டு போய் காமிச்ச அரபிக் காலேஜ் பாத்த உடனேயே, பெரியவா கிட்டேர்ந்து உத்தரவும் வந்து சேர்ந்துது. ஆரம்ப கால தடங்கல்கள் எல்லாத்தையும் ஜட்ஜ் உதவியோட நேரத்துல விலக்க முடிஞ்சது. பெரியவா கிட்ட ஸ்கூல் inauguration-க்கு அவர் வசதியை கேக்க பேசினபோது, பெரியவா சிரிச்சுண்டே சொன்னார், “வேடிக்கை பாத்தியாப்பா! நம்ம ஜனங்கள் நாம சொன்னா கேக்கமாட்டா, இங்க அடியேன் கேக்காமலேயே ஸப்-ஜட்ஜ்வாள், தடங்கல் எல்லாத்தையும்

நிவர்த்தி பண்ணி, இதோ ஆரம்பின்னு ரொம்ப நல்ல காரியம் பண்ணியிருக்கார்!''. இது நடந்து கொஞ்ச நாளக்கப்பறம், பெரியவா இங்க பக்கத்துல இருக்கற திருப்பத்தூர் – கல்யாணபுரம் கேம்ப் பண்ணப்போ, ஸப்-ஜட்ஜ் நம்ம பெரியவாளை சந்திக்க ஆசைப்பட்டது கேள்விப்பட்டு, பெரியவா உடனே ஏற்பாடு பண்ணச் சொன்னா. பெரியவா சந்திச்சு ஜட்ஜுக்கு சால்வை குடுத்து கௌரவம் பண்ணி பர்சனலா பேசிண்டிருந்தா. ஜட்ஜுக்கு கண் கலங்கிடுத்து. அவா பரஸ்பரம் பேச்சுக்கு நடுவுல, இந்த வேதபாஷ்ய காலேஜ் பற்றி ஒரு வார்த்தை கூட வரலை. இன்னிக்கு பெரியவா அனுக்ரஹத்துல துவக்க விழாவுக்கு, இதுக்கெல்லாம் காரண கர்த்தாவான சப்-ஜட்ஜ், அவர் கூட டிஸ்ட்ரிக்ட் ஜட்ஜ், சப்-கலெக்டர் எல்லாரும் வரப்போறதா சொல்லியிருக்கா என்று சொல்லி கை கூப்பி பெரியவாளை ஸாஷ்டாங்க நமஸ்காரம் பண்ணி உக்கார்ந்தார்.

மேனேஜர் மறுபடியும் கிட்ட வந்து, பந்தலுக்கு கிளம்ப இன்னும் அரை மணிநேரம்தான் இருக்கு. பெரியவாளுக்கு விடியக்காத்தாலேர்ந்து ஒரு நிமிஷம் கூட ஓய்வே இல்லை, அதனால- என்று இழுத்தார். பெரியவா சிரித்தார். "ஒரு முக்கியமான வேலை யிருக்கு, அதுக்கப்பறம் பாப்போம்". "அந்த காசி ஸ்வாமிநாதன் – அப்பறம், நேத்திக்கு வந்தாளே ராமசுப்பன் – அவா ரெண்டு பேரோட குடும்பத்தாரும் வந்துட்டாளா? கண்ணுல தெம்பட்டா, சேர்ந்து வரச்சொல்லு" என்றார்.

பந்தல் ஓரத்தில் காத்துக்கொண்டிருந்த இரண்டு குடும்பத்தாரும் வந்து நமஸ்காரம் பண்ணினார்கள். "என்ன ஸ்வாமிநாதா, ராமசுப்பனை தெரியுமா?" என்றார் பெரியவா.

"வாரணாசீல இருந்தப்போ சில தடவை சந்திச்சிருக்கோம். ஆனாக்க, விசாலாக்ஷி யோட கோரக்பூர் வந்து சேர்ந்தப்பறம், கடந்த ஒண்ணரை வருஷத்துல ராமசுப்ரமணியும், அவா குடும்பத்தாரும் பல வருஷமா கோரக்பூர்-லயே தான் இருக்கான்னு எங்களுக்கு பரஸ்பரம் தெரியாது. விசாலாக்ஷிக்கும் ராமநாதனுக்கும் ஆபீஸ் மொறையில பரிச்சயம் உண்டுங்கறதுகூட இப்பதான் தெரிஞ்சுண்டேன். அவாளுக்கும் நாங்க அதே ஊர்ல இருக்கோம்-னுட்டோ மற்ற பூர்வீகமோ எதுவும் தெரியாது.

‘அது போகட்டும், கோகிலாம்பா பேசட்டும் இப்ப. என்னம்மா, பொண்ணு நீங்க ஆசைப்பட்டபடியே கலக்டர் ஆகப்போறாங்கறதை விட, ஆயிட்டான்னு சொல்லலாமா? அடுத்து என்ன ஆசை? ‘கோகிலா மாமி தயங்கிக் கொண்டே, பெரியவா சொன்ன முடிவுன்னு சொல்றதை விட, பெரியவா போட்ட பிச்சைதான்னு எனக்குத் தெரியும். அடுத்தது அவளுக்கு என்ன நல்லது நடக்கணும்கறதையும் நீங்களே தீர்மானிச்சிருப்பேள் என்பதையும் உள் மனசு சொல்றது. எனக்குன்னு கேக்க எதுவுமே இல்லை, சொல்றளவுக்கு ஞானமும் இல்லை’ என்று சொல்லி ஸ்வாமிநாத மாமாவை பார்த்தார். “அடியேன் முன்னாடி மாதிரி இல்லை... கோகிலா சொன்னதுதான் சரி... பெரியவாளை பாக்கணும்னு,,, மூணு வருஷமா தீராத ஆசை தவிர இனிமே எதையும் கேக்கற எண்ணமே லவலேசம் இல்லை. பெரியவா மனசுப்படிதான் எல்லாம் நடக்கும்னு ஒரு திடமான அமைதி, கோகிலா மாதிரியே வந்துடுத்து” (கண்ணை மூடி, கண் கசிந்தார்).

“ஏம்பா, ராமசுப்பா, பத்மாஸனி என்ன சொல்றா, உன் மனசுல என்ன தோண்றது... வந்த கார்யம் முடியறாப்போல தோண்றதா?”

“இங்க வரவரைக்கும் அமைதியில்லாம கொழப்பமாயிருந்தது; ஆனா, நேத்திலேருந்து தெளிவு வந்துடுத்து – பெரியவா பாத்துப்பான்னுட்டு...”. அடுத்த சில வினாடிகள் பெரியவா கண்மூடி மௌனமாயிருந்தார். கண்ணைத் திறந்து, விசாலாக்ஷியை பார்த்தார். “ஏம்மா, விசாலம், உனக்குன்னு ஏதாவது சொல்லணும்னு தோணறதா?”

அந்த கேள்விக்கு காத்துண்டிருந்தவாபோல, “நடக்காதுன்னு நெனச்ச பகல்கனவு பெரியவா அனுக்ரஹத்தில கைக்கு கிடச்சுது. அம்மா, அப்பா, அத்தை வாய் திறந்து சொல்லலைன்னாலும், என் கல்யாணம் பற்றி அவாளுக்கு கவலையும் கேள்விகளும் இருக்குன்னு எனக்குத் தெரியும். அவா பாத்து ஏற்பாடு பண்ணினா, பெரியவா அனுக்ரஹத்தோட எதையும் ஏத்துக்கறேன். அதைத்தான் உங்க காலடியில 3½ வருஷம் மின்ன சமர்ப்பணம் பண்ணேன். இப்பவும் அப்படித்தான். ஆனா, ஒரு சின்ன ஆசை, அதை பகவானும் பெரியவாளும் தான் நிறவேத்தி வைக்கணும்”.

பெரியவா சிரித்தார், ‘பலே, கலெக்டரம்மா எதாவது புதிர் போடுவா–ன்னு எதிர்பார்த்தேன்...” அது என்னன்னு கேக்கறதுக்கு முன்னாடி எனக்கு இன்னொருத்தரோட பேசணும். “ஏம்ப்பா, டாக்டர் ராமநாதா? உனக்குன்னு ஏதாவது ஆசை, கண்டிஷன், அப்படி ஏதாவது உண்டா?’.

அந்த டாக்டர் முதன் முறையாக மென்மையாக பேசினார். “பல காலமா பெரியவா தரிசனத்துக்கு ஆசைப்பட்டது இப்ப நிறைவாச்சு. அடியேன் செய்யறது, டாக்டர் தொழில், அதனால கொஞ்சமாவது படிச்ச ஒருத்தரை அப்பா–அம்மா பாத்து சொன்னா, கல்யாணம் பண்ணிக்கறேன்னு நேத்து ராத்திரி கோவில்கள்லேர்ந்து திரும்பி வரச்சே அவாகிட்ட சொன்னேன். அவாளுக்கும் ஒரு த்ருப்தி. “அப்படின்னா, ஒரு கேள்வி, கல்யாணத்துக்கப்பறம் அந்த படிச்ச பொண் வேலை பண்ணனும்னு ஆசைப்பட்டா, அப்ப என்ன பதில் சொல்லுவே?’. துளியும் யோசிக்காமல் டாக்டர் சொன்னார் ‘அதுவும் பகவத் சங்கல்பம்–ன்னுதான் ஏத்துக் கொள்வேன்’.

“அடியேன் ஒரு சன்யாசி, நீங்க எல்லாரும் எதிர்பார்க்கற பல லௌகீகங்களுக்கும் முடிவுகளுக்கும் என்னண்ட எந்த பதிலும் இல்லை. ஆனா, அடுத்த 2–3 நாள் ரெண்டு குடும்பமும் சேர்ந்து பக்கத்துலேயே க்ஷேத்ராடனம் பண்ணுங்கோ, எல்லாருக்கும் உகந்தமாதிரி நல்ல முடிவே அமையும்”. எல்லாரும் பெரியவாளை நெடுஞ்சாண் கிடையாக நமஸ்காரம் பண்ணிட்டு கிளம்பினார்கள்.

அங்கிருந்து பெரியவா கும்பகோணம் டவுன் ஹைஸ்கூலுக்கு கிளம்பும் முன், “ராகவா, அவசரம் இல்லைன்னா திருப்பி மடத்துக்கு வந்து சொல்லிண்டு போ. காலேஜ் inauguration–க்கு தானே கிளம்பறே?” ‘ஆமாம்’ என்ற அப்பாவுடன் கும்பகோணம் டவுன் ஹைஸ்கூலுக்கு கிளம்பினோம். அது வரை என் அனுபவத்தில் அவ்வளவு பெரிய கூட்டத்தை பார்த்ததில்லை. கிட்டத்தட்ட 5,000 பேர் இருக்கலாம்–னு அப்பா சொன்னார். பெரியவா ரெண்டு மணி நேரமாவது பேசியிருப்பார்னு அப்பா சொன்னார். பந்தல் போட்ட இடத்துலயே உக்கார இடம் கிடைச்சுது. கார்த்திகை மாசம், வெய்யிலும் படுத்தலை. அவரே ஸப்–ஜட்ஜ் கமாலுத்தீனை அறிமுகம் செய்து ச்லாக்யமாக பேசினார்.

ஜட்ஜ் பெரியவாளை வணங்கிவிட்டு பேசும்போது கண்கலங்கினார், நா தழுதழுத்தது. டாக்டர் சர்மா மாமாவும் பேசினார். பெரியவா பேசும்போது தனக்கு நடந்த ஒரு சம்பவத்தை, ஒரு குட்டி கதைபோல சொன்னார். அதன் முடிவில் எப்படி ஒவ்வொரு சமூகத்திலும், இனம், மதம், மற்ற குறுகிய சர்ச்சைகளெல்லாம் கடந்து மனிதாபிமானமும் அன்பும் உள்ள நல்லவர்கள் ஒட்டு மொத்த சமூஹத்திற்கும் நல்லதையே செய்கிறார்கள் என்பதை அந்த சம்பவம் மூலம் வலியுறுத்தினார். அத்தகைய ஒரு உயரிய உதாரணம் தான் ஜட்ஜ் கமாலுத்தீன் என்பதை அழகாக எடுத்துச் சொன்னவர், 'நடமாடும் தெய்வமாம்' காஞ்சி மஹாபெரியவா; மதங்களுக்கும், இனப்பிரிவுகளுக்கும், அஹங்காரங்களுக்கும் அப்பாற்பட்டவர் என்றால் மிகையில்லை.

அன்று இரவு ஸ்ரீ மடத்துக்குச் சென்றோம். நெருக்கிய கூட்டத்திலும், பெரியவா பார்த்து கூப்பிட்டதால், அருகே போய் சேவித்தோம். நான் வழக்கத்துக்கு மாறாக, கொஞ்சம் அதிகப்ரசங்கமாக 'இன்னிக்கு பெரியவா பேசினது எனக்கு ரொம்ப பிடிச்சுது' என்று உத்சாகத்தில் சொல்லிவிட்டேன். அப்பா முகத்தில் கோபத்தைப் பார்த்து பெரியவா சிரித்தார். "ஏண்டா, ராகவா, எல்லாத்துக்கும் கோச்சுக்கற... அவன் கொழந்ததானேடா, மனசுல பட்டத, தனியா, எங்கிட்டதானே சொன்னான்.. விடுடா..".

எனது 45-வருஷ உலக-ப்ரயாணங்களிலும், Lecture, உபன்யாஸம் எல்லாவற்றிலும் திருப்பித் திருப்பிச்-சொல்லும் 'மாத்ரு வாத்ஸல்யம்' என்பதன் மனசார்ந்த அர்த்தம், 'இது தான்'. ஒரு தாய்க்கு அவள் குழந்தையின் பிதற்றல் போன்ற அதிகப்ரசங்கத்தால் கோபம் வராது. தப்பை திருத்தும்போது கூட அன்பும் அக்கறையும் அரவணைப்பும் தான் தெரியும்!

"சரி, இத்தனை ராத்திரிக்கப்பறம் பஸ், லாரி, ட்ரெய்ன் – அப்படின்னு அல்லாட வேண்டாம். நாளைக்கு கொஞ்சம் நிதானமா வந்துட்டு, பகலுக்கு மேல ஊருக்கு கிளம்பலாம்". என்றார். மறு நாள் வெள்ளிக்கிழமை என்பதால் அதற்கு தயாராக அப்பா வந்திருந்ததால்,

அப்படியே என்று தலை ஆட்டினார். "மடத்துல சாப்டுட்டு, புறப்படுங்கோ" என்றார் பெரியவா.

மறுநாள் ஒரு ஆச்சர்யமான சம்பவம் நடந்தது.சுருக்கமாக சொல்ல முயற்சிக்கிறேன். காலையிலேயே பெரியவாளைப் பார்த்து உத்தரவு வாங்க இயலாததால், உப்பிலியப்பன் கோவில் சென்று நண்பகல் வாக்கில் வந்தோம். பெரியவா கண்டிப்பான உத்தரவு போட்டதால், மடத்தில் சாப்பிட்டுவிட்டு வந்தோம். நாங்கள் முன்னாடி போய் அமருவதற்கும் மேனேஜர் பெரியவாளிடம், "கோரக்பூர் மனுஷா எல்லாரும் வந்திருக்கா, ஏதோ நல்ல சேதியை உங்களுக்கு சமர்ப்பணம் பண்ணனும்-னு ஆவலா இருக்கா." பெரியவா சந்தோஷமா சிரிச்சுக் கொண்டே, வரச்சொல்லு, என்றார். இந்த தடவை முன்னாடி வந்து காலில் விழுந்தது ரெண்டு பேர். டாக்டரோட அம்மாவும் சப்-கலக்டரோட அம்மாவும் தான். அவர்களில் யார் முதலில் பேசுவது என்று ஒருவரை ஒருவர் பார்த்துக் கொள்ளும்போது, பெரியவாளே, 'என்ன, உங்க எல்லார் முகத்திலும் சந்தோஷம் கூடின பதட்டம்? ருக்மிணி சத்யபாமா ஸமேத ராஜகோபால ஸ்வாமி முடிச்சுவெச்சுட்டாரா' என்று கேட்டதும், அவர்கள் அத்தனை முகங்களிலும் ஒரு ஆச்சர்யம். முதலில் சுதாரித்துக் கொண்டு ராமசுப்பு மாமா பேசினார். "ஊர்ல இருக்கற நூத்தி சொச்சம் கோவில்கள்ள, பத்மாஸனி கேட்டுண்டான்னுட்டு, அவ அப்பா ஆசைப்படி இந்த சின்ன, ஆனா அழகான கோவிலுக்குப் போனோம், 2 மணி நேரம் முன்னாடி. மூலவர் ராம சீதா, உத்சவர் ராஜகோபால ஸ்வாமி – இந்த கோவிலுக்கு போய்ட்டு வந்தா குடும்பத்தில கல்யாணம் வரும்-னுட்டு ஐதீகம்-னு சொன்னார். நாங்க எல்லோரும் போயிருந்தோம். அந்த பட்டர் எங்களைத் துரத்திண்டு வந்து, "புதுசா கல்யாணம் பண்ணின கொழந்தகளுக்கு ராஜகோபால ஸ்வாமி அனுக்ரஹம் வாங்கிக்காம போயிண்டிருக்கேளே", என்று அவரே எங்களைப் பேசவிடாம, சன்னதிக்கு அழச்சுண்டு போய் மரியாதை பண்ணி, விசாலிக்கும், ராமனுக்கும் பகவானுக்கு சாத்தின மாலைகளை கையில கொடுத்து மாத்திக்கச் சொன்னா. நாங்க யாரும் என்ன பண்ணறோம்னு தெரிஞ்சுக்கற நிலமைலயே இல்லை. கொழந்தைகள் மாலை மாத்திண்டா,

பத்மாவும் கோகிலாவும் ஒத்தரை ஒத்தர் கட்டிண்டா, பெரியவா கிட்ட கூட உத்தரவு வாங்கிக்கலை. நாங்க யாருமே அது வரை கல்யாணம் பற்றியோ, பரஸ்பர குசலம் எதுவும் இல்லை. இது எப்படி நடந்ததுன்னு முதல்ல புரியல, ஆனா, நிறைய கோவில்களுக்கு அழச்சுண்டு போகச் சொன்னேள், பெரியவா. உங்களுக்கு ஏற்கனவே...'' ராமசுப்பு அழ ஆரம்பித்தார். விசாலியும் ராமநாதன் டாக்டரும் விழுந்து சேவித்தார்கள். எல்லாரும் கைகூப்பிய வண்ணம் இருந்தார்கள். மேனேஜர், அப்பா மற்றவர்களுக்கு ஷாக்கு. எனக்கு கொஞ்சம் புரிஞ்சுது, நிறய புரியலை!

பெரியவா, ட்ரேட்–மார்க் சிரிப்பு சிரித்தார். "இதெல்லாம், உங்க ஊர் திருப்புல்லாணி ஜகன்னாதஸ்வாமி தீர்மானம் பண்ணின விளையாட்டு. எனக்கு என்னடா தெரியும்? நீங்களா, பேசிப்பேசி நிச்சயம் பண்ணியிருந்தா கூட, கலெக்டரும் டாக்டரும் கல்யாணம் பண்ணிக்கறாங்கறதால பெரிய படாடோபமா பண்ணிடுவேள்னு ராஜகோபால ஸ்வாமி நினச்சு, தன் முன்னாடியே, ஒரு மாலைக்கு கூட செலவில்லாம, தான் சத்யபாமாவை கல்யாணம் பண்ணிண்டா மாதிரி கச்சிதமா முடிச்சுட்டான். அடுத்ததா, உங்க பெரியவா எல்லாரையும் பாத்துட்டு, எல்லாரோட ஆசிகளோட ஊருக்குக் கிளம்புங்கோ'' என்றவர், மடத்திலேயிருந்து, புதுமண தம்பதிகளுக்கு, மாலை, தாம்பூலம், புடவை வேஷ்டி மரியாதை பண்ணி அனுப்பினார்.

இந்த சம்பவத்தை பார்க்கக் கொடுத்து வைத்தவர்கள் எல்லாரும் கண் கலங்கி உரத்த குரலில், "ஹர ஹர ஶங்கர, ஜய ஜய ஶங்கர, ஹர ஹர ஶங்கர, ஜய ஜய ஶங்கர, என்று பாடிக் கொண்டே இருந்தனர். எங்களுக்கும், மற்ற பக்தர்களுக்கும், கையை உயரே தூக்கி ஆசி கூறிவிட்டு, சிரித்த முகத்தோடே உள்ளே சென்று விட்டார் பெரியவா.

அந்த சம்பவத்தை இன்றும் நினைவு கூரும் போது, ஒவ்வொரு ஃப்ரேமும் நிழலாடுகிறது; சொல்லத் தெரியாமல், காரணமில்லாமல், தொண்டை அடைக்கிறது, கண் குளமாகிறது.

✦ ✦ ✦

அத்தியாயம் 11

நாங்கள் திருவிடைமருதூர் மற்றும் கும்பகோணத்திலிருந்து திரும்பி வந்த பிறகு, குடும்பத்திலும், கல்லூரி வாழ்க்கையிலும் நிறைய ப்ரச்சனைகள், சவால்கள்; அதனால், 1964 ஏப்ரல் கடைசி வரை பெரியவாளைச் சந்திக்கும் பாக்கியம் கிட்டவில்லை. பெரியவா அப்போது காஞ்சீபுரமருகே அம்பி அல்லது கீழம்பி என்ற சிற்றூரில் தங்கியிருந்தார். 1964 தமிழ் புத்தாண்டு தினத்தன்று (13 April) பெரியவா சன்னதியில் முசிறி சுப்ரமணிய ஐயர் ஏற்பாடு செய்திருந்த கர்நாடக சங்கீத மும்மூர்த்திகள் ஆராதனையில் நான் கலந்து கொள்வேன் என்று பெரியவா எதிர்பார்த்ததாக எனது பேராசிரியர் (ஸ்ரீதர்) சொல்லியிருந்தார். பெரியவாளுக்கு, ஸ்ரீதர் சார் மூலம், தகவல் அனுப்பினேன். என் பாட்டனாரின் அந்திமக் கிரியைகள் நடந்து கொண்டிருப்பதாலும், அப்பாவும் டைபாய்டு வந்து படுத்த படுக்கையாக இருப்பதாலும் வர முடியாத சூழ்நிலை பற்றி. முதலில் குடும்பம், பின்னர் காஞ்சிபுரம் வந்தால் போதுமென்று ஸ்ரீதர் ஸார் மூலம் பெரியவா சொல்லி அனுப்பியிருந்தார்.

அது ஒரு சனிக்கிழமை, ஏப்ரல் 25 (1964); நான் மயிலாப்பூரைச் சேர்ந்த ஒரு பக்தருடன் அவர் காரில் தொத்திக் கொள்வதாக ஏற்பாடு; ஆனால் அவர்களின் பயணம் தள்ளிப்போனதாக முந்தைய நாள் இரவு தெரிய வந்ததால், விடியலில் இரண்டு பஸ் பிடித்து அம்பியில் உள்ள முகாமை அவசர அவசரமாக சென்றடைந்தேன். பெரியவா மேடைக்கு அருகில் நிஷ்டையில் இருந்தபடி கண்களை மூடிக்கொண்டு அமர்ந்திருந்தார். அவர் அருகில் செல்லத் தயங்கி, பந்தலில் இருந்த சில குடும்பங்களைப் போலவே நானும் அவரிடமிருந்து சில அடி தள்ளி அமர்ந்திருந்தேன்.

நானும் கண்களை மூடிக்கொண்டு ஆஞ்ஜநேயரிடம் வேண்டினேன், ஏன், கெஞ்ச ஆரம்பித்தேன் என்றுகூட சொல்லலாம் – ஓரிரு நிமிடங்களாவது பெரியவாளை தனிமையில் பார்க்க வேண்டும் என்று! சர்வ வல்லமை படைத்த மாருதிக்கும் அவருடைய அன்பிற்குரிய விசேஷ பக்தரான பெரியவாவுக்கும் இடையே ஒரு சானல் இருந்தது போலும்; சில நிமிடங்களிலேயே கண்ணைத் திறந்து பெரியவா என் பக்கம் திரும்பி அழைத்தார்.

“வாடா, அம்பி... ஏன் முகம் வாட்டமா இருக்கு? தாத்தா கார்யமெல்லாம் நன்னா நடந்துதா? அப்பா உடம்பு இப்ப எப்படி இருக்கு? இன்னிக்கு உங்க அப்பா, அம்மா–நக்ஷத்ர ஸந்தி, அதனால அவா பேர்ல அர்ச்சனை பண்ணி ப்ரசாதம் வாங்கிண்டு போ”, என்றார். என் குழப்பங்களுக்கும், யோசனைகளுக்கும் இடையே, கருணைக்கடலாம் பெரியவா, என் பெற்றோர்களின் (ஹஸ்தம்–சித்ரா) ஜென்ம நக்ஷத்திரத்தைக்கூட நினைவு கூர்ந்ததும், அவர்களின் நலனை மனதில் கொண்டு உரையாடலைத் தொடங்குவதும் எனக்கு ஆச்சரியமாகவும் இருந்தது, மற்றும் இனம் புரியாமல் தொண்டையையும் அடைத்தது!

நான் எல்லாக் கேள்விகளுக்கும் பதில் சொல்லத் தொடங்கும் முன், அவர் மேனேஜர் பக்கம் திரும்பி, “ஐயர்வாள், ஒரு அரை மணி நேரத்தில வந்துடுவேன். பூஜையை ஆரம்பிச்சுடச் சொல்லும்’, என்று சொல்லி, மடத்தின் பின்புறம் உள்ள அதிஷ்டான குடிலுக்கு என்னைத் தொடரச் செய்தார். செட்டிலாகி, அடியேன் நெருங்கி உட்கார்ந்ததும், அப்பா ஆரோக்கியம் தொடங்கி நடந்த அனைத்து சம்பவங்களையும் பற்றிச் சொல்லச் சொன்னார்.

“ஸ்ரீதர் வந்தப்போ, க்லுப்தமா சொன்னான்; ரெண்டு வாரம் மின்ன 108–சங்கீத அப்யாஸகர்கள் இங்க வந்து த்ரிமூர்த்திகளுக்கு ஆராதனை பண்ணப்போ, ஸ்ரீதரோட அதிகம் பேச முடியல... ஆனாக்க, அவன் சொன்ன வரையில, கொஞ்சம் சங்கடம்; அதெல்லாம் போகட்டும், எல்லாம் சரியாயிடும், இப்ப, நீ முழுக்க விவரமா சொல்லு” என்றார்.

எங்கிருந்து தொடங்குவது என்று தெரியாமல், முதலில், மனம் மரத்ததுபோல இருந்தது, ஆனால் எனக்குப் பிடித்த கோலத்தில்

தண்டத்துடன் அமர்ந்திருந்த அந்த பகவத்-ஸ்வரூபத்தின் கனிவையும் ஆவலையும் கண்ட பிறகு, கொஞ்சம் தெம்பு வந்தது. ஸ்ரீ ராமஸ்வாமி தாத்தா எப்படி கனிவுள்ளவராகவும், அடிக்கடி சிரித்ததும், தொடங்கி அவரது கடைசி சில மாதங்களில் கிடைத்த அனுபவங்களில் மறக்க முடியாதவை என்பது போன்ற சில நிறைவான விஷயங்களுடன் தொடங்கினேன்.

“அவர் ஆசைப்பட்டபடியே ஸ்ரீ பாஷ்யம்-வ்யாக்யானம் எழுதி முடிச்சுட்டாரா?”; “உனக்கு ஒரு விஷயம் தெரியுமா? ஸரஸ்வதிதான் பாஷ்யகாரர்-ராமானுஜர் எழுதின ப்ரஹ்ம-ஸூத்ர பாஷ்யத்துக்கு, ஸ்ரீ என்பதையும் சேத்து ‘ஸ்ரீபாஷ்யம்-னு’ பேர் வச்சா. தாத்தாவோட கையெழுத்து-ப்ரதி உனக்கு கிடச்சுடுத்தா? அவரே கொடுத்தாரா?”

‘இல்லை’ என்று வருத்தமாக தலை ஆட்டினேன்: “நான் தாத்தாவிடம் போன சமயம், அவர் வேதாந்த சங்கிரஹாவின் பாஷ்யம் எழுதத் தொடங்கி விட்டார்; அதோடு, கும்பகோணம் எம்.ஆர். ராஜகோபால ஐயங்கார் (1956) ஆங்கிலத்தில் மொழி பெயர்த்திருந்த, தாத்தாவுக்கு கொடுத்த ஒரே புத்தகத்தையும் என்னிடமே கொடுத்தார்” என்றேன். பெரியவா சொன்ன சில அசாதாரணமான தகவல்களையும், பெரியவாளின் ஞான விசாலத்தையும், எவ்வளவு பெரிய “அபேதி” பெரியவா என்ற சாக்ஷாத்காரத்தையும் இன்று வரை மறக்க முடியாது. உடனே, பெரியவா, “அதே வேதாந்த ஸங்க்ரஹத்துக்கு அழகான வ்யாக்யானம் மைஸூர்-லேர்ந்து ராகவாச்சார்-ன்னு ஒரு பெரிய வேதாந்தி எழுதி அதை மைஸூர் ராமக்ருஷ்ண ஆஶ்ரமம் பொஸ்தகமா போட்ருக்கா; அவரே வந்து காப்பி கொடுத்துட்டுப் போனார். அத நம்ம ஸுப்ரமண்ய ஐயரண்ட கேட்டேன்னா, அவா மிஷன் மூலமா வாங்கிக் கொடுப்பார். அது சரி, மேக்கொண்டு சொல்லு” என்றார்.

நான் தொடர்ந்தேன்; பின்னர், தாத்தா ஸ்வாமி வேதாந்த தேசிகரின் அதிகரண சாராவளியின் பாஷ்யத்தை (562 செய்யுள்) தொடங்கியதையும், ஸ்ரீராமானுஜரின் ஸ்ரீ-பாஷ்யத்தை 500 க்கும் மேற்பட்ட வசனங்களில் சுருக்கினார் என்பதையும் சொன்னார். தாத்தா பலவீனமடைந்து நிறுத்தும் போது, அந்த முயற்சிகளில் கால் வாசி தான் முடிந்தது; நான்

அவரை கடைசியாக சந்தித்த 10 நாட்களுக்குள் பரமபதம் அடைந்து விட்டார். அப்பாவின் உடன்பிறப்புகள்-இடையேயான மனஸ்தாபங்கள் காரணமாக, தாத்தாவின் கடைசி நாட்களில் நேரில் சந்திக்கும் வாய்ப்பு கிட்டவில்லை; அதனால், என் தந்தையை (டைஃபாய்ட் காய்ச்சலால் உடல்நிலை சரியில்லாமல் இருந்தும்) நேரடியாக தகனம் செய்யும் இடத்திற்கு அழைத்துச் செல்லவேண்டிய கட்டாயம்! அப்போது மெட்ராஸின் பல பகுதிகளில் லக்ஷக்கணக்கானவர்களை பாதித்து வந்த ஒரு ஜ்வரம், டைஃபாய்டு நோயின் மறுபிறப்பு என்று மருத்துவர்கள் கண்டறிந்தனர்; அத்தனை பலஹீனத்துடனும் அப்பா அவரது தகப்பனாரின் கர்மாவை நன்றாகச் செய்து முடித்தார். அப்பா எடுத்துவைத்த ஒவ்வொரு அடியிலும் நான் அவருடன் கூட இருந்தேன்.

அவித்யையின் விளைவான அந்த (பெரிய குடும்பத்தின்) சச்சரவுகளுக்கு மத்தியில் நானும் என் தந்தையும் எதிர் கொண்ட சவால்களை பெரியவாளுக்கு விரிவாக விளக்கினேன். முழு விவரங்களையும் அவர் காலடியில் சமர்ப்பித்தாலும், அந்த அனுபவங்களால் இன்று யாருக்கும் எந்தப் பயனும் இல்லை என்பதால், இன்று, அந்த சங்கடமான விவரங்களைத் தவிர்க்கிறேன். அப்பாவுக்கு பல மாதங்களாக மருத்துவ லீவு எடுத்ததால் தன்னாட்சி அமைப்பாக இருந்த எம்.இ.எஸ்-இல், சம்பளம் இல்லாமல் தான் விடுப்பு தந்தனர். இவை அனைத்திற்கும் இடையில், செமஸ்டர் முடிவில் வழங்கப்படும் ஸ்காலர்ஷிப் நிதி, அறங்காவலர் (மகாராணியின்) மறைவினால், அறக்கட்டளையால் நிறுத்தப்பட்டது. இது, என்னைப் போன்ற மாணவர்களுக்கு ஒரு பெரிய சோதனையாக இருந்தது. இந்த இடத்தில் சிறிது அமைதி நிலவ, பெரியவா ஆழ்ந்த சிந்தனையில் இருந்தார். ஆனால் பேசத் தொடங்கிய போது, உறுதியாகவும் கனிவாகவும் தொடங்கினார், “இதுக்கெல்லாம் மனசை தளற விடாதே; அப்பா ஆரோக்யம் தான் முக்யம்; மத்ததெல்லாத்தையும் சரி பண்ணிடலாம்; அப்பாவுக்கு மிலிடரி பென்ஷன் உண்டோல்லியோ?”

“இல்லை, சரியா தெரியல. அவா நண்பர்கள் வந்து பேசினதப் பாத்தா இன்னும் government clarify பண்ணாததால, ஒரே சமயத்தில

பென்ஷனையும் வாங்கிண்டு MES-board வேலையும் தொடர முடியாதுன்னு நினக்கறேன்; ஒண்ண விட்டாதான், இன்னொண்ணுன்னு நினைக்கறேன்" என்று பதில் சொன்னேன்.

"புரியறது; அப்பா புத்திசாலித்தனமாத்தான் முடிவு பண்ணுவான்; இதுக்கெல்லாம் குழப்பிக்காதே; பரீக்ஷைக்குப் பணம் கட்டியாச்சா? 'அப்பா ஒரு மாதிரி ஏற்பாடு பண்ணிட்டார்னு தான் நினக்கறேன்; ஆனா, உடம்பும் சரியில்லாததால, எதுவும் நானா கேக்கலை - அவரும் தானா சொல்லலை. இன்னும் கட்டலன்னு நெனக்கறேன்".

பெரியவா தாடியை வருடியபடி ஒரு நிமிடம் அமைதியாக இருந்தார். அதற்குள் பேராசிரியர் உள்ளே நுழைந்து பெரியவாளை சாஷ்டாங்கமாக வணங்கி அமர்ந்த பிறகு, பெரியவா அவரிடம் கேட்டார்.

"ஸ்ரீதரா, இவன் சங்கதி கேக்க கொஞ்சம் சங்கடமாத்தான் இருக்கு; மனஸூல பாதைப் படறான்னாக்க ந்யாயம் இருக்கு; உங்க ப்ரின்சிபால் கிட்ட சொல்லி கொஞ்சம் டயம் மட்டும் வாங்கிக்கோ... நீயும் முடிஞ்சா போய் ராகவனைப் பாத்து தைர்யம் சொல்லிட்டு, காலேஜ் விஷயம் பத்தி அவனொண்ணும் இனிமே கவலைப்படத் தேவயில்லன்னு நான் சொன்னேன்னுட்டு சொல்லிட்டு வந்துடு. அப்பறம், மேனேஜரண்ட சொல்லி ஒரு நம்பர், அட்ரஸ் வாங்கித்தறேன். அவரையும் பேசச் சொல்றேன்; பல்பீர் மேதான்னு ஒரு குஜராத்காரர்; தர்ம சிந்தனை உள்ளவர்; அவரோட வாழ்க்கைலயும் பெரிய சோகம்; ஒரு ஆக்சிடண்ட்ல அவர் பார்யை, ரெண்டு கொழந்தகளும் போன போது, இங்க அவரோட நண்பர் அழச்சிண்டு வந்திருந்தார்; அதுலேர்ந்து நம்ம மடத்து அபிமானி - சன்யாஸியாட்டம் வாழ்க்கை வாழறார். இவன மாதிரி அவரும் ஆஞ்சனேய பக்தர். அவர் ஒரு பெரிய wholesale business மெட்ராஸ்ல நடத்தறவர். போன வருஷத்திலேர்ந்து ஒரு educational trust மூலமா, ஒரு ஆச்ரமம் நடத்தறார். மேனேஜர் பேசினப்பறம் நீ போய் அவரை பார்த்தா, இவன் படிப்பு செலவை அவர் ட்ரஸ்ட் ஏத்துக்கும்; அவர் மெட்ராஸ்ல தான் இருக்கார். இவனோட ஒரு கவலை தீர்ந்துது-ன்னு வச்சுக்கோ. நான் சொன்னதாவும், நீ கமிட்டி மெம்பர்ங்கற ஹோதாலயும், principal-கிட்ட ஒரு வாரம் டயம் வாங்கிக்கோ. பெரியவனே, உனக்கு

லீவு விட்டாச்சு இல்லியா. வர வாரத்தில ஒரு நாள் சாஸ்த்ரிகளை Sanskrit College-ல போய்ப்பாரு. அதுக்குள்ள நான் அவரண்ட பேசறேன்... ஸ்ம்ருதி-பாடம் மறுபடியும் ஆரம்பிச்சுக்கோ. உடனேன்னு அவசரம் எதுவும் இல்ல இப்ப-சத்திக்கு எது முக்யம்-ன்னா, அப்பா உடம்பு, மனஸு தான். அவரை நன்னா பாத்துக்கோங்கோ... இந்த கொழப்பங்கள் எல்லாம் ஒரு control-க்கு வந்தப்பறம், இன்னும் 2-3 மாசத்தில என்ன வந்து பாரு. இதுக்கு நடுவுல உங்க வாத்தியாரண்ட சொல்லி அனுப்பறேன்.மடத்துல ஆகாரம் பண்ணிண்டு, மறுபடியும் என்னண்ட வந்து சொல்லிட்டுப்போ" என்றார். நான் திடீரென ஒரு நிம்மதியை உணர்ந்தேன், முதல் முறையாக நான் தெளிவாகவும் அமைதியாகவும் இருப்பதை பெரியவா கவனித்தார். நான் அவருக்கு சாஷ்டாங்கமாக வணங்கி, கிளம்பத் தயாராகும் போது அவர் மெதுவாகச் சிரித்தார்; பின்னர் அவராகவே தொடர்ந்தார்,

"பல தடவை சொல்லியிருக்கேன்; வாழ்க்கைன்னா, இப்படித்தான் கொஞ்சம் முன்ன-பின்ன இருக்கும். சின்ன விஷயங்கள், சரியான நேரத்தில, நாம நினச்சபடி நடக்கலேன்னதும் ஏதோ கப்பல் கவுந்துட்டாமாதிரி சோர்ந்து போகத் தோணும்... உன்னை-சுத்தி இருக்கறவாளோ சொந்தக்காராளோ எல்லாமா சேர்ந்து கெடுதல் பண்றவா-ன்னு நெனவு வெச்சுண்டு மனசு சங்கடப்படறயே, அதே சமயம், உன்னை சுத்தி எவ்வளவு அன்பு, ஆதரவு எல்லாம் அபரிமிதமா இருக்குன்னு யோசிச்சுப் பாத்தியா? உனக்காக எவ்வளவு த்யாகம் பண்ணாரான்னு, அப்பப்ப நினச்சுப்பாக்கறயா?"

நான் திடீரென்று அவமானத்தில் உணர்ச்சிவசப் பட்டேன்; பழயபடி உட்கார்ந்து, சுதாரித்துக்கொண்டு பேசினேன்,

"எப்பொழுதும் பெரியவாதான் எங்கள் பிரச்சனை களையெல்லாம் தாண்டி எங்களை காப்பாத்தறார் என்பதை மறந்து, பொறுமையில்லாமல், சுயநலமாக, நம்பிக்கை இல்லாமல், நடந்துக்கறேன்னோன்னுட்டு அவமானமா இருக்கு"

அது அப்படி இல்லடா; நீ வாழ்க்கையை இன்னும் அடிப்படையாவே புரிஞ்சுக்கல; புரிஞ்சுக்கற வயசு மில்லை! இதுல திடீரென பெரியவா

எங்கேர்ந்துடா வந்தா? நான் சொல்ற விஷயம் அது இல்ல. முதல் முறையாக, நான் குறுக்கிட்டு பேசினேன்.

"என்னை மன்னிச்சுடுங்கோ; கடந்த பல வருஷமா, அப்பா பலமுறை நீங்கள் சொன்னதையே வேற மாதிரி சொல்லி இருக்கிறார்; பெரிய பிரச்சனையாகத் தோன்றியது எல்லாமே, நான் உங்களண்ட சொன்னவுடனேயே காணாமல் போய்டும். கண்ணை மூடியிருந்த என்னை, மறுபடியும் எழுப்பினேள்; பல சமயங்களில், என்னைச் சுற்றி எவ்வளவு அன்பு சூழ்ந்திருக்கு என்கிறதை என்னைப் போல இருக்கறவா யோசிக்கறதில்லை. என் விஷயத்தில், என் அம்மாவும் அப்பாவும் ஸாக்ஷாத் பகவதனுக்ரஹம் தான். என் இரண்டு சகோதரிகளும், என்னைவிட மூத்தவர்கள்; அவாளுக்குன்னு அப்பா – அம்மாவிடம் எதையும் கேட்பதில்லை, ஒருபோதும் வாதிப்பதில்லை. எனக்கு மட்டும் கல்லூரிக் கல்வி உட்பட அனைத்தையும் ஏன்அப்பா ஸ்பெஷலா கொடுத்திருக்கிறார் என்றோ, ஏன் எனக்கு சலுகைகள் என்றோ ஒரு போதும் கோபப்பட்டதில்லை; மாறாக அன்பு தான் காட்டியிருக்கா; என் தம்பி என்னுடன் எதற்கும் போட்டி போட்டதில்லை; என் தந்தையிடம் விசேஷமாக எதையும் கேட்டதில்லை;எங்கள் அப்பாவின் உடன்பிறப்புகள் போலல்லாமல், நாங்கள் ஒருவருக்கு ஒருவர் மிகவும் நெருக்கமாகவும் ஆதுரமாகவும் இருக்கிறோம். நாங்கள் அனைவரும் அப்பா நெனக்கறாமாதிரி எளிமையைப் பின்பத்தணும்னு உணர்ந்திருக்கிறோம். இவைகள் எல்லாவற்றையும் அடிக்கடி நான் இன்னும் எவ்வளவோ யோசிக்கணும், மேலும் என் பலம் எல்லாம் அவர்களிடமிருந்து தான் கிடைக்கறது என்பதை ஞாபகம் வெச்சுக்கணும். ஏன் இதுவரை – அதுவும் பெரியவா சொல்லற வரை தோணலைன்னு நினச்சாதான் வெக்கமாயிருக்கு."

"அப்படி சொல்லுடா பயலே; அதுக்காகத்தான் உன்னை கிண்டினேன். நமக்கு நடக்கற நல்லதை அடிக்கடி நினச்சுப்பாத்து, ஸர்வேச்வரனுக்கு க்ருதக்ஞையோட இருக்கணும்; அப்பதான், சின்ன தடங்கல்களை ஒதறித் தள்ளிட்டு முன்னேற முடியும்; சரி, ப்ரொபஸர் ஜகன்னாதாச்சார் வந்து உன்னப் பத்தி பெருமையா சொன்னார்டா... பாரதீய வித்யா

பவன்ல ஸம்ஸ்க்ருத நாடக போட்டியெல்லாம் காலேஜ்களுக்குள்ள நடந்துதாம். அதுவும், நீ அயன் ஸ்த்ரீ பார்ட் போட்டு முதல் ப்ரைஸ் வாங்கினீயாம். என்ன நாடகம் போட்டே?''

“லீலாவிலாஸப்ரஹஸனம்-னு- நாடகம் போட்டோம்... எனக்கு main role – Lady part – மடிசார் கட்டிண்டு நடக்கறது தான் கொஞ்சம் கஷ்டமாயிருந்தது. ப்ரைஸ், Rolling trophy இரண்டையும் chief guest கொடுத்தார். எங்க Principal ரொம்ப சந்தோஷப்பட்டு என்னையும் விசேஷமா பாராட்டினார். Dr. V Raghavan sir தான் chief guest.

“ஆமாம்; ஜகன்னாதன் தான் கதை-கதையா சொன்னார். நீயா சொல்லுவேன்னு பாத்தேன்... உன் கொழப்பத்தில, இதெல்லாம் இருக்கற இடம் தெரியாம போய்டுத்துடா! உனக்கு TN Ganapathy தானே லாஜிக், பிலாஸபி ரெண்டும் சொல்லித்தரான்? நான் தலையாட்டினேன். அவன ஸ்ரீதர் அழச்சுண்டு வந்ததிலேர்ந்து, அடிக்கடி தப்பாமே வருவான். கணபதிக்கு ஊர் கூட இந்த பக்கம் தான். அவனும் உன்னைப்பத்தி ச்லாக்யமா பேசினான். இந்த மாதிரி positive-ஆ நடக்கற விஷயங்களை அடிக்கடி நினச்சு சந்தோஷப்படணும். அப்பத்தான் மனஸுல இருக்கற பாரம்கொறஞ்சு போகும். ஆகாரம் பண்ணிட்டு சொல்லிண்டு போ.

மேனேஜர் பக்கம் திரும்பி, “ஐயர்வாள், ரெண்டு மூணு நாளா அந்த இடத்துலயே மணிக்கணக்கா உக்காந்துட்டு போறாரே, அந்த மனுஷர் யாரு? யாருக்காக காத்துண்டு இருக்கார்?''

“இங்க கொஞ்ச மாசமா வராரே கோமதி மாமின்னுட்டு; கோலம் போட்டு, சமையல்ல கூட மடத்து மனுஷாளுக்கு ஒத்தாசை, பரிமாறதுன்னுட்டு, முழு மௌனமா, நார்மடி கட்டிண்டு பெரியவாகிட்ட மட்டும் அவ்வப்போது வந்து பேசுவாரே, அந்த அம்மாவோட பிள்ளயாம்... அவர் அம்மாவைப் பாக்க வந்தார். இவர் முத நாள் வந்தன்னிக்கி நார்மடி மாமி 10 நிமிஷம் இருந்தார் - ஆனா இவரை avoid பண்றாரோன்னு தோணித்து; அப்பறம் அவர் இங்க யார் கண்ணுலயும் படலை. இந்த மனுஷர், ஒரு டாக்டர், பத்து நிமிஷம் மின்னாடி எங்கிட்ட வந்து பெரியவா கிட்ட வந்து பேசமுடியுமா-ன்னு கேட்டுண்டார். நான் கேட்டு சொல்றேன்னுட்டு சொன்னேன்''.

பெரியவா பத்து வினாடி மௌனமா இருந்துட்டு, "ரெண்டு மணி நேரம் கழிச்சு வரச்சொல்லுங்கோ". அப்படியே மடத்துக்கு போன் பண்ணி அந்த மாமி நம்ம மடத்துல ஒத்தாசைக்கு வந்திருக்காறான்னு விசாரிச்சு, இருந்தா பஸ்-ல வரச் சொல்லுங்கோ, இல்லன்னாக்க, மடத்துலேர்ந்து யாராவது வந்தா அந்த வண்டில அழச்சுண்டு வரச் சொல்லுங்கோ. அந்த அம்மா வந்தப்பறம் அவாளை முதல்ல பாக்கணும் – அப்பறம் தான் இந்த புள்ளயாண்டானைப் பாக்கறதா உத்தேசம்" என்று சொல்லி உள்ளே சென்று விட்டார்.

✦ ✦ ✦

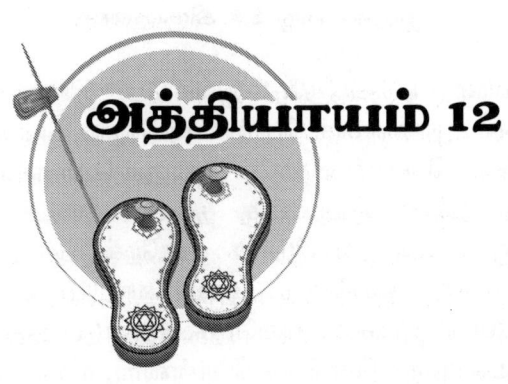

அத்தியாயம் 12

சாப்பிட்ட பின்னர், ப்ரொபஸரோடேயே பந்தலுக்கு வந்து சேர்ந்தேன். கிட்டத்தட்ட மூன்று மணி நேரம் காத்திருந்தோம். இன்னும் ஒரு வாரத்துக்கு மேலேயே இருந்தாலும் அப்பவே கத்திரி வெய்யில் போல புழுங்கித்தள்ளியது. பந்தல் மேடைக்கு வந்த பெரியவா கோடை வெய்யிலில் மிகவும் வாடியிருந்தது தெரிந்தது.

நாங்கள் அருகே சென்றதும் ஸ்ரீதர் ஸாரைப் பார்த்து 'இந்த வெய்யில்ல பஸ்ஸுக்கு நின்னு நின்னு போகணும்னா இவன் வதங்கிடுவான், நீ போகறச்சே உன் வண்டில அழச்சுண்டு போய் அவாத்துல வுட்டுடறயா?' என்று பெரியவாளே சொன்னதும், பெரியவா கருணையை நினைத்து எனக்கு அழுகையே வந்துவிட்டது. ஆனால் அடக்கிக்கொண்டு ப்ரொபஸர் முகத்தையே பார்த்தேன். "ஆஹா, பேஷா பண்றேன்; ஆனாக்க, நாளைக்கு ஞாயிறுங்கறதால ராத்தங்கி இன்னும் ஒரு நாள் இங்க மேனேஜருக்கு, ஏதாவது உபகாரமா இருக்கலாம், இந்த சாக்குல, உங்க கண் பார்வைல இருக்கலாம்னு நினைச்சேன், ஆனா, பெரியவா சொன்னா, இன்னிக்கே கிளம்பத் தயார்" என்றார், கொஞ்சம் வாட்டமாக. பெரியவா மெல்லிசா சிரிச்ச மாதிரி சொன்னார். "அப்படின்னா ஒரு வேலை பண்ணு, இந்த இடத்தில ஒரு போன் இருக்கு. மேனேஜராண்ட சொல்லி, இவனோட அப்பாவுக்கு எப்படியாவது தகவல் அனுப்பணும், இன்னி ராத்திரிக்கு பதிலா நாளைக்கு மடத்தில ஆகாரம் பண்ண கையோட இவனை அழச்சுண்டு வந்து வுட்டுடறேன்னு. ஆனா, ராகவன் இன்னிக்கே வரச்சொன்னா அதுல ஒரு அர்த்தம் இருக்கும்" என்று சொன்ன பெரியவா என் பக்கம் திரும்பி "உனக்கு

பரீக்ஷையெல்லாம் முடிஞ்சுடுத்தோ இல்லியோ? இன்னிக்கு ராத்திரிக்கு பதிலா, ஸ்ரீதரோட நாளைக்கு போலாமில்லியோ? காருங்கறதால, டயம் கூட சுருக்காவே... சௌகர்யம்தானே?'' நானும் கொஞ்சம் முகம் மலர்ந்து, 'எப்படியாவது அம்மா-அப்பாவுக்கு தகவல் கிடைச்சுடுத்துன்னாக்க, அம்மா கொஞ்சம் நிம்மதியாயிடுவா' என்றேன். பத்து நிமிஷம் கழிச்சு வந்த ஸ்ரீதர் ஸார், 'அவனோட அப்பாவோடயே பேசினேன். வீட்டு ஓனராத்துல போன் இருக்கு. அவரே கூப்டுண்டு வந்தார். உங்களுக்கு சாஷ்டாங்க நமஸ்காரம் சொல்லச் சொன்னார். சமீபத்திலயே வரேன்னு சொன்னார்.

''அப்படின்னா, நல்லதாச்சு, சாயரக்ஷை மடத்துல ஆகாரம் பண்ணிண்டு நீ தங்கற இடத்துலயே - உனக்கு இங்க மனுஷா இருக்கால்லியோ?''

''ஆமாம், என் பெரியப்பா பிள்ளை, எனக்கு மூத்தவர் சின்ன காஞ்சில இருக்கார். அங்கதான் தங்குவேன், இவனையும் அழச்சுண்டு போறேன், பேஷா'', என்றார்.

''ஏன்னாக்க, இவனுக்கு கொசுகடிதாங்காது, புழுக்கம் வேற; எங்கள மாதிரி இருக்கறவாளைக் கடிச்சு கொசுவுக்கே சலிச்சுப் போச்சு... இவன் புதுசோல்லியோ..' என்று சொல்லி சிரித்தார்.

ஒரு மஹாஞானியைப் பார்க்கிறோம் என்பது மறந்துபோய், அம்மா தான் தெரிந்தது - கண்ணில் நீர் முட்டிக்கொண்டு வந்தது.

மேனேஜர் அருகே வந்து, 'கோமதி மாமியை நம்ம மடத்து சிப்பந்தி ஒரு போஷகர் வண்டில அழச்சுண்டு வந்திருக்கார். அனுப்பட்டுமா?' என்று கேட்டார். பெரியவா எங்களை கண்ணாலேயே 'கொஞ்சம் தள்ளி உக்காருங்கோ' என்று சொன்னதை புரிந்துகொண்டு, காது கேட்கும் தூரத்தில் அந்த அம்மாவைப் பார்க்காததுபோல அமர்ந்தோம்.

''வாங்கோ, உங்களை எல்லாரும் மௌனி-மாமின்னு சொல்றப்போ எனக்கு சிரிப்பு தான் வரும். அடியேன் காஷ்ட மௌனம் அனுஷ்டிக் கறப்போ சுத்தி இருக்கறவாளுக்கு குழப்பமும் என் மேலே நேரடியா

வெளிய சொல்ல முடியாத கோவமும் வரும்; ஆனா, மௌனம் ஒரு வகை தபஸ் மாதிரி. மௌனமே புலனடக்கம் தான்! பல பேர் மௌனமா இருக்கறேன்னு சொல்லி, கண்ணுல கோவம் கொப்பளிக்க எல்லா அல்ப விஷயத்துக்கும் சைகையாவே பேசிண்டிருப்பா – அது ரொம்ப கொடுமை!

ஆனா மௌனம் அனுஷ்டிக்கறது, கோவம், தாபம் மாதிரி காரணங்களுக்காகவோ, யாரையோ தண்டிக்கறாமாதிரியோ அமஞ்சுடக் கூடாது. அடியேனுடைய காஷ்ட மௌனத்தை ஒரு தடவை ஒரு நல்ல காரியத்துக்காக உடச்சிருக்கேன். நீங்களும் சில நேரங்கல்ல என்னண்ட வந்து சில சந்தேஹங்கள் கேட்டு பேசியிருக்கேள். எனக்கும் சில கேள்விகள் உங்களண்ட கேக்கணும், முடிஞ்சா பதில் சொல்லறேளா?'' என்றார்.

மாமி கன்னத்தில் போட்டுக்கொண்டு, 'ஆஹா, தெய்வத்தண்ட மௌனமா, அப்படியெல்லாம் அடியேன் பாவம் பண்ணுவேனா, எப்பவோ தெரிஞ்சோ தெரியாமலோ செய்த பாவத்துக்கு நிறய அனுபவம் நேர்முகமாவும் அறியாமலும் கிடச்சுண்டேயிருக்கு... இப்ப என்ன கேக்கப் போறேள்ன்னு புரியல, அடியேன் ஏன் பெரியவா காலடியில, உங்க நிழல்ல இருக்கேன்னா, மத்தவா கிட்ட ஏன் மௌனமா இருக்கேன்னா, இல்லைன்னா, எனக்குன்னு யாராவது சொந்த பந்தம் இருக்கான்னா, எதுன்னு சரியா புரியல! பெரியவா கேட்ட கேள்விக்கு எனக்கு பதில் தெரிஞ்சா சொல்றேன், கேக்காத விஷயத்தை அள்ளிக்கொட்டி தெய்வத்தோட நேரத்தை பாழடிக்கத் தோணலை, அதனால தான் மௌனம்.''

கிட்டத்தட்ட ஒரு நிமிஷம்போல் கண் மூடி அமர்ந்திருந்த பெரியவா, கண் திறந்து புன்சிரிப்புடன் மாமியைப் பார்த்தார். அந்த அம்மா, பேசிவிட்டு கண்மூடியவர்தான், அந்த மஹானின் நிஷ்டை கலயக் கூடாதென்ற கவலையில் கை கூப்பிய வண்ணம் ஏதோ முணுமுணுத்துக் கொண்டிருந்தார். பெரியவா பேச ஆரம்பித்தார். "எனக்கு ஒரு விஷயம் புரிஞ்சா மாதிரி இருக்கு'' கொஞ்சம் மெதுவாக ஆரம்பித்தார் பெரியவா, "போன வருஷம் இதே மாசம்-னு ஞாபகம், நீங்க பங்காரு காமாக்ஷி கோவில்ல வந்து சந்திச்சதாக, இல்லியோ?''

“ஆமாம், நீங்க கோவில் கும்பாபிஷேகத்துக்கு வந்திருந்தேள். அன்னிக்கு உங்க கால்ல விழுந்தவதான், அப்பவே தெய்வத்தை நேரடியா பாத்துட்டேன், இனிமே ஒண்ணும் பாக்கியில்லைன்னு எழுந்திருக்க மனசில்லை. நீங்க சொல்லி யாரோ ஒரு அம்மா என்னைத் தூக்கி விட்டு, ஆகாரம் பண்ணிவச்சு, பெரியவா கிட்ட மறுபடி அழச்சுண்டு வந்தபோது, “எனக்கு யாருமில்லை, உங்களுக்கு தொந்தரவு இல்லாம, உங்க கும்பகோணம் மடத்துலயோ, இல்லேன்னா காஞ்சியிலேயோ சேவகம் பண்ணிண்டு இருக்க அனுக்ரஹம் பண்ணனும் – 24 மணி நேரமும் சேவகம் பண்ணத் தயார்–னு – சொன்னப்போ, நீங்க செஞ்ச ஏற்பாடுல சென்னை வந்த பக்தர் ஒத்தர், இங்க மடத்துல கொண்டுவந்துவிட்டார். எல்லா எடுபிடியும் பண்ணறேன், நீங்க காஞ்சி பக்கம் வரப்போ எல்லாம், உங்க அனுக்ரஹ பாஷணமும் கேக்கறேன். எதுவுமே பேசத் தோணல, பகவானண்ட எதுவுமே கேக்கறதில்லை. மனசு நிறஞ்சிருக்கு, காமாக்ஷி எப்ப கூப்டறாளோ அப்ப உங்க த்யானத்திலயே கண்ணை மூடிடுவேன்”.

“உங்களோட மனோதிடம், சங்கல்பம் எல்லாம் புரியறது, எனக்கு இப்ப ஒரு தர்மசங்கடம்; யாரோ உங்க பிள்ளைன்னு சொல்லிண்டு ஒத்தர் உங்களைப் பாக்கணும், அதோட, என்னையும் சேர்த்துப் பாக்கணும்–னு இங்க வந்திருக்கார். அதனால, உங்க பூர்வீகம் என்ன, இவருக்கும் உங்களுக்கும் இப்போதைய சம்பந்தம், நெலவரம் என்ன, அடியேன் என்ன பண்ணனும்னு உங்களுக்கு தோணினதச் சொன்னா எனக்கு மனசுக்கு தெளிவு கிடைக்கும்.”

கோமதி மாமி சில வினாடி கண்மூடி மௌனத்துக்குப் பின்னர், மெதுவாக பேச ஆரம்பித்தார், “எனக்கு சரியா பேச வராது, ஒரு வருஷமா, பேசவே மறந்து போய்டுத்தோன்னுகூட தோண்றது; அதனால ஏதோ தேவை இல்லாத விஷயம் பேசறேன்னு பட்டுதுன்னா, க்ஷமிச்சு என்னை அங்கயே நிறுத்திடுங்கோ... தஞ்சாவூருக்கு அஞ்சாறு மைல் வடக்கே, குறுங்கலூர்–ன்னு வெண்ணாற்றுப் பாசனம். எங்க அப்பா, வேதநாராயண ச்ரௌதிகள்–ன்னு... அக்கம்பக்கத்தில், ஏன் கூடலூர்லேர்ந்து கூட சிஷ்யர்கள் வருவா; அவாளுக்கெல்லாம் அப்பா வேத பாடம், உசத்தியான தர்மமா–மட்டும் சொல்லிக் கொடுத்தார்.

அக்கம் பக்கத்தில இருக்கற 20–30 கோவில்கள்ளேர்ந்து அவருக்கு மரியாத பண்ண அடிக்கடி கூப்டுவா. பிதுரார்ஜிதமா ஆத்துப்படுகைல த்ரி–போகம் பண்ற பசுமையான நெலம்; பக்கத்திலயே ரெண்டு தோப்பு கூட இருந்துது. அடியேன் ஒரே கொழந்தை. வசதியா இருந்தோம். எனக்கு செவ்வாதோஷம்–னு 17 வயசாயிடுத்துன்னு கவலைப்படற சமயம், அப்பாவைத் தேடிண்டு பாலக்காட்டு கிட்ட கஞ்சிக்கோடுங்கற ஊர்லேர்ந்து கோபாலய்யர்–னு அவரோட ஒரே பிள்ளயை, சுப்ரமண்யம்–னு பேர், அழச்சிண்டு பொண் கேட்டு வந்தார். கல்யாணம் ஆச்சு; அஞ்சு வருஷம் பொறுத்து எனக்கும் ஒரு பிள்ளை பொறந்தது. உப்பு சத்யாக்ரஹம் வருஷம்தான் மஹாதேவன் பொறந்தான்; எங்காத்துக்காரர் குறுங்கலூர்லேயே, மாமனாரோட நிலபுலம் எல்லாம் பாத்துண்டு, அக்கம்பக்கத்தில உபாத்திமையும் பண்ணிண்டு சௌக்கியமா இருந்தார். அவரோட அப்பா முதல்ல போனார், அப்பறம் என்னோட அப்பா, அம்மா, அடுத்தடுத்த வருஷம் போய்ச் சேர்ந்துட்டா. எனக்கு 33 வயசு இருக்கும். அப்ப அவருக்கு 40 வயசுதான், ஏதோ ஒரு விஷஜுரம், தஞ்சாவூர் ஆஸ்பத்ரியிலேயே 4 நாள் திண்டாடிட்டு அவரும் போய்ச் சேர்ந்துட்டார். கைல பத்து வயசு பையன், சொந்தம்னு சொல்லிக்க யாரும் இல்லை. நிலம், தோப்பு எல்லாத்தையும் குத்தகைக்கு விட்டு, அவன் பள்ளிக்கூடம் படிப்பு முடிஞ்சவுடன், சுதந்திரம் வந்த வருஷம்னு நினைக்கறேன், அவன் ஆசைப்பட்டான்னுட்டு மெட்ராஸுக்கு அழச்சுண்டு வந்து, எங்க அப்பாவோட சிஷ்யர் பெரிய டாக்டரா இருந்தார், அவரோட ஒத்தாசயோட, இன்னும் கொஞ்சம் நெலத்தை வித்து, டாக்டருக்கு படிக்க வெச்சேன். அந்த 6–7 வருஷம் நான் குறுங்கலூர்லேயே தங்கி சொச்சம் நிலபுலங்களைப் பாத்துண்டு காலம் தள்ளினேன். முதல்ல மஹாதேவன் வருஷத்துக்கு 3–4 தடவை வருவான். பணம் வாங்கிண்டு போவான்; அப்பறம் ஒரு வருஷத்துக்கு ஒரு தடவையாச்சு – கடிதாசு போட்டப்பல்லாம் மணியார்டர் அனுப்புவேன். அவன் படிப்பு முடிச்சு, டெல்லிக்கு போனதா கடிதாசி போட்டான். அப்பறம் 3–4 மாசத்துக்கு ஒரு தடவை எழுதுவான். பத்து வருஷம் மின்னாடி அவன் கூட வேலபாக்கற டாக்டரைக் கல்யாணம் பண்ணிண்டுட்டேன், டெல்லியிலயே செட்டில்

ஆயிட்டேன், நம்ம ஊர் பொண்ணு, கோயம்புத்தூர் ஐயர், வசதியான குடும்பம் அப்படி-இப்படின்னு சொல்லி, ஒரு போட்டோ கூட அனுப்பிச்சான். இப்ப அஞ்சு வருஷம் மின்னாடி அவனோட ஒரே கொழந்தை, ரெண்டு வயசிருக்கும் – அழகான புள்ளக்கொழந்தை, அவனையும் அவன் அம்மாவையும், பேரு மேனகா-ன்னு சொன்னான், அழச்சுண்டு தஞ்சாவூர்ல அவனோட டாக்டர் ப்ரண்ட் வீட்டுல தங்கியிருக்கறதாகவும், கிராம வீடு, நெலம் நீச்சு பாக்க அவளுக்கு ஆசைன்னுட்டும் சொன்னான். அவனும் அவளும் வேணும்-னுட்டே என்னெதிரே இந்தியில பேசிக்கறதா புரிஞ்சுது. பாக்கியிருக்கற நிலபுலங்களுக்கு குத்தகைக்காரங்கிட்டயே ஒரு வெலை பேசிட்டதாகவும், எனக்கு மாசம் செலவுக்கு பணம் அனுப்பறதாகவும் சொன்னான். அப்ப கூட, ஒரு வேளை, 'என்னோட வந்து இருக்கறயாம்மான்னு' கேப்பானோன்னு ஒரு பைத்தியக்காரத்தனமான நப்பாசை. அவன் கொழந்தை மட்டும், அந்த 6 நாளும் தினம் ஒருதடவை என் மடில வந்து உக்காரும், தினம் 4 மணி நேரம் இருப்பா, வந்த கார்லேயே சாயரக்ஷை தஞ்சாவூருக்கு திரும்பி போய்டுவா. இது ஒரு வாரம் நடந்தது. கடைசி நாள், பக்கத்து ஊர், உள்ளூர் பெரிய மனுஷா முன்னாடி நெறய காகிதத்தில என் கையெழுத்து வாங்கிண்டான். நானும் 8-ஆம் க்ளாஸ் வரை படிச்சவன்னு அவனுக்குத் தெரியும். ஆனா, அந்த பத்திரங்களை படிக்கச் சொல்லவில்லை. வந்தவா கிட்ட சாக்ஷிக் கையெழுத்தெல்லாம் வாங்கிண்டான். அப்பா நாள்ளேர்ந்து குத்தகை பார்த்த பெரிய மனுஷன் கண் கலங்கி என்னை நமஸ்காரம் பண்ணி ஒரு தட்டு நிறய பழம், கொஞ்சம் பணம் வச்சு, "இது நிலத்துக்கான கிரயம் இல்லையம்மா, அதெல்லாம் அவரண்ட கொடுத்தாச்சு, இது உங்க அப்பாவுக்கு என்னோட கடைசி மரியாதைன்னு சொல்லி, வாயில துண்டைப் பொத்திண்டு கலங்கிட்டுக் கிளம்பிட்டார்".

புறப்படறத்துக்கு முன்னாடி, அந்த 2 வயசு குழந்தை மழலயில, 'பாட்டி நீயும் வறயா-ன்னு கேட்டுது'. அதற்கப்பறம் ஒரு 4-5 மாசம் வரை, முதல் பத்து தேதில ஒரு அம்பது ரூபா மணியார்டர் போஸ்ட்மேன் வந்து கொடுப்பார். அதுவும் நின்று போயிட்டுது.

பூர்வீக சொத்தான வீட்டுக்கு மராமத்தும் பாக்க வசதியில்லை; அதனால வந்த விலைக்கு வித்துட்டு அந்த பணத்தை திருப்பனந்தாள் ஆதீனத்துக்கு தானம் பண்ணிட்டு, அந்த மடத்திலயே, அவா ரூல் படி தலையை மழிச்சுண்டு, நார்மடியோட ரெண்டு வருஷம் சமையல்ல, எடுபிடியா ஒத்தாசை பண்ணிண்டு மௌனமா காலம் தள்ளினேன். அங்க எனக்கு, நார்மடி சாமி, மௌன சாமின்னு பேர் வச்சிருந்தான்னு தெரியும்.

உங்களை பங்காருகாமாக்ஷி கோவில்ல பாத்தப்பறம் தான் எனக்குள்ள ஒரு ஆசை. இன்னும் கொஞ்காலமாவது தெம்போட எனக்கு தெரிஞ்ச தொண்டு செஞ்சுண்டு வாழணும், அப்பதான் உங்க பேச்செல்லாம் நெறய கேக்க முடியும்–னு ஒரு புது ஆசை வந்தது. என்னோட அப்பாவுக்கு நீங்கதான் குலதெய்வம்; உங்களை ரெண்டு தடவை அப்பாவோட வந்து கும்பகோணம் பக்கம் நீங்க வந்தப்பல்லாம் பாத்திருக்கேன். அப்பல்லாம், இவ்வளவு சமீபம் வந்து என்னுடைய சாதாரண வாழ்க்கையைப்பத்தி பேசுவேன்னுட்டு கனவு கூட கண்டதில்லை. என்னோட ஆசையெல்லாம், இருக்கற வரை யாருக்கும் இடஞ்சல் இல்லாம மனசுல ஆங்காரமில்லாம, பழய கொறையெல்லாம் ஞாபகம் வராம, த்ருப்தியில்லாத விஷயங்கள் எல்லாமே மறந்து போகணும் – அதுக்கு பெரியவாதான் அனுக்ரஹம் பண்ணணும். எனக்கு ஒரு வேளை சாப்பாடு போட்டவா, ஒரு வாய் தண்ணி குடுத்தவா அப்படி எல்லார் செஞ்ச உபகாரத்தையும் மறக்கக் கூடாது. மத்தபடி, எல்லா அத்ருப்தியான விஷயங்களும் சுத்தமா மறந்து போகணும். எனக்கு யார் மேலேயும் கோபமே இல்லை – ஆனா, ஏன் அந்த மாதிரி விஷயங்கள் மறந்து போகமாட்டேங்கறது?

பெரியவா அந்த அம்மா பேசின போது, சில இடங்களில் முகத்தை துடைத்துக் கொண்டார் – நானும் ஸ்ரீதர் ஸாரும் கண் கலங்கினோம் – ஆனால் பெரியவா, மெல்லிதாக சிரித்தார், கண்ணை மூடி 30 வினாடி மௌனம் இருந்தபின், "இந்த இடத்துல எனக்கு ஒரு விஷயம் புரியல... ஏன் உங்க புள்ளய பார்க்காமல் மடத்துக்குப் போனீங்க? அவர் மேல கொஞ்சமாவோ இல்ல, நிறயவோ வருத்தமிருக்கா? ஆனா, நீங்க

கோபப்படற ஆசாமி இல்லன்னு இப்ப தெரிஞ்சுண்டேன். ஒரு வேளை, அவர் தப்பு செஞ்சதாவோ நெனைச்சு மன்னிப்பு கேக்க வந்திருக்காரோ என்னவோ? அவர் இப்ப வந்து கூப்பிட்டா அவர் கூடப்போக மனஸில் ஆசையிருக்கா, இல்லைன்னா என்னமாதிரி பதில் சொல்றதுன்னு தெரியாமவ்யாகூலப்படறேளா? ஏன் ஒதுங்கி மடத்துக்கு ஓடிப்போனேள்?".

இப்போது மாமி தெளிவாக புன்னகைத்தார். 10–20 வினாடி மௌனமாகக் கண்மூடி, பின்னர் பேச ஆரம்பித்தார். ஒரு உபதேசம் போல இருந்தது. நானும் ஸ்ரீதர்-ஸாரும் கண்ணைத் தொடச்சிண்டே இருந்தோம். ஓரளவு எங்களை புரட்டிப் போட்டதென்றால் அது மிகையில்லை. கிட்டத்தட்ட 58 வருஷங்களில் மறக்க முடியாத உபதேசம். வாடியிருந்த பெரியவா முகத்தில புன்சிரிப்பு, மகிழ்ச்சியோன்னுகூட தோணித்து...

✦ ✦ ✦

அத்தியாயம் 13

இந்த இடத்துல, பெரியவா மேனேஜரை கண் சமிக்ஞை காமிச்சு கிட்டவரச் சொல்லி ஏதோ ரஹஸ்யம் பேசினார். மேனேஜர் போனதும், மாமியைப் பார்த்து பேசுங்கோன்னு சொல்றாமாதிரி கை அசைச்சார்.

“உங்களோட எல்லா கேள்விகளுக்கும் ரெண்டு லைன்-ல பதில் சொல்லிட முடியும். எனக்கு பல வருஷங்களா பேசற பழக்கமே விட்டுப் போய்டுத்துங்கற மாதிரி படறது. கொஞ்ச காலமா பெரியவாகிட்ட மட்டும்தான் பேசறது, அதுவும் கேட்ட கேள்விக்குப் பதில் அப்படின்னுட்டு வாடிக்கையாயிடுத்து. அதனால ஏதாவது அச்சுபிச்சுன்னு வார்த்தைகள் வந்துடுத்துன்னாக்க மன்னிச்சுடுங்கோ. அதனால, முதல்ல, விட்டுப் போன சில விஷயம் அதுவும் கடந்துபோன 5 வருஷத்தில என்னோட மனநிலைமை, இப்ப என்ன தோண்றதுங்கற விஷயம் சொல்லணும்னு தோண்றது என்று சொல்லி நிறுத்தினார் மாமி.

பெரியவா, “தாராளமா தயங்காம சொல்லுங்கோ”, என்று புன்னகையுடன் ஆதரவாகச் சொன்னார்.

கண்மூடிய மாமி, மெதுவாகப் பேசத் தொடங்கினார். “எனக்கு 13 வயசில எட்டாம் க்ளாஸோட படிப்பு முடிஞ்சுடுத்து; ஆனா, அப்பாவோட சிஷ்யர் காலேஜ் படிப்பு படிச்ச பெரிய மிராசு. அவரோட பொண்ணுக்கும் எனக்கும் அவாத்துலேயே வச்சு, இங்கிலீஷ், கணக்கு, தமிழ், ஸம்ஸ்க்ருதம் எல்லாம் ஸ்கூல் பைனல் லெவலுக்கு சொல்லிவச்சார். எனக்கும் அவர் பொண்ணுக்கும் ஒரே வருஷம் கல்யாணம் நடந்தது. நாங்க சர்டிஃபிகேட்-னு வாங்காட்டாலும், அதுவரை படிச்சதுல, மூணு பாஷைகள்ளயும், படிக்கவும், எழுதவும், பேசவும் நன்னாவே

தெரிஞ்சுண்டோம். 18–வயசுல கல்யாணம், வீட்டோட மாப்பிள்ளை. எல்லாம் மாமனார்கிட்டதான். எனக்கு 23–வயசுல மஹாதேவன் பொறந்தான்; அடுத்த பத்து வருஷத்துல அவன் அப்பாவும், மத்த எல்லாரும் போய்ச் சேந்தாச்சு. நெலத்து குத்தகையும் பாத்துண்டு இவனையும் படிக்க வெச்சு, அவன் சொன்ன தெல்லாத்தையும் கேட்டுண்டு அவன் சொன்ன இடத்தில கண் மூடி கையெழுத்துப்போட்ட போது கூட எனக்கு ஒரு கொறையாகவோ இழப்பாகவோ எதுவுமே என்னை பாதிக்கலை. நெலம், நீச்சு தோப்புகள் எல்லாத்தையும் எவ்வளவுக்கு வித்தான்னு கூட நான் ஒரு வார்த்தை கேக்கலை. கிளம்பறச்சே, ஒரு அம்பது ரூபாவை ஸ்வாமி மாடத்துல வெச்சுட்டு கிளம்பினான். அப்ப நடந்த ஒரு சம்பவம் தான், என் வாழ்க்கைல எந்த ஏமாத்தமோ, சோகமோ வந்தாலும் என்னை பாதிக்காத அளவுக்கு என்னை தயார்ப்படுத்தித்தோன்னு நினைக்கறேன். எனக்கு எங்கப்பா ஏன் அவர் போகறத்துக்கு மின்னாடி, என்னோட 21ஆவது வயசுல தேசிகர்ன்னுட்டு ஒரு பெரிய வைஷ்ணவ ஆசார்யர் பண்ண வைராக்ய பஞ்சகத்தை அர்த்தத்தோட சொல்லி வச்சார்னும் அன்னிக்கு தான் ரொம்ப தெளிவா புரிஞ்சிண்டேன்.

மாமி கொஞ்சம் நிறுத்தினார், “ரொம்ப தொண தொணக்கறேனோ” என்றவாறே பெரியவாளைப் பார்த்தார்.

பெரியவா, “அப்படியெல்லாமில்ல. நீங்க நிதானமா சொல்லுங்கோ... அந்த பஞ்சகம் என்னன்னும், நீங்க என்னமாதிரி அதை உபதேசமா எடுத்துண்டேள்னும் சொல்லணும்... உங்கப்பா மஹானில்லயோ, நாங்களும் தெரிஞ்சுக்கறோமே... ” என்றார்.

மாமி தொடங்கினார், “மஹாதேவன் ஆம்படையா அவனண்ட கொஞ்சம் தாழ்த்தியான குரல்ல இங்லீஷ்ல பேசினாள். பயந்துண்டே எம்பிள்ளை அவளை அடக்கப்பாத்தான், முடியல. இதுதான் சாராம்ஸம்: “நீங்க தான் மாசா மாசம் பணம் அனுப்பறேன்னு சொல்லிட்டேளே, எதுக்காக இப்ப இந்த அம்பது ரூபா குடுத்தேள்? அந்த குத்தகை ஆசாமி வேற 200 ரூபா தட்டுல வச்சதையும் பாத்துட்டு ‘எதுக்கு இந்த மாதிரி வேஸ்ட் பண்ணறே’னு கேட்டா–ங்கற அளவுக்கு புரிஞ்சுது.

ஒரு வேளை எனக்கு இங்லீஷ் தெரியும்-கறத அவ கிட்ட சொல்லாததை நெனச்சு மஹாதேவன் தெகச்சுப்போய் நின்னானோ என்னவோ தெரியல. அப்பதான் வயல்ல களை எடுக்கறவா 5 குடும்பத்தார் நம்மாத்துக்கு வந்து, 'கொஞ்சம் நீர்மோர் தறேளா'ன்னு கேட்டா... என் வீதத்துக்கு, அன்னிக்கு மோரோட கூட, ஒவ்வொரு குடும்பத்துக்கும் தலா 50 ரூபா கொடுத்தேன். குத்தகைக்காரர் குடுத்த தானம், எம்பிள்ளை எனக்கு அன்னிக்கு அளந்தபடி எல்லாம் அந்த அஞ்சு பேருக்கும் சரியாயிடுத்து...

அதப்பாத்த என் மாட்டுப்பொண்ணு மறுபடியும் இங்லீஷ்ல அவனை கடிஞ்சுண்டா, "பாருப்பா, உங்கம்மாவுக்கு எவ்வளவு பணக்கொழுப்பு? அதனாலதான், எல்லாத்தையும் தொலச்சுட்டு நிக்கவேணாம்னுட்டுதான் நெலத்தயெல்லாம் இப்பவே விக்கச் சொன்னேன். இப்ப புரிஞ்சுக்கோ'ன்னு சொல்லிட்டு, வாசல்ல இருந்த வண்டில போய் உக்காந்து கொண்டா... மஹாதேவனைப் பாத்தா பாவமா இருந்தது. எனக்கு இங்கிலீஷ் தெரிஞ்சா மாதிரியோ, எனக்கு வருத்தம்-னோ எதுவும் காட்டாமே சிரிச்சுண்டே, கொஞ்சம் தூத்தம் குடுத்து அனுப்பிட்டேன். அவாள்ளாம் போனப்பறம், எனக்கு தொணைக்கு படுத்துக்கற ஒரு வயசான அம்மா தவிர யாரும் இல்லாதபோது, அப்பா சொல்லிக் கொடுத்த வைராக்ய பஞ்சகம், அவர் கைப்பட எழுதின அர்த்தம் உள்ள நோட்புத்தகத்தை வச்சுண்டு 5-6 தடவை படிச்சேன். என் ஸ்தோத்ர பாட நோட்டு தான் இது... இப்ப சத்திக்கு இது தான் என் பொக்கிஷம்"னு சொல்லி வாய்விட்டு சிரிச்சார்.

பெரியவா, "என்ன முக்யமான இடத்துல நிறுத்திட்டேளே... அந்த பஞ்சகம் விஷயம் சொல்லுங்கோ... " எங்களைப் போலவே பெரியவாளுக்கும் அது தாங்க முடியாத இடைவெளிபோல இருந்ததுன்னு நினச்சோம்.

மாமி பேச ஆரம்பிச்சார். "அப்பா சொல்லித்தான் அந்த பஞ்சகம் பத்தி தெரியும்; பெரியவா முன்னாடி இந்த மாதிரி அதிகப்ரசங்கத்துக்கு எனக்கு அருகதையே இல்லை" என்று தயங்கி நிறுத்தியவர்,

பெரியவாளோட காருண்யமான ஊக்கத்துல மறுபடியும் தொடங்கினார்..

“விஜயநகர ராஜாகிட்ட மந்திரியாக இருந்த ஸ்ரீவித்யாரண்ய ஸ்வாமி, வைஷ்ணவ பெருமானான வேதாந்த தேசிக ஸ்வாமியோட வறுமையை போக்கறதுக்கு விஜயநகரத்திற்கு வந்துடுங்கோன்னு வேண்டிக்கறாராம். தேசிகர் தன்னோட வைராக்யத்தை நாலு வரி ஸ்லோகமாக்கி பதில் எழுதினாராம். ஸ்ரீவித்யாரண்யர் மறுபடியும் கேட்டுண்டதால மேலும் அஞ்சு ஸ்லோகங்கள்ள தன்னோட வைராக்யத்தை விளக்கினாராம். அப்படிதான் அப்பா சொன்னதா ஞாபகம். மாமி ஒரு ராகமா பாடினார்.

क्षोणीकोणशतांशपालनकलहुर्वारगर्वानल-
क्षुभ्यत्क्षुद्रनरेन्द्रचाटुरचनां धन्यां न मन्यामहे ।
देवं सेवितुमेव निश्चिनुमहेयोऽसौ दयालुः पुरा
दानामुष्टिमुचे कुचेलमुनये दत्ते स्म वित्तेशताम् ॥

க்ஷோணீகோணஶதாம்ஶபாலன-
கலத்3து3ர்வாரக3ர்வாநல-
க்ஷுப்4யத்க்ஷுத்3ரநரேந்த்3ரசாடுரசநாம்
த4ந்யாம் ந மன்யாமஹே ।
தே3வம் ஸேவிதுமேவ நிஶ்சினு-
மஹேயோऽஸௌ த3யாலு: புரா
தா3னாமுஷ்டிமுசே குசேலமுநயே
த3த்தே ஸ்ம வித்தேஶதாம் ॥

பூமியோட ஏதோ ஒரு மூலையில் இருக்கற கோடீல ஒரு சின்ன நாட்டை ஒரு ராஜா ஆளுகிறான். அதைவெச்சுண்டே அவனுக்குக் கர்வம் தாங்கலை. மனுஷாள்ளாம் அவனைப் புகழ்ச்சியா பாடறா. ஆனா நாம் அவற்றை எல்லாம் துரும்பென மதிக்கிறோம். ஏன்னாக்க, கிருஷ்ணர் குசேலனோட கையிலிருந்து ரெண்டு பிடி அவலை வலுவில் எடுத்துண்டு, அந்த ஏழை ப்ராமணனை குபேரன் மாதிரி ஆக்கினார்னு கதை. அப்படிப்பட்ட பகவானுக்கு மட்டும் தான் சேவை பண்றதுக்கு இந்த பிறவி. அதுக்குதான் நம்மை அர்ப்பணிக்கணும் சொத்தும் வேண்டாம், புகழ்ச்சியும் வேண்டாம்.

**शिलं किमनलं भवेदनलमौदरं बाधितुं
पयः प्रसृतिपूरकं किमु न धारकं सारसम् ।
अयत्नमलमल्पकं पथि पटच्चरं कच्चरं
भजन्ति विबुधा मुधा ह्यहह कुक्षितः कुक्षितः ॥**

**ஶிலம் கிமனலம் ப^{4}வேத^{3}னலமௌத^{3}ரம் பா^{3}தி^{4}தும்
பய: ப்ரஸ்ருதிபூரகம் கிமு ந தா^{4}ரகம் ஸாரஸம் ।
அயத்னமலமல்பகம் பதி^{2} படச்சரம் கச்சரம்
ப^{4}ஜந்தி விபு^{3}தா^{4} முதா^{4} ஹ்யஹஹ குக்ஷித: குக்ஷித: ॥**

வயல்ல சிந்தின கையளவு நெல் நமக்கு பசி தீர போதுமா இல்லயா? ரெண்டு கையளவு தீர்த்தம் நம்ம தாகத்தைத் தீர்க்காதா? மானத்தை மறைக்கறதுக்கு பாதையில் கிடக்கும் ரெண்டு கிழிஞ்ச துணி போதாதா? இதை விட நமக்கு என்ன வேண்டும்? ஆனால் ரொம்ப படிச்சவாளும் மத்தவாளை புகழ்ந்து யாசகம் பண்ணி வாழறாளே! அதையும் பாக்கறோமே! என்ன பரிதாபம்!

இன்னும் 3–4 இருக்கு, ஆனா, அப்பா ரொம்ப அனுபவிச்ச விஷயம் கடைசி ஸ்லோகம். அதுதான் இன்னிக்கு கவசமா இருக்கு!

**नास्ति पित्रार्जितं किञ्चिन्न मया किञ्चिदार्जितम् ।
अस्ति मे हस्ति शैलाग्रे वस्तु पैतामहं धनम् ॥**

**நாஸ்தி பித்ரார்ஜிதம் கிஞ்சிந்ந மயா கிஞ்சிதா^{3}ர்ஜிதம் ।
அஸ்தி மே ஹஸ்தி ஶைலாக்^{3}ரே வஸ்து பைதாமஹம் த^{4}னம் ॥**

என் தந்தை வழியா வந்து போன சொத்துன்னு எதுவும் எனக்குன்னு கொண்டாடலை. நான் சேத்தேன்னு எதுவும் சொல்லிக்க இல்லை. ஆனால் என் பாட்டனாரின், அதாவது பிரம்ம தேவன் எனக்குன்னு விட்டுப்போன சொத்து இருக்கே அது காஞ்சியில அத்திகிரி மேல நிரந்தரமாக இருக்கு = எங்கப்பா இதை சொல்லிசொல்லி சிரிப்பார். அப்ப அந்த சிரிப்புக்கு அர்த்தம் புரியல. அப்ப, அந்த மஹானை அசடுன்னு நினச்சேன்! – அதை நினச்சா, நான் எவ்வளவு பெரிய அசடுன்னு சிரிப்பு வறது இப்ப.

கடேசியா மஹாதேவனைப் பாத்தது எப்பன்னாக்க, அவன் நிலம் விக்க வந்தபோது 5 வருஷத்துக்கு மேல இருக்கும். அப்ப அந்த 2 வயசுக் கொழந்தைக்கு, பேரனுக்கு – என்ன பேருன்னுகூட சொல்லலை. இப்ப ஏழு வயசு இருக்கும். போன மாசம் இங்க மடத்துக்கு வந்தவா எங்க ஊர்க்காரா, இப்ப அவா பிள்ளயோட டெல்லில இருக்காளாம். அப்ப தான், மஹாதேவனுக்கு ஒண்ணரை வயசுல ஒரு பொண் கொழந்தகூட இருக்கறதா சொன்னா. அவன் சம்ஸாரம் கொழந்தகுட்டிகளோட சௌக்யமா இருக்கணும்னு காமாக்ஷிகிட்ட அப்பப்ப வேண்டிப்பேன். இன்னிக்கு மடத்தில பந்தி பரிமாறச்சே 6–7 வயசுலயும், 2–3 வயசுலயும் கொழந்தகளை அவாவாளோட அப்பா, அம்மா, தாத்தா பாட்டியோட பாக்கறச்சேயும், அதுகள் என்னைப் பாத்து "பாட்டி, இன்னும் கொஞ்சம் ரஸம், அப்பளம்னு சொல்லி கூப்படறச்சே, எனக்குன்னு எத்தனை பேரன் பேத்திகள், இவா எல்லாம்தான் சொந்தம். பெரியவா அடிக்கடி சொல்லுவேளே, 'வசுதைவக குடும்பகம்'னுட்டு இவாதான் என் குடும்பம். மடத்துல சாப்பாடு, தங்க நெழல், ரெண்டு நார்மடி வேற என்ன வேணும் எனக்கு. அப்பாதான் எனக்கு ஆசார்யன். ஏன்னாக்க, எங்க ஆத்துக்காரருக்கும் லோக தர்மமும், வேதபாடமும் சொல்லிக் கொடுத்து ஒண்ணும் தெரியாம வந்தவரை ஒரு வேதாந்தியா மாத்தினவரே என்னோட அப்பா தான்.

எனக்குன்னு ஒண்ணுமே, ஏன் சொல்லிக்கறாப்பல ஒரு உறவுமில்லை, பகையுமில்லை. யார் பேர்லயும் எந்த கோப தாபங்களும் இல்லை. அவாவாளுக்கு விதிக்கப்பட்ட வாழ்க்கையை அவாவா, பகவத் சிந்தனையோட சந்தோஷமா ஏத்துண்டு, நம்ம கடைசி மூச்சு வரை வாழை மரம் மாதிரி வாழணும்னு நீங்க தானே சொல்லிக் குடுத்தேள்.

எத்தனையோ பேர், ஊமை மாமின்னு கூப்படறா, பல பேர் நார்மடி மாமின்னு, சில பேர் செவிட்டு மாமின்னு பேசிப்பா; எதுவுமே என்னை பாதிக்கற தில்லை. எல்லாத்துக்கும் சிரிச்சுடுவேன். அதனால சில பேர் என் காதுபடவே பைத்தியம்னு பேசிப்பா. என் பிள்ளை எனக்கு செஞ்ச பெரிய உபகாரம், சேவை என்னன்னாக்க, நெலத்த வித்தன்னிக்கு, வீட்டையும் வித்துட்டு, உடனே எங்கூட வான்னு ஆர்டர் போட்டிருந்தா,

அன்னிக்கிருந்த நிலமைல அவனோட பின்னாடியே போயிருப்பேன். அவன் வாழ்க்கை நிம்மதியையும் கெடுத்து, அந்த சின்னஞ்சிறுசுகள் வாழ்க்கைல ஏதாவது குழப்பம் பண்ணியிருப்பேனோ என்னவோ! அன்னைக்கு என் பிள்ளை அதையெல்லாம் நெனச்சுதான் அந்த மாதிரி ஒரு சங்கடத்தை அம்மாவுக்கு ஏற்படுத்தலை. அதனாலதான் கொஞ்ச நாள் கழிச்சு அந்த வீட்டையும் வித்து, நம்மால ஆன தர்மம் பண்ணிட்டு ஒரு தர்ம ஸ்தாபனத்தை அண்டி சன்னியாசியாக வாழ முடிந்தது. அது மூல்யமா தான், அப்பா அம்மா பண்ணின புண்யம், உங்க நிழல்ல இடம் கிடைச்சுது. ‘அவன் மன்னிப்பு கேக்க வந்திருப்பான்’னு நான் நெனைக்கல ஏன்னாக்க, அவன் எந்த தப்பும் பண்ணலை. உங்க அடுத்த கேள்வி அவன் இப்ப வந்து கூப்பிட்டா அவனோட போக மனஸில் ஆசையிருக்கா? பதில் இல்லை, லவலேசமும் இல்லை. இதை பதிலா சொல்றதுக்கு வ்யாகூலமோ தயக்கமோ எதுவும் இல்லை. ஒரு வேளை அவன், தான் மின்னாடி ஏதோ தப்பு செஞ்சுட்டதாக நெனச்சு ப்ராயச்சித்தம் பண்ணனும்னு நெனச்சு அழச்சுண்டு போறேன்னு வேண்டிண்டாலோ, அல்லது அவனுக்கு இப்ப கொழந்தைகள பாத்துக்க நமூதா ஒரு ஆள் வேணும்னு வந்திருக்கான்னோ நான் எதுக்காக இதையெல்லாம் நெனக்கணும்? அதுவும் ஒரு வித அஹங்காரம்தானே? எது எப்படியானாலும் என்னோட குடும்பம் ‘வஸுதைவக குடும்பகம்’தான். இப்ப சத்திக்கு நிர்மலமாயிருக்கணும்னு முயற்சி பண்ற நார்மடி மாமிக்கு, செவிட்டு, ஊமை மாமிக்கு ஸம்சாரம், பந்தங்கள், சௌகர்யங்கள் எல்லாம் பழயபடி தேவையா? நீங்க அப்படி உத்தரவு போடமாட்டேள்”’ன்னு நெனக்கறேன்.

பெரியவா தாராளமா சிரிச்சார். “மத்தவாளோட ஸம்ஸார போராட்டத்தில பஞ்சாயத்து பண்ண வேண்டாம்னு சிவனேன்னு இருக்கேன்; உங்களைப் போய், அதுவும் நிர்மலமா பாகவதசேவையும், பகவத்சேவையும் பண்ணிண்டிருக்கற ஒரு சன்யாஸியை நான் அந்த மாதிரியெல்லாம் சங்கடப்படுத்துவேனாம்மா?”.

“ஆஹா, அபசாரம் பண்ணிட்டேன், மன்னிச்சுடுங்கோ – மொதல்லயே சொன்னேன் இல்லையா, நான் ஒரு அச்சுபிச்சுன்னு...” என்று சொல்லி,

மாமி கன்னத்தில் போட்டுக் கொண்டார். அந்தக்கணம் தான் மாமி, தன் பிள்ளை மேனேஜரோட தனக்கு பின்னாடி நிற்பதைப் பாத்துட்டு, கொஞ்சம் சங்கடத்தில் கண்ணை மூடிக் கொண்டார். நெலமையை புரிஞ்சிண்ட பெரியவா கனிவாக,

“அடியேன் தான் உங்க மனசுல இருக்கறதை நேருக்கு நேர் கேக்கட்டும்னு உங்களண்ட சொல்லாம வரச்சொன்னேன்” என்றார்.

பெரியவா முன்னாடியே, மஹாதேவன் அம்மாவுக்கு முழு நமஸ்காரம் பண்ணிட்டு, ஒண்ணும் சொல்லாம தாரை தாரையா கண்ணீர் விட்டுக்கொண்டு கைகூப்பிய வண்ணம் உக்காந்து விட்டார். மாமி கண் கலங்கவேயில்லை. அமைதியாக தன் மகன் தலைமேல் கைவைத்து “இந்த ஸாக்ஷாத் பகவான் மின்னாடி வேற யாருக்குமே நமஸ்காரம் பண்ணக்கூடாது, கண் கலங்கக் கூடாது. அவர் கடாக்ஷம் உம் மேல பட்டாச்சு; உன் மன உளச்சல் எல்லாம் இந்த நிமிஷத்துலேருந்து சரியாயிடும். பெரியவா தான் நம்ம குலதெய்வம். கொழப்பம் வரச்சேயெல்லாம் இந்த நிமிஷத்தை மனசுல கொண்டுவந்து, இந்த பகவானை நெனச்சுக்கோ. நீ என் வயத்துல பொறந்து எனக்கு ஒரு மரியாதையையும் அந்தஸ்தையும் குடுத்தே; அதோட நம்ம ரெண்டு பேருக்கும் இருந்த ஜென்மாந்தர கடனெல்லாம் எப்பவோ தீந்து போச்சு. இனிமேல அம்மாவை நெனச்சேன், வந்தேன்னு அலையாதே. எனக்கு இந்த தெய்வத்தோட நிழல்ல இடம் கிடச்சுடுத்து. சொச்ச நாட்களை இப்ப மாதிரியே சந்தோஷமா கழிச்சுடுவேன். நீ எதுக்கு வந்தே, யார் சொல்லி வந்தேங்கறது முக்யமில்லை. எது காரணமாயிருந்தாலும், நீ புண்யம் பண்ணதால, இந்த தெய்வ தர்சனம் கிடச்சுடுத்து. அதுதான் உன் ஜென்ம பலன். உன் கடமையை தெய்வ பக்தியோட, உண்மையா செய். இனிமேல உன் வாழ்க்கையின் முடிவுகள நீ தான் தைர்யமா தர்மப்படி கோபதாபங்களில்லாம எடுக்கணும். எல்லா முடிவுக்கும் எப்பவும் நீ தான் பொறுப்பேத்துக்கணும். உன் அகமுடையாள், கொழந்தைகள் மட்டும்தான் சொந்தம்னு வச்சுக்காம, உன்னை சுத்தி இருக்கற உலகத்தில எல்லாருக்காகவும் கொஞ்சம் நேரம் ஒதுக்கு. சந்தோஷமா, அமோகமா, உன் தாத்தா, அப்பா, இந்த பகவான் எல்லாரோட

ஆசீர்வாதத்தோடயும் சந்தோஷமா, நீண்ட ஆயுசோட இருப்பா" என்று சொல்லி முடித்து, திடீரென எழுந்து பெரியவாளை நமஸ்காரம் பண்ணிட்டு, "எனக்கு உத்தரவு தரேளா?" என்றார்.

கலங்காத அந்த நடமாடும் தெய்வமும், ஒரு கணம் கண்ணை மூடிக்கொண்டது; கண் திறந்து, "ஆஹா, பேஷா போய்ட்டு வாங்கோ. அதோ அவர் தான் மடத்துக்கு உங்களை அழச்சுண்டு போக காத்துண்டு இருக்கார். வெய்யல்ல பஸ், நடையெல்லாம் வேண்டாம்" என்று சொல்லி ஆசீர்வதித்தார்! யாரையும் பாக்காமல் பெரியவா பக்கம் கண்மூடி கை கூப்பிவிட்டு, விடு விடு என்று வாசலுக்கு, மடத்து போஷகருடன் கிளம்பி விட்டார்.

✦ ✦ ✦

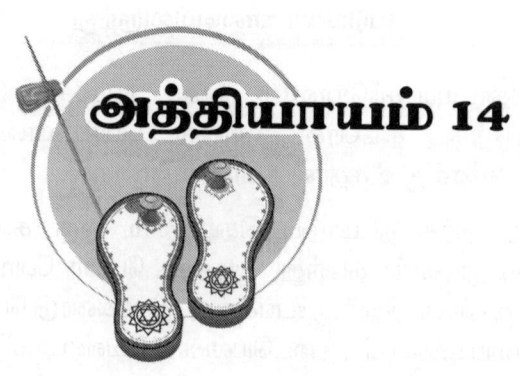

அத்தியாயம் 14

அந்த (1964) ஏப்ரல் மாத கீழம்பி சந்திப்பிற்குப் பிறகு, பல மாதங்களுக்கு பெரியவாளைச் சந்திக்க முடியவில்லை. அந்த கோடை விடுமுறையின் போது, அப்பாவின் உடல்நிலையால், அவரது அலுவலகச் சூழ்நிலையால், என் சகோதரிகளும் வேலைக்குச் செல்ல முயன்றதால், நானும், ராமகிருஷ்ணா மிஷன் (டெக்னிகல் இன்ஸ்டிட்யூட்) நூலக உதவியாளராக அண்ணா சுப்ரமண்ய ஐயரின் சிபாரிசில் வேலைக்குச் சேர்ந்தேன். விரைவிலேயே, என் கல்லூரி திறக்கப்பட்ட பின், அப்பா மீண்டும் வேலைக்குச் செல்லத் தொடங்கினார். கல்லூரி இறுதியாண்டு என்பதால், வாரத்தில் ஏழு நாட்களும் போதவில்லை! அமர-பாரதி, மாணவர்-மன்றம் போட்டிகளுக்கு தயார் நிலை, மற்றும் கல்லூரி முதல்வரின் கட்டளைப்படி அனைத்துக் கல்லூரி போட்டிகளிலும் கலந்துகொள்ளும் நிர்பந்தத்தால் நேரமின்மை; கூடுதலாக, மாலை நேரங்களில் இரண்டு ஸ்மிருதி வகுப்புகள் வேறு சேர்ந்ததால், நேர நெருக்கடியால் பல தடங்கல்கள். பல வாரக்கடைசி நாட்களில், எத்தனையோ முறை, நினைத்த மாத்திரத்தில் ஒரு பேருந்தில் ஏறி காஞ்சிபுரம் போக மனம் துடித்தாலும், புரியாத காரணங்களால் ப்ரயாணம் தள்ளிப்போய்க் கொண்டே இருந்தது. பேராசிரியர் (ஸ்ரீதர்) தான் என்னிடமிருந்து தகவல்களைத் தெரிந்துகொண்டு, பெரியவாளிட மிருந்து திரும்பி வந்து ஆசிர்வாதம் மற்றும் செய்திகளுடன் பிரசாதம் கொண்டு வந்து தருவார். ஆகஸ்ட் மாதத்தில் என் கல்லூரி வாழ்க்கையில் ஒரு பெரிய சவால், அதிர்ச்சியாக வந்திறங்கியது; அது என்னை புரட்டிப்போட்டது என்பதை விட பலவீனமாக்கியது என்று சொல்லலாம்.

மதிய உணவு நேரத்தில் ஒரு நாள், விளையாட்டு மைதானத்தில் ஒரு மரத்தடியில் அமர்ந்திருந்தேன், ஸ்ரீதர் சார் என்னிடம் வந்தார். 'ஏதாவது சாப்பிட்டாயா?' என்று கேட்டதற்கு, 'எதுவும் பிடிக்கவில்லை; கொண்டும் வரவில்லை,' என்றேன். அவருக்கு நானிருந்த நிலைமை புரிந்ததால், வெள்ளிக்கிழமை மத்யானம் மீதமுள்ள பாடங்களுக்கு லீவு சொல்லிவிட்டு வீட்டிற்குச் செல்வதே மேல் என்றும், ஆனால், மறுநாள் காலையில் 10 மணிக்குள் காஞ்சிபுரம் மடத்துக்கு வந்து சேரவேண்டும் என்று பெரியவா உத்தரவு என்றும் அழுத்திச் சொன்னார்.

ஒரு பதினைந்து நாட்களுக்கும் மேலாக வழக்கத்திற்கு மாறாக நான் மௌனியாக இருப்பதை என் தந்தை கவனித்தார்; ஆனால் கல்லூரி சார்ந்த அழுத்தங்கள் மற்றும் வீட்டு பணிகள், குறைவான தூக்கம், இவை காரணமாக இருக்கலாம் என்று கருதி, அதிகம் கேள்வி கேக்க வில்லை; எனது கல்லூரி கட்டணங்கள் வழக்கம்போல ஸ்காலர்ஷிப் மூலம் செலுத்தப்பட்டிருக்கலாம் என்றும் கருதியிருக்கலாம், மேலும் நான் அவரிடம் எந்தவிதமான பண உதவிக்கும் செல்லாததால், பேச்சு வார்த்தை மிகக்குறைவாக இருந்தன. நான் நாளுக்கு நாள் பளபளப்பை இழந்து, மிகக் குறைவாகச் சாப்பிட்டு, பெரும்பாலான இரவுகளில் தூக்கமின்றி அல்லாடுவதை கவனித்தது, என் அம்மா என்று புரிந்தது; ஸ்ரீதர் சாரின் அறிவுரையின் பேரில், நான் வீட்டை அடைந்ததும், வழக்கத்தை விட முன்னதாகவே, மாலையில் நரசிம்மர் சந்நிதிக்குச் செல்ல தன்னுடன் வரும்படி என் அம்மா என்னிடம் கூறினார். என் சகோதரிகளில் ஒருவரை அழைத்துச் சொல்லும்படி நான் கேட்டுக் கொண்டபோது, அம்மா "உன்னண்ட தான் ஒரு முக்கியமான விஷயம் பேசணும், அதனால் நீதான் வரவேண்டும்" என்றார்; கோவிலுக்குள் போனதும் ஆண்டாள் சந்நிதிக்கு அருகில் உட்காரச் சொன்னாள் – வழக்கமாக அது ரொம்பவும் அமைதியான இடம், "கல்லூரியில் ஏதாவது பிரச்சனையா? நீ ஏன் மிகவும் வெளிறிப் போய் சோர்ந்து போயிட்டே?" என்ற அம்மா, இதுவரை என்னைப் பார்த்திராத அளவுக்கு நான் வெறுமையாகத் தெரிந்ததால், தனக்கு பயமாக இருப்பதாகச் சொன்னார் – அழுதுவிடுவார் போலிருந்தது. என் அம்மாவிடம் எதையும் மறைக்க

முயன்றதில்லை. நான் சன்னமாக அழுதேன், ஆனால் சன்னதிகிட்டே வருகிறவர்களை கவனமாகப் பார்த்து அடக்கிக் கொண்டேன்; ஆனால் விரைவாக அவரை குதிரை மண்டபத்துக்கு கூட்டிக்கொண்டு போய், நடக்கும் அனைத்தையும் அம்மாவிடம் வாரிக்கொட்டி விட்டேன். ஆனால் நான் பெரியவாளைப்போய் சந்திக்கும் வரை, இரண்டு நாட்களுக்கு அப்பாவிடம் நான் சொன்ன சங்கதி எதையும் எடுத்துச் செல்லாமல் இருப்பது நல்லது என்று அம்மாவிடம் கெஞ்சினேன். "கொழந்தே! உனக்கு சோதனைகள் எதுவும் புதுசு இல்லியேடா... உன் ஆஞ்ஜநேயரை சுத்திட்டுப் போலாம், எல்லாம் சரியாயிடும்; பெரியவாளைப் பாத்துண்டு வந்தால் அவர் எல்லாத்தையும் பாத்துக்குவார்" என்று சொல்லி எழுந்தார். அந்த ஆறுதலான வார்த்தையே மனசை அமைதிப்படுத்தியது.

நான் பெரியவாளை தூரத்திலேருந்து பார்த்த போது, ஸ்ரீதர் சார் ஏற்கனவே பெரியவாளுடன் உரையாடிக்கொண்டிருந்ததைக் கண்டேன். நான் கொஞ்சம் எட்டி நின்றேன்; கிட்ட வரச்சொல்லி பெரியவா கை அசைத்தார். அந்த சைகையோட கூட அவரது வழக்கமான புன்னகை. எனக்கு தாங்கமுடியாத அழுகை; அடக்கிக்கொண்டேன். பெரியவா என்னை முதலில் உட்கார வைத்தார். அவருடைய முதல் கேள்வி, "காலம்பற கிளம்பறச்சே என்ன சாப்பிட்டே?" நான் பதில் சொல்லாமல் தலைகுனிந்த போது, பெரியவா ஸ்ரீதர்-சாரிடம் திரும்பி, "உள்ள போய் சாமா-ன்னு இருப்பான்... அவனண்ட நான் சொன்னேன்னு சொல்லி, மடத்துக்காராளுக்குன்னு என்ன வச்சிருக்கானோ அதுல கொஞ்சம், ஏதோ இட்லியோ, பயத்தம் கஞ்சியோ, உப்புமாவோ, என்ன இருந்தாலும், ஒரு பெரிய தொன்னயில எடுத்துண்டுவா..", என்றவர், என் பக்கம் திரும்பி "சின்ன விஷயத்துக்கெல்லாம் இப்படி உடஞ்சு போவியாடா... அசடு... உன் காலேஜ் விஷயம் பத்தி, ஸ்ரீதர் வந்தப்பறம் விவரமா சொல்லு. அது கெடக்கட்டும், ராகவன் எப்படி இருக்கான்... காலு ரொம்ப நொண்டறான்னு கேள்விப்பட்டேன்... முடிஞ்சா அவனைப் பாக்கணும்னு சொன்னேன்னு அவனண்ட சொல்லு; ம்ம்ம், என்ன கர்மாவோ (சலித்துக்கொண்டார்), அவன் நல்லவண்டா, ஏன் இவ்வளவு தொடர்ந்து

பெரியவா காலடியிலிருந்து

அவஸ்தப்படறானோ தெரியல... ம்ம்ம்... அது போகட்டும். நீ தான் எந்த தப்பும் பண்ணலயோல்லியோ... அப்ப நிச்சிந்தையா இரு, எல்லாம் வர வாரத்தில சரியாயிடும்; பழி வந்துடுத்தேன்னு கொழம்பாதே... நீலமத புராணம்-ன்னு ஒரு உப புராணம்... அதில ஒரு கதை வறது, அது பத்தி அப்பறம் சொல்றேன். இப்ப ஸ்ரீதர் வரவரையும் கண்ணை மூடிண்டு, உனக்கு பண்ணின உபதேச மந்த்ரத்தை அமைதியா ஜெபிச்சுண்டேயிரு" என்றார்.

கொஞ்சம் ஆகாரம் உள்ளே போனதும், நாலு கை, கிணத்து ஜலம் குடிச்சு, முகம் அலம்பிக் கொண்டு வந்தவுடன் ஒரு அமைதியான தெம்பு. வந்து நமஸ்காரம் பண்ணினபின், அவரது முகத்தைப் பார்த்தேன். "இப்ப சொல்லு. என்ன நடந்துது?" என்றார்.

ஆகஸ்ட் மாசக்கடைசியில், ஒரு காலையில், முதல்வர் அலுவலகத்திலிருந்து அழைப்பு வந்தது. அவருக்காக காத்திருந்த 15 நிமிஷத்தில், அவரது காரியதரிசி என்னிடம் தாழ்ந்த குரலில், 'ஒரு விலையுயர்ந்த நுண்ணோக்கியின் (Laboratory Trinocular Compound Microscope) ஒரு முக்கியமான துண்டு 'eye piece' காணவில்லை என்றும், மாலையில் ஆய்வகத்தை மூடுவதற்கு முன்பு, அந்த நுண்ணோக்கியின் அருகில் என்னைத்தான் கடைசியாக பார்த்ததாகவும் ஆய்வக உதவியாளர் (Lab assistant) நிர்வாகத்திற்குத் தெரிவித்ததால் என்னை விசாரிக்கச் சொல்லி முதல்வரிடம் புகார் கொடுத்தபோது, தானே பார்த்துக் கொள்வதாக ப்ரின்சிபால் Physics ப்ரொபஸரிடம் கண்டிப்பாக சொல்லிவிட்டதால், அழைக்கப்பட்டேன் என்று சொன்னார். அதைக் கேட்ட மாத்திரத்தில் ஏதோ நெஞ்சுக்குள் அடைத்தது, அழுகை வந்தது - என்னை திருடன் என்று நினைக்கிறார்களோ என்ற எண்ணமே வலித்தது.

ப்ரின்சிபல் என்னை உள்ளே அழைத்தபோது அவர் கூட ஒன்றும் பேசாமல் கவலைப்பட்டதையும் என்னால் பார்க்க முடிந்தது. ஆனால் அவருடன் உட்கார்ந்திருந்த (Physics Department) இயற்பியல்/ பௌதிகத்துறை பேராசிரியர் என்னை ஒருவித விரோதத்துடன் பார்த்து என்னிடம் மடக்கி மடக்கிக் கேள்வி கேட்டதிலிருந்து நிலைமை எனக்கு

119

முழுதும் எதிராக இருப்பதை உணர்ந்து கொண்டேன். குற்றச்சாட்டு தொனியைக் கேட்கக் கேட்க என் தொண்டையிலிருந்து பேச்சே எழும்பவில்லை. என் வேதியியல் (Chemistry) பேராசிரியர் முகத்தில் அனுதாபம், கவலை – ஆனால் அவரும் எதுவும் பேசவில்லை. அவரும், ப்ரின்சிபல் போலவே, நிகழ்வுகளின் இயக்கத்தின் வழியாக இயந்திரம் போல இயங்குவதாகத் தோன்றியது; நடுக்கத்தில் வெளியே வருவேன் என்று பயமுறுத்திய என் கண்ணீரைத் தடுக்க நிறைய முயற்சிகள் செய்தேன். அவர்கள் குறிப்பிட்ட மாலையில் எனது ஆய்வகச் சோதனைகள் எதற்கும் நுண்ணோக்கியைப் பயன்படுத்தும் தேவையே இல்லாததால், அவர்கள் எதைப் பற்றிப் பேசுகிறார்கள் என்பதும், குறிப்பாக, ஏன் என்னை சந்தேஹிக்கிறார்கள் என்பதும் எனக்குப் புரியவில்லை என்பதையும் உறுதிமொழிகளுடன் நான் குற்றமற்றவன் என்று மீண்டும் மீண்டும் சொன்னேன்! ஆனால், பௌதிகத்துறை பேராசிரியர் என்னை லவலேசமும் நம்பியதாகத் தெரியவில்லை! ஐந்து பேர் கொண்ட கமிட்டியில், அவர் ஒருவர் தான் பேசினார். என்னை வெளியே இருக்கச் சொல்லி சில நிமிஷங்கள் பேசியபின், என்னை உள்ளே வரச்சொன்னார்கள். ‘காணாமல் போன துண்டை நான் திரும்பிக்கொண்டு வரவேண்டும் – என்றும், அதற்காக எனக்கு ஒரு வாரம் அவகாசம் வழங்குவதாகவும் அவரே சொன்னார்’. மிகுந்த விலையுயர்ந்ததாகக் கூறப்படும் அந்த கண்ணியை (eye piece) நான் பார்க்கவில்லை, மற்றும், அது அகற்றக்கூடியதாகச் சொல்லப் பட்டாலும், முக்கிய உபகரணத்திலிருந்து அத்தகைய துண்டை எப்படி அகற்றுவது என்பது அடுத்த கேள்வி, அதை வைத்துக்கொண்டு நான் என்ன செய்யமுடியும் என்றெல்லாம் மன்றாடிப் பார்த்தும் பயனில்லை.

வெளியே வந்த எனக்கு தலைசுத்தியது. அவமானமாக இருந்தது. இதை அப்பாவிடம் எப்படிச் சொல்வது? எனக்கும் அந்த குற்றச்சாட்டுக்கும் எந்த ஸ்னானப்ராப்தியும் இல்லை என்பதை ஏன் இத்தனை நாள் என்னை ஒரு தாயார் போல் அன்பு காட்டிய ப்ரின்சிபால், கெமிஸ்ட்ரி ப்ரொஃபஸர் – என்று யாருமே என் பக்கம் நிற்கவில்லை என்று நினைக்கும்போது மனசு உடைந்து அழுகை வந்தது. பக்கத்தில் இருந்த மிஷன் ஷ்ரைன் ஹாலில் தனியாக உக்கார்ந்து அமைதியாக கண் கலங்கினேன்.

ஒரு வாரம் கழிந்தது. காணாமல் போன பகுதியைக் கொண்டு வர முடியாவிட்டால், காணாமல் போன பகுதிக்கு மாற்றாக வாங்குவதற் காகவாவது, என் தந்தையுடன் 500 ரூபாய் அபராதத்துடன் வருமாறு இயற்பியல் பேராசிரியர் என்னை பணித்தார். எனது மோசமான நிலையைப் பற்றி மன்றாடுவதற்காக நான் ப்ரின்சிபாலின் அறைக்குச் சென்றேன் – இந்தச் சம்பவத்தைப் பற்றி அது வரை எனது தந்தையிடம் கூறவில்லை என்றும், ஏனெனில் இதுபோன்ற குற்றச்சாட்டைக் கேட்டால் அவர் மிகவும் உடைந்து போவார் என்று நான் பயந்தேன் என்பதையும், இது என் மேல் விழுந்த திருட்டுப்பழி, மற்றும் நான் அதை பணத்துக்கு விற்றிருக்கலாம் என்ற எண்ணமே கொடூரமான பழி – என்றெல்லாம் மன்றாடிப் பார்த்தேன். ஒன்றும் பயனில்லை!

உண்மையில், அந்த வாரத்தின் தொடக்கத்தில் வெளியிடப்பட வேண்டிய கல்லூரி உதவித் தொகையும் எனக்கு வழங்கப்பட வில்லை என்பதையும் தெரிந்துகொண்டேன். எனவே முதல் மற்றும் இரண்டாம் காலாண்டு கட்டணம் மற்றும் புத்தகங்களின் விலையெல்லாம், செப்டெம்பர் மாதம் 15 ஆம் தேதிக்கு முன் கட்ட வேண்டும் என்றும் சொன்னார்கள். எனது முதல்வர் நான் சொல்வதையெல்லாம் பொறுமையாகக் கேட்டாலும், தலை குனிந்து, இந்த விவகாரம் மிஷன் மேற்பார்வையாளர்களுக்கும் சென்றுள்ளதாகவும், விசாரணைக்கு ஏற்பாடு செய்ய கடமைப் பட்டிருப்பதாகவும், தேவைப்பட்டால், பெரும்பான்மை குழுவினரால் நடவடிக்கை எடுக்க வேண்டிய கட்டாயம் ஏற்பட்டால், என்னை இடைநீக்கம் (suspend) செய்வது குறித்து பரிசீலிக்க வேண்டும் என்றும் கூறினார்.

இந்த இடத்தில் நிறுத்தி, அம்மா கோவிலில் சொன்னது முதல், ப்ரொபஸர் வந்து அழைத்ததோடு பெரியவாளிடம் சொல்லி கண்கலங்கினேன்.

ஒரு நிமிஷம் கண்ணை மூடி மௌனத்துக்குப் பின், பெரியவா பேச ஆரம்பித்தார்.

"நீலமத புராணம்–னு சொன்னேனே ஞாபகம் இருக்கா? மாண்டவ்யர்–னு ஒரு மஹரிஷி... மண்டுவின் சந்ததி; (நான் முணுமுணுத்தேன், 'அம்மா

சொல்லியிருக்கா... ஆனி-மாண்டவர்-னு..அவர் தான் இவரா?) – ஆமாம்... மாண்டவ்யர் பத்தி, அவரோட சந்ததிகளப்பத்தி, மார்கண்டேய புராணம், விஷ்ணு தர்மோத்தர புராணம், அக்னி புராணம், பிருஹத் ஸம்ஹிதா, சதபத பிராமணம், சாங்காயன ஆரண்யகம், ஆஶ்வலாயன கிருஹ்ய சூத்திரம், சாங்காயன கிருஹ்யசூத்திரம், ப்ருஹதாரண்யக உபனிஷத், மஹாபாரதம், கம்ப–ராமாயணம் – எல்லாத்துலயும் மாண்டவ்யர் கதையை ஒவ்வொரு விதமா எழுதறா; தபஸ் பண்ணிண்டு இருக்கற மாண்டவ்யரை, ஒரு ராஜா கழுவுல ஏத்தச் சொல்லி உத்தரவு போடறான்... ஏன்னாக்க, அவர் ஆழ்ந்த த்யானத்துல இருக்கறச்சே, கொள்ளக்காரா அவர் ஆச்ரமத்தில – அதாவது, அவா திருடிண்டு வந்த நகை, தங்கம் எல்லாத்தையும் – அதுவும் அந்த ஊர் ராஜா அரண்மனையிலேர்ந்து கொள்ளயடிச்சு கொண்டு வந்ததையெல்லாம், துரத்திண்டு வர பட்டாளத்துக்கு பயந்து – இவர் ஆச்ரமத்தில போட்டுறா. இவர் த்யானத்துக்கு நடுவுல சிப்பாய்கள் கேட்ட எந்த கேள்விக்கும் பதில் சொல்லாததனால, இவரை கள்ளர் தலைவராக்கும்–னு தீர்மானம் பண்ணிண்டு இவரையும் கழுவுல ஏத்தச் சொல்லி உத்தரவு போடறா... அந்த சமயத்துல தான் மாண்டவ்யர், தர்ம தேவதையை தனக்கு ஏன் அப்படி ஒரு தண்டனை, அதுவும் செய்யாத குத்தத்துக்குன்னு கேக்கறார்? அதுக்கு, தர்ம தேவதை அவர் அறியாத வயசுல பறவைகளையும், தும்பி, வண்டு இதையெல்லாம் விளயாட்டா துன்புறுத்தினதால – அதனால – இப்போ தண்டனைன்னு சொல்றது. அதுக்கப்பறம், இந்த ரிஷி சாபத்துனால ஸாக்ஷாத் தர்மதேவதையே – விதுரனாக, கௌரவ அரண்மனை வேலக்காரிக்கு மகனாப் பொறந்தான்னு மஹாபாரதக்கதை சொல்றது!

நமக்கு தெரியற, கலி காலத்துல, பத்ராசல ராமதாஸ் பத்தி தெரியுமோல்லியோ, அறியாத வயசுல கிளியை கூண்டுக்குள்ள வச்சு சாப்பாடு போட்டார்–னு, அவருக்கு பிற்காலத்துல 12–வருஷம் கல்–குகைக்குள்ள காராக்ருஹம்... எல்லா புராணங்களையும், சும்மா வெறும் கதைகள்–னு சொல்லித் தள்ளிடலாம்... நம்ம அறியாம செய்யற சின்ன சின்ன தப்புக்கும் தண்டனை வேறவிதமா வரும் எங்கிற எண்ணம்

மனுஷாளுக்கு வரணும்–கறத்துக்காகத்தான், இந்த விஷயங்களை அடிக்கடி ஞாபகப்படுத்தறது.

பெரிய அவஸ்தைக்கு பதிலா, இப்படி ஒரு மன வ்யாகூலம், கெட்ட பேர் தாற்காலிகமாவது வரணும்–னு விதி இருக்கு.

அனுபவ பாடம்–னு தான் எடுத்துக்கணும்; இந்த மாதிரி சோதனைகள் நிறய வரும், வரலாம்; வாழ்க்கைல தர்மப்படி நடந்தா, கஷ்டங்கள் எல்லாம் பனி மாதிரி விலகிடும்; இன்னும் இன்னும் தெய்வ நம்பிக்கை நிறய வேணும்டா. முன்ன விட இன்னும் மரியாதையோட ஶ்ரேயஸோட இருக்கப்போறே; அதுக்கு முதல் படி பரிபூரணமான நம்பிக்கை; கவலப்படாதே.. ஸ்ரீதரண்ட விவரம் சொல்லி யிருக்கேன்; அது உனக்கு இப்ப வேண்டாம். இன்னும் ஒரு வாரம்–பத்து நாள்–ல இந்த கொழப்பமெல்லாம் சரியாயிடும்... அதுக்கப்பறம் என்ன வந்து பாரு; இப்ப மனஸ் அமைதியோட போய்ட்டு வா” என்றார்.

அடுத்த 5 அல்லது 6 நாட்களில் நடந்தது அனைத்தும் இன்றும் மிரட்சியாக இருக்கிறது, இன்னும் மறக்கவில்லை; ஒரு நவீன ஆக்ஷன் திரைப்படத்தை இயக்குவது போல நம்பமுடியாத கோர்வையான சம்பவங்கள்; குறிப்பாக, 58–வருஷங்கள் பின்னால் என்பதை மறக்காமல் இருந்தால்!

✦ ✦ ✦

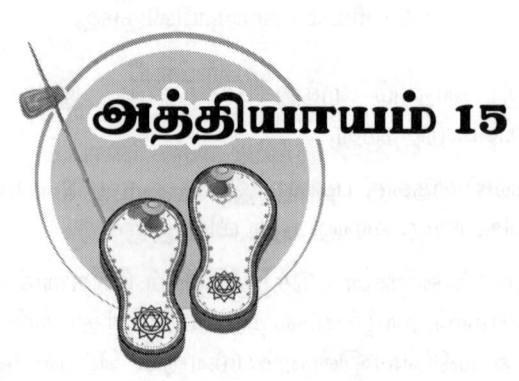

அத்தியாயம் 15

வெள்ளிக்கிழமை காலை; கல்லூரி, மற்றும் பரீக்ஷைக்கட்டணம் செலுத்துதல் உள்ளிட்ட அனைத்துப் பிரச்சினைகளையும் தீர்ப்பதற்கு தரப்பட்ட கடைசி தவணை - தவறினால் நான் இடைநீக்கம் செய்யப்படுவேன்; கல்லூரியில் நுழையும்போதே, முதல்வரின் அறைக்கு அழைக்கப் பட்டேன்; இந்த முறை, விசேஷமாக எனது ஃபிஸிக்ஸ் பேராசிரியரையும் எனது முதல்வரின் அறையில் பார்த்தேன்; ஸ்ரீதர் சார் ஒரு பெரிய ஆஃபீசர் போல் தெரிந்த ஒரு போலீஸ் அதிகாரியுடன் உள்ளே வந்து, அவருக்குத் தெரிந்த டி.எஸ்.பி. என்று அவரை பிரின்சிபலுக்கு அறிமுகப்படுத்தினார். அவர்கள் திட்டமிட்டபடி, முதல்வரும் பிஸிக்ஸ் பேராசிரியரும் பக்கத்து அறையின் திரைக்குப் பின்னால் சென்றனர். டி.எஸ்.பி.யும், ஸ்ரீதர் சார், மற்றும் நானும் முன்னறையில் அமர்ந்திருந்தோம்; ஸ்ரீதர் சார் ஏற்பாடு செய்தபடி, (laboratory) ஆய்வகத்தின் உதவியாளர் உள்ளே வந்தார். அறிமுகங்களுக்குப் பிறகு, டி.எஸ்.பி. அவரை முக்கிய ஆதாரங்களுடனும், உண்மைக்குப் புறம்பாக நடந்தால் என்ன நடக்கலாம் என்ற எச்சரிக்கைகளுடனும், முறையாக விசாரித்தார். அட்டெண்டர், சில நிமிஷங்களிலேயே, தான் லஞ்சம் எதுவும் வாங்க வில்லை என்று சத்தியம் செய்ததோடு, என் வகுப்பு தோழர்கள் நான்கு பேர் கடுமையாக மிரட்டியதால் தான் என்னை அத்தகைய பழியுடன் மாட்டிவிட்டதாகவும் ஒப்புக்கொண்டார். நான் ஆய்வகத்தை விட்டு வெளியேறிய உடனேயே அவர்கள் நால்வரும் டெலெஸ்கோப் ஐ-பீஸை விரைவாக அகற்றியதை பார்த்துவிட்ட உதவியாளர் குரலை உயர்த்தியபோது அவர்கள் நான்கு பேரும் “இப்போதே அதிபரிடம் சென்று நீயும் (அட்டெண்டரும்)

கிருஷ்ணனும் சேர்ந்து எடுத்ததை நாங்கள் பார்த்ததாக சொல்லுவோம்" என்றதோடு, அவர் அப்படிச் சொல்ல மறுத்தால், அவரது குடும்பத்தினர் கடுமையான விளைவுகளை சந்திக்க நேரிடும் என்றும் பயமுறுத்தினார்களாம்; பலவீனமான மற்றும் பரம ஏழையான உதவியாளர், எங்களைவிட 10 வயதுதான் மூத்தவர்; அவரை அச்சுறுத்திய பணக்கார மாணவர்களோ, சமூகத்தில் அந்தஸ்திலுள்ள பெரிய மனிதர்களின் பிள்ளைகள்! மிகவும் பயமுற்ற உதவியாளர், இயற்பியல் பேராசிரியரிடம் அந்த நாலு பேரும் சொல்லிக் கொடுத்தபடியே புகார் செய்ததாகவும் ஒப்புக்கொண்டார்; பரிசோதனை அறையை விட்டு வெளியேறிய கடைசி நபர் நான்தான் என்றும், மறுநாள் காலை உபகரணங் களைத் துடைப்பதற்காக ஆய்வகத்தைத் திறந்த போது அந்தத் துண்டை நான் தான் எடுத்திருக்க வேண்டும் என்று புகார் செய்ததாகச் சொல்லி, டி. எஸ்.பி. காலில் விழுந்ததோடு என் கையையும் பிடித்துக் கொண்டு அழுதார்.

நான்கு மாணவர்களின் சாக்ஷிக்கு எதிராக ஒருவரின் (அட்டெண்டரின்) புதிய வாக்குமூலம்; மற்றும் தொலைந்துபோன ஐ-பீஸும் அதுவரை கிடைக்காததால், எப்படி உண்மையை வெளிக் கொணர்வது என்ற புதுப்ரச்சினை! சிறிது யோசனைக்குப்பின், டி.எஸ்.பி. அவர்கள், அட்டெண்டருக்கு ஒரு ஸ்கிரிப்டைக் கொடுத்து அதன்படி நடந்துகொண்டால், அவருக்குப் முழு பாதுகாப்பு ஏற்பாடு செய்வதாகவும், மேலும் அவரது முந்தைய செயலுக்கும் பொய்யான வாக்குமூலத்துக்கும் கல்லூரி எந்த ஒழுங்கு நடவடிக்கையும் எடுக்கமாட்டோம் என்று ப்ரின்சிபால் உறுதி கொடுத்துள்ளார் என்றும், அவற்றில் ஏதாவது குளறுபடி செய்தால், ஏற்படப்போகும் கடுமையான விளைவுகளுக்கு தானோ, ப்ரின்சிபாலோ பொறுப்பில்லை என்றும் எச்சரித்தார்.

மறுநாள், அரை நாள் என்பதால், அட்டெண்டர் வரவில்லை. திங்கள் காலையில், அந்த நான்கு மாணவர்களும் அந்த உதவியாளரை மடக்கி, முதல்வரின் அறையில் என்ன நடந்தது என்று கேட்டபோது, 'கல்லூரி நிர்வாகிகள் அவரை சந்தேகிப்பதாகவும், அந்த ஐ-பீஸ் மாலைக்குள் வந்து சேரவில்லையெனில் வேலை நீக்கத்தை எதிர்கொள்ளுமாறு

அவருக்கு கெடு தந்துள்ளதாகவும்", அந்தத் துண்டைத் திரும்பக் கொண்டு வந்து கொடுத்து, தனது வேலையையும் வாழ்க்கையையும் காப்பாற்றும்படியும் அவர்களிடம் கெஞ்சினார்; அதோடு, டி.எஸ்.பி. இந்த விஷயத்தில், கல்லூரியின் ஒப்புதலோடு, நேரடி விசாரணையில் ஈடுபட்டுள்ளதால், தான் அவர்களிடம் முழு உண்மையையும் சொன்னால் தன்னையும், தன் வேலையையும் எல்லாவிதத்திலும் பாதுகாத்துக் கொள்ள முடியும் என்பதையும் மாணவர்களிடம் எடுத்துச் சொன்னார். இதைக் கேட்ட அந்த நால்வரும் அதிர்ச்சியடைந்தனர். சிறிது விவாதத்திற்குப் பிறகு, உதவியாளருக்கு இன்னும் எவ்வளவு நேரம் கெடு என்று கேட்டபோது, அன்று மாலை 4-மணி வரை என்று அவர் பதிலளித்தார். டி.எஸ்.பி.- ஏற்பாட்டில் ஒரு எஸ்.ஐ. மற்றும் கான்ஸ்டபிள், சீருடை அணியாமல் அவர்களை பின்தொடருவதை அறியாமல் சிறுவர்கள் அவசர அவசரமாக கிளம்பிச் சென்றனர். சென்ட்ரல் ஸ்டேஷன் அருகே உள்ள மூர் மார்க்கெட்டில் உள்ள ஒரு பழைய புத்தகக் கடைக்குச் சென்ற அவர்கள், தாங்கள் முன்பு விற்ற துண்டைத் திருப்பித் தருமாறு கடை உரிமையாளரிடம் வாக்குவாதத்தில் ஈடுபட்டனர். திருடப்பட்ட துண்டிற்குத் தாங்கள் பெற்றுக்கொண்ட ரூ.50-க்கு மேலே இன்னும் ரூ.100 கொடுத்து திரும்பி வாங்கிக் கொள்ளும் போது, கடை உரிமையாளருடன் அந்த நால்வரும் பின்தொடர்ந்த போலீஸாரால் மடக்கப்பட்டு கல்லூரிக்கு அழைத்து வரப்பட்டனர் என்பது கதைச் சுருக்கம். கடை உரிமையாளரிடம் முழு வாக்குமூலம் எழுத்தில் பெற்று, அவரை எச்சரித்து அப்புறப்படுத்தினர்; அந்த நால்வரும் உடனடியாக சஸ்பெண்ட் செய்யப்பட்டனர்; மற்றும் முழு பரிசீலனைக்காக அவர்களின் பெற்றோரை மறுநாளே கல்லூரிக்கு அழைத்து வருமாறு உத்தரவிடப்பட்டனர்.

ஸ்ரீதர் சார் என்னுடன் அன்று மாலையே என் வீட்டிற்கு வந்து என் தந்தையிடம் முழு விவரமும் சொன்னார். என் தந்தை கேட்கும் போதே முதலில் அதிர்ச்சியும், பின்னர் நெகிழ்ந்தும் போனார்; (இன்னும் சில மர்மங்களுக்கு விடை தெரியவில்லை என்றாலும்) ஸ்ரீதர் சாரின் விடாமுயற்சி, அவர் சொல்லாமலேயே, நடந்ததைக் கேட்கும் போதே,

அப்பாவிற்கு புரிந்தது. மிக அரிதாக, முதன் முறையாக, ஸ்ரீதர் விரிவாகப் பேசியதிலிருந்து எப்படி வாரக்கணக்கில் இழுத்துக் கொண்டிருந்த பழி விலகி, நான் நிரபராதி என்று நிரூபணம் செய்யப்பட்டு, நிறுத்தி வைக்கப்பட்ட ஸ்காலர்ஷிப் பணம், மரியாதை அனைத்தும் திரும்பக் கிடைத்தது என்பது முதல், எப்படி என்னுடைய முதல்வர் 'நான் வைத்திருந்த நம்பிக்கை வீண் போகவில்லை'என்று மகிழ்ச்சியுடன் சொன்னார் என்பது வரை எடுத்துச் சொன்னார். என் வாழ்க்கையில் முதன்முறையாக, என் தந்தை, ஆதரவாக என் தோளில் கைகளை வைத்து 'எப்படி அந்த கடுமையான நாட்களை சமாளித்தேன்' என்று வாய்விட்டு ஆச்சரியப்பட்டார். நான் ஒரு ஆழமான பார்வையால் என் அம்மாவிடம், கண்ணாலேயே 'சொல்லாதே' என்று கெஞ்சினேன். அம்மாவும் ஒரு வார்த்தையும் பேசவில்லை! நான் அப்பாவுக்கு ஒரு அவசரமான பதிலளித்தேன், "பெரியவா காலடியில் எல்லாவற்றையும் போட்ட பின்னாடி, என் மனசுல பதட்டமெல்லாம் போய், கொஞ்சம் நிம்மதி கெடச்சுது"என்றதோடு நிறுத்திக் கொண்டேன்.

மறு நாள், மதிய உணவு நேரத்தில் முதல்வர் ஸ்ரீ சேஷாத்ரி அவர்கள், என்னை அவரது குடியிருப்புக்கு அழைத்தார். அவர் கல்லூரி வளாகத்திற்குள் ஒரு சிறிய க்வார்ட்டர்ஸ்-ல் வசித்துக் கொண்டு, தனது மாத சம்பளமாக ஒரு ரூபாயை வாங்கிக் கொண்டிருந்த காவியுடை அணியாத சன்யாஸி. அதற்குப் பதிலாக அறக்கட்டளை நிதியாக வைக்கப்பட்டிருந்த தனது ட்ரஸ்டிலிருந்து தகுதியான, வசதியற்ற மாணவர்களுக்கு கல்வி உதவித்தொகையை வழங்குமாறு ராமகிருஷ்ணா மிஷன் அதிகாரிகளிடம் சொல்லியிருந்தார். என்னை சமாதானப் படுத்தவோ ஆறுதல் சொல்லவோ அவர் ஏன் என்னை அதுவரை அழைக்கவில்லை, கட்டணம் செலுத்தாததால் சஸ்பெண்ட் வரை சென்றபோதும் அவர் ஏன் எந்த நிதி உதவியும் வழங்கவில்லை என்றது முதல் ஏகப்பட்ட, மனதை அரிக்கும், கேள்விகள் இருந்தன. நான் வாயைத் திறப்பதற்குள், அவர் காபியைக் கொடுத்தார். நான் அதை எப்படி வெளிப்படுத்துவது என்று தெரியாமல் தயக்கத்துடன் உட்கார்ந்திருந்தபோது, அவராகவே பேசத்தொடங்கினார், "உன் மனசுல

நிறைய கேள்வி இருக்குன்னு எனக்குத் தெரியும்; உணர்ச்சி ரீதியாகவோ அல்லது நிதி ரீதியாகவோ என்னோட ஆதரவு துளிக்கூட இல்லாதது எல்லாருக்கும் தெரியும்; ஆனால், அது ஏன்னு, அதற்கான காரணங்களை நீயே மிக விரைவிலேயே புரிஞ்சுப்பே; நீ பெரியவா சிஷ்யன் – கொஞ்சமாவது லோக நியதி தெரிஞ்சிருக்கும். ஆனா, இப்ப நான் வேறு காரணத்திற்காகத்தான் உன்னைக் கூப்பிட்டேன். நீ எழுதி / தொகுத்த ஒரு ஆபராவின் கையெழுத்துப் பிரதியை 'சீதாயாச்சரிதம் மஹத்' என்ற தலைப்பில் என்னிடம் நீ காட்டியது எனக்கு நினைவிருக்கு. நான் அதை, என்னுடைய ரிடயர்மண்ட்டுக்கு முன்னாடி ஒரு ம்யூஸிகல் ஆபராவா (Opera) தயாரிக்கணும்னு நெனச்சிண்டிருக்கேன். அதுக்கு 'திரிவேணி ராமாயணம்'–ன்னு பேர் வெச்சு, எனது சொந்தச் சேமிப்பிலிருந்து ஒரு பிரமாண்டமான நிகழ்ச்சியா செய்யறதுக்கு ஒரு அபிப்ராயம் இருக்கு. கல்லூரி ஆண்டுக்குள்ளேயே, கவர்னர் அப்பறம், சர்சி.பி.ரா அவாளை அழச்சு தலைமை– அப்படியும் ஒரு ஐடியா இருக்கு. நான் டாக்டர் ராகவனிடமும், ஸ்ரீ முடிகொண்டான் வெங்கடராம ஐயர், முசிறி சுப்ரமண்ய ஐயர்– அவாளோட உதவியையும் கேக்கப்போறேன். என்ன சொல்றே?" என்றார். சில வினாடிகள் ப்ரமித்துப்போய், தயங்கியபடி பதிலளித்தேன், "சார், நீங்க தரப்போற இந்த வாய்ப்புக்கு நான் தகுதியுள்ளவனான்னு தெரியல; ஆனா, ஜென்மத்துக்கும் கடமைப் பட்டவனா இருப்பேன்; ஆனால் நான் முதல்ல பெரியவாளைச் சந்திச்சு ஆசிர்வாதம் வாங்கிண்டு வந்து உங்களண்ட சொல்லலாமா?" என்று மென்று முழுங்கினேன். அதைக் கேட்டதில் ப்ரின்சிபால் ரொம்பவும் மகிழ்ச்சியடைந்தார் என்பது தெரிஞ்சுது. "அது ஒரு பிரச்சனையே இல்லை, எங்களுக்கு நேரம் இருக்கிறது; எனது டார்கெட்–தேதி வருஷாந்திர தேர்வுகளுக்குப் பின்னாடிதான்; அதன் பிறகு ரிடயராயிடுவேன்–னு சொல்லியிருக்கேன்" என்றார். அதே கல்லூரியில் முதுகலைப் படிப்பைத் தொடர நினைத்தால், அவர் இருக்க மாட்டாரே என்று அப்போதே ஒரேயடியாக வருத்தப்பட்டேன்!

மேலும் தாமதிக்காமல் காஞ்சிபுரத்திற்குச் செல்லுமாறு அம்மா திரும்பத் திரும்பச் சொன்னார். ஆனால் அந்த வாரம் அப்பாவின் காய்ச்சல் மறுபடியும் அதிகரித்ததால் குழப்பமாக இருந்தது; டாக்டரிடம்

அழைத்துச் சென்றபோது, அப்பாவின் பலவீனத்தைப் பார்த்து அவரே பயந்ததால், அந்த வாரம் போகத் தயங்கினேன். ஆனால், அப்பா வியாழன் இரவு என்னிடம், பெரியவாளைத் தரிசிக்கச் சொல்லி முடுக்கினார், 'நாளக்கி, (வெள்ளிக்கிழமை) காந்தி ஜெயந்தி லீவுதானேடா, காஞ்சிபுரம் முதல் பஸ்ல போய்ட்டு வா; இன்னும் தாமதிக்காதே' என்றார்.

அன்று ஒரு துவாதசி, எனவே பெரியவா தனது பாரணையை முடிக்கும் வரை காத்திருக்க வேண்டியிருந்தது; எப்போதும் போல மிகவும் எளிமையான உணவு; அதே பழைய மூன்று கைப்பிடி, கழுவி ஊறவைத்த தட்டை அவல்; அவர் முந்தைய நாள் ஏகாதசி, ஒரு உத்ரணி தண்ணீர் தவிர எதுவுமில்லை; ஆனால் மடத்து ஊழியர்கள் மற்றும் வருகை தரும் பிராமணர்களுக்கு விரிவான பாரணை, வகை தொகையான உணவு அளிக்கப்பட்டது. ஆச்சரியம் என்னவென்றால், பந்தலின் ஒரு மூலையில் நான் அமர்ந்திருப்பதைக் கவனித்து பெரியவா என்னை அழைத்தார்.

என் மார்பில் வேட்டியும் உத்தரீயமும் தயாரான நிலையில், அவர் சொன்னார், "கை கால் அலம்பிண்டு, பாரணைக்குப் போ, உள்ள போ", சில நிமிடங்களில் உக்ராண அறையிலிருந்து எனக்கு முறையான அழைப்பு கிடைத்தது. சமையலறை பொறுப்பாளர் என்னை அழைத்தார்; அந்த கூடம் கோவில்களில் வைஷ்ணவ பரிபாஷையில் உள்ள மடப்பள்ளிக்கு சமம். அந்த நொடி, மறுபடியும் 'இதுபோல எத்தனை மாத்ரு-வாத்சல்ய சம்பவங்கள்?' என்று உள்ளார மலைத்துப் போனேன்! பாரணைக்குப்பின், பெரியவாளிடம் திரும்பிய நேரத்தில், அதிர்ஷ்ட வசமாக அவரைச் சுற்றி யாரும் இல்லை; சமஸ்கிருதத்தில் ஒரு புத்தகம் படித்துக் கொண்டிருந்தார். நான் நெருங்கி வருவதை அறிந்த அவர், தனது புத்தகத்தை மூடிவிட்டு கண்ணை மூடிக்கொண்டார். முகத்தில் அளவுக்கு மீறிய ஆயாசம் தெரிந்தது. நமஸ்காரம் செய்துவிட்டு உக்கார்ந்தேன்.

"முந்தாநேத்திக்கி, காலடி சாஸ்த்ரிகள், பின்னாடியே ஸ்ரீதர், சுப்ரமணிய ஐயர், எல்லாம் வந்தா; ஸ்ரீதர் தான் சொன்னான், எல்லா விஷயமும்; நீ வந்துட்டுப்போன அஞ்சாறு நாள்லயே சரியாயிடுத்துன்னு;

திருவையாறு S.R. கிருஷ்ணன்

உன் மனஸுல நிறய சந்தேஹங்கள் – யாரையும் கேக்கத் தயங்கற கேள்விகள்னு நெறய இருக்கணுமே? உனக்கு சங்கடம் எதுக்கு... நானே கேக்கறேன்–னு சொல்லி சிரிச்சார்.

உன்னோட முதக்கேள்வி: அந்த DSP யாரு? ஸ்ரீதருக்கு முன்னாடியே தெரிஞ்சிருந்தா, அத்தனைநாள் தாமஸிச்சு அவாளை அவன் உள்ள கொண்டு வருவானேன்?

நீ ப்ரின்சிபால் கிட்ட கேக்கணும்–னு நினச்ச கேள்வி; நீ நிரபராதின்னு தெரிஞ்சும் அவர் ஏன் உன்னை suspend பண்ண ரெடியானார்? ஒரு வாரம் கெடு குடுத்து பணம் கட்டலைன்னா, suspension, dismissal வரையில போவானேன்? அவரே மத்த பசங்களுக்கு அவரோட ட்ரஸ்ட் மூலமா பணம் கட்டறச்சே, உனக்கும் பண ஏற்பாடு நொடியில் பண்ணியிருக்கலாமே?

அந்த நாலு பசங்களயும், ப்ரின்சிபால் suspend பண்ண 3–ஆம் நாளே மன்னிச்சு, வார்னிங்–ஓட விட்டுட்டாரே? எதனால? அவங்க அப்பா எல்லாம் பெரிய மனுஷாள்–ங்கறதாலயா? உன் ப்ரின்சிபால் தான் ஒரு don't care master–ஆச்சே? ஏன் அப்படிப் பண்ணினார்?

பெரிய discipline பத்தி பேசற கைலாஸானந்தா, உன்னை suspend பண்ணச் சொல்லி ப்ரின்சிபாலுக்கு நெருக்கடி கொடுத்தவர் – எப்படி அந்த முடிவுக்கு ஒத்துக் கொண்டார்?

ஸ்ரீதருக்கு உன்னைப்பத்தி நன்னா தெரியும்; நினச்சா அவனே fees கட்டியிருக்கலாமே?

இங்கேர்ந்து ஒரு வார்த்த போயிருந்தா அந்த பல்பீர்–மேதா ஒரு நிமிஷத்துல fees கட்டியிருப்பாரே?

பெரியவாலேர்ந்து காலேஜ் ப்ரின்சிபால் வரைக்கும், தெரிய வேண்டியவாளெல்லாருக்கும் நான் நிரபராதின்னு தெரிஞ்சும், என்னை இவ்வளவு அவஸ்தைப்படுத்தி வ்யாகூலப்படுத்தணுமா?

இந்த கேள்விகள் மட்டும்தானா, இன்னும் உண்டா? உனக்கு ஒரு வாரம் அவகாசம் கொடுத்தா, நவராத்ரில ஒரு நாள் திரும்பி வந்து நீயே பதில் கண்டுபிடிச்சு வந்து சொல்றியா? – இப்ப கட கடன்னு சிரிச்சார்.

“எனக்கே, இங்க வந்தப்பறம் கொஞ்சம் கொஞ்சம் பதில் கிடைக்கறா மாதிரி இருக்கு-ன்னு சொல்லி நானும் அசட்டுச்சிரிப்பு சிரித்தேன்; அதுக்கு முன்னாடி, பெரியவா கிட்ட ஒரு நல்ல சேதி சொல்லணும். அதுக்கும் முன்னாடி அப்பா உடம்பு பத்தி ரொம்ப கவலையா இருக்குன்னு, அம்மா உங்களண்ட சொல்லிட்டு, ஆசீர்வாதமும் ப்ரஸாதமும் வாங்கிண்டு வரச்சொன்னா” திடீரென்று பெரியவா மௌனியானார். வைத்ய-வசதி, என்னவானாலும் வந்து சொல்லு; ப்ரசாதம் தறேன்; வாங்கிண்டு போ...

அவருடைய திடீர் மௌனம் மற்றும் உள்ளடங்கிய பதிலின் அர்த்தத்தையும் என்னால் புரிந்து கொள்ள முடியவில்லை.

‘சீதாயாச்சரிதம் மஹத்’ என்ற ஆபராவுக்கான முதல்வரின் வாய்ப்பைப் பற்றி அவரிடம் சுருக்கமாகக் குறிப்பிட்டேன். பெரியவா அந்த சமயம் கொஞ்சம் உத்சாகம் காட்டினாலும், மீண்டும் ஒரு நிமிடம் அமைதியாகிவிட்டார். கடைசியில் திடீரென எழுந்து, “அப்பாவைக் கவனிச்சுக்கோ; அவனுக்காகவும், அம்மாவுக்காகவும் உங்கள் எல்லாருக்காகவும் வேண்டிக்கறேன்–னு அம்மாகிட்ட சொல்லு; ராகவன் வேண்டற ஆஞ்ஜநேயன் எல்லாத்தையும் பாத்துப்பான், போய்ட்டு வா..” என்று சொன்னவாரே நடையைக்கட்டிவிட்டார். நான் இன்னும் குழப்பமாக உணர்ந்தேன், ஆனால் மாலை பேருந்தில் மெட்ராஸுக்குத் திரும்பிச் செல்ல அவசரமாக மூட்டையை கட்டிக் கொண்டேன்.

அவரது திடீர் மௌனத்திற்கான அர்த்தம், குறைவான, மெல்லிதான பேச்சு, மற்றும் கிளம்பும் போது அளித்த ஆறுதல் வார்த்தைகள் அனைத்துக்கும் சுமார் ஆறு வாரங்களில் விளக்கம் கிடைத்தது- ஒரு ப்ரளயத்துக்குப் பின்னால்.

✦ ✦ ✦

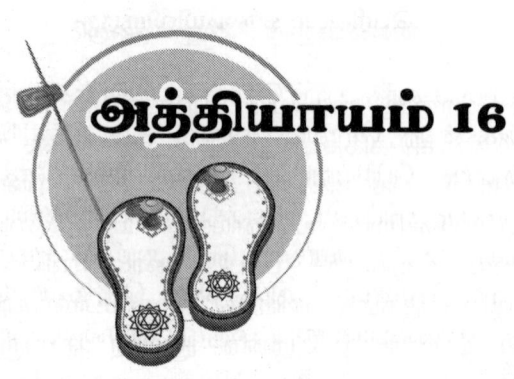

அத்தியாயம் 16

அவரிடம் கொஞ்சம் அதிகப்ரசங்கியாகவோ, அல்லது, அதீத நம்பிக்கையுடனோ பேசினாலும், பெரியவாளை விட்டு வந்த பிறகு, சம்பவம் சார்ந்த எல்லாக் கேள்விகளுக்கும் என்னிடம் பதில் இல்லை என்பது அந்த சர்வ–ஞானி பெரியவாளுக்கும் நன்றாகவே தெரியும், அதனால்தான் முழு பதில்களுடன் திரும்பி வரச் சொன்னார். நான் அவரைத் திரும்பிச் சந்திப்பதற்கு முன் (அதாவது, 1964 அக்டோபர் 26–ஆம் தேதிக்கு முன், அதுவும் மற்றொரு மறக்க முடியாத நாள்), ராமசரித்மானஸ் வகுப்புக்குப் பிறகு ஸ்ரீதர் சாரைத் தனியே சந்தித்தேன். நான் கேட்கலாம் என்று நினைக்கும் முன்னரே, அவரே பெரியவாளை போலவே சிரித்துவிட்டு பேசினார்.

“பெரியவா உன்னை அந்த மனக்குழப்பத்திலிருந்தும், வ்யவஹாரங்களிலிருந்தும் ஒதுங்கிக் கொள்ளச் சொன்ன பிறகு, நடந்த முழு சம்பவங்களையும், சத்தியத்தையும் எப்படி உலகப்பார்வைக்கு வெளிக்கொணருவது என்பது குறித்து தன்னுடைய எண்ணங்களைச் சொன்னார். நீ பார்த்த அந்த டிஎஸ்பி, பெரியவா பக்தர்; அவரை சந்திக்கும்படி எனக்கு உத்தரவிட்டார். அவர் ஒரு கண்டிப்பான, மற்றும் நேர்மையான அதிகாரி; அதனால், மற்ற விஷயங்கள் அவ்வளவு கடினமாக இல்லை. ஆனால், லெபோரடரி உதவியாளரிடம் நடத்திய முதல் விசாரணையில், அந்த நான்கு பையன்களில் ஒருவன் அரசியல் ரீதியாக அதிக செல்வாக்கு மிக்க பணக்காரர் என்பதும் மற்றொருவன் இன்னொரு டி.எஸ்.பி–யின் மகன் என்பதும் நமது டிஎஸ்பிக்கு தெரிய வந்தது. மற்ற பையன்களும் செல்வாக்கும் மிக்க பசையும்

உள்ள குடும்பங்களில் இருந்து வந்தவர்கள்; அவையனைத்தும் சவால்களாகவும், அனாவசிய தடைகளாகவும் இருந்தன. ஆனால், எங்கள் டி.எஸ்.பி–க்கு, பெரியவாளுக்கு உன் உண்மையிலும் நலனிலும் எவ்வளவு அக்கறை என்பதைவிட, நீ நிரபராதி என்பதில் எவ்வளவு உறுதியாக இருக்கிறார் என்று தெரிந்தவுடன், அவர் தடாலடியாக செயல்படத் தொடங்கினார். மத்த விஷயங்கள் எப்படி நடந்தேறின என்பது உனக்குத் தெரியும். உன்னுடைய மற்ற எல்லாக் கேள்விகளுக்கும் நீ இன்னும் விடை கண்டுபிடிக்கவில்லை என்றால், அவை எல்லாத்துக்கும் பெரிய வாளிடம் தான் பதில் இருக்கும். நீ குற்றமற்றவன் என்பதை உலகத்துக்கு நிரூபிக்கும் முன்னரே, நானோ மற்றவர்களோ உன்னை ஆதரிக்க முயற்சிக்கவில்லை. அதற்கு முன்னதாகவே ஓவர்–ட்யூ பரீக்ஷை கட்டணத்தைச் செலுத்த முதல்வர் அல்லது அடியேன் அல்லது கல்வி–அறக்கட்டளை– புரவலர் மேதா–ஜி அவர்கள் என்று, யாருமே முன் வராததற்கு காரணம், ஒன்றே ஒன்றுதான். எந்த குறுக்குவழியையோ அல்லது வெளிப்படையான ஆதரவையோ பெரியவா விரும்பவில்லை என்பது தான். அதனால் தான் நீ பட்ட மனோ வேதனை, தவிப்பு, வழி தெரியாததுபோல திணறிய வ்யாகூலம் – எல்லாம்! எல்லாவற்றுக்கும் மேலே, ராமக்ருஷ்ணா மட நிர்வாகம், நமது டி.எஸ்.பி, பிரின்சிபால் என்று எல்லாரும் எந்த விளைவுகளுக்கும் தயாராக இருந்ததோடு, அந்த பையன்களுக்கு சட்டப்படி முழு தண்டனை, காலேஜிலிருந்து நீக்கம், என்று எல்லாவற்றுக்கும் ஆயத்தமாக இருந்தார்கள். ஆனால், அந்த நாலு பேரையும் தண்டிக்க வேண்டாம் என்று உங்கப்பா பிரின்சிபாலிடம் கேட்டுக் கொண்டதால், அவரது தனிப்பட்ட கோரிக்கையின் பேரில் தான், அந்த நால்வரின் ‘சஸ்பென்ஷன்’ ரத்து செய்யப்பட்டு ‘வார்னிங்’கோடு விட்டார்கள். இதுக்கு மேல வேணும்–னாக்க பெரியவாளிடமே கேட்டுக்கோ”.

அன்று 1964 அக்டோபர் 26, ஒரு திங்கட்கிழமை; அன்று காஞ்சீபுரம் சென்று பெரியவாளைச் சந்தித்த போதுதான் புரிந்தது, அந்த சர்வக்யானிக்கு மேற்படி உரையாடல் பற்றியும் பூரணமாகத் தெரியும் என்பது! அம்மாவின் தூண்டுதலின் பேரில் தான் கல்லூரிக்கு ஒரு நாள்

விடுப்பு எடுத்துக்கொண்டு காஞ்சிபுரம் செல்ல வேண்டிய கட்டாயம் ஏற்பட்டது. அன்று என் ஜென்ம நக்ஷத்திரம், 18 வருடங்கள் நிறைவடைந்த தால், அர்ச்சனைக்காக கோவிலுக்குச் செல்வதற்கு தன்னுடன் இருப்பதை அம்மா விரும்பினாலும் – எனக்கு அன்றைய தினம் தனிப்பட்ட முறையில் பெரியவாளின் நேரடி ஆசிர்வாதம் – ஆயுர்வர்தனம்/உத்தமம் வேண்டும் என்று அம்மா விரும்பியதை அவரே சொன்னார்.

நான் காலை 10 மணிக்குள் சென்றடைந்தேன். நான் உள்ளே நுழைந்ததும், பெரியவா அவரிடம் வரும்படி புன்னகையுடன் கை அசைத்தார். பஸ் டெர்மினஸிலிருந்து ஓட்டமும் நடையுமாக வந்ததால், எனக்கு மூச்சு வங்கியதைப் பார்த்த பெரியவா சிரித்துக்கொண்டே சமாதானப்படுத்தி சாமாவிடம் ஒரு கப் தண்ணீர் கேட்டார். "வாடா, பெரியமனுஷா; முதல்ல நாலு மடக்கு குடிச்சுட்டு, கொஞ்சம் மூச்சுவிட்டுண்டு பேசு."

திடீரென எனக்குள் ஒரு பயம், கவலை, 'இது என்ன புதுசா? பெரியமனுஷா'–ன்னு கூப்டாரே.

பெரியவா சிரிச்சார். "அதுக்குள்ள என்ன கொழப்பம், சந்தேஹம், எல்லாம், திருவாதிரைன்னா கொழப்பம்னு விளயாட்டா சொல்லுவா... அது போகட்டும், அது ஒரு ஒசந்த நக்ஷத்திரம்டா... சிவனோட பன்னிரெண்டு அம்சத்தில், ருத்ரன், (ஆதிசங்கரர்) பகவத்பாதா, பாஷ்யகாரர்–ஸ்ரீராமானுஜர், கருடன், திருஞான சம்பந்தர், இப்படி ஒரு பெரிய லிஸ்டே போடலாமோல்லியோ, அதனாலயும், இன்னிக்கு பதினெட்டு வயசு முடிஞ்சுட்டதாலயும் பெரிய மனுஷன்னேன்... உங்க அப்பன மாதிரி, பெரியவனேன்னே கூப்டறேன்"

சொல்லி முடித்த உடனேயே அவர், திடீரென்று, மீண்டும் அமைதியாகிவிட்டார்; இத்தகைய திடீர்–மௌனம் வழக்கத்தை விட சமீபகாலமாக என்னை மிகவும் கவலைப்பட வைத்தது. ஆனால், அதற்கான காரணங்களை அவரிடம் எப்படிக் கேட்பது என்று எனக்குத் தெரியாததால், அவரே விளக்கம் தரலாமென்று பொறுமையாகக் காத்திருந்தேன். ஆனால் இந்த முறை அவர் விளக்கிய போது அது ஒரு

நீண்ட ப்ரசங்கம், வேதாந்தம் போல இருந்தது; தலை சுத்தியது. "இன்னிலேர்ந்து நீ இன்னும் கவனமா பதுவிசா நடந்துக்கணும்... இப்பத்தான் எல்லா கொழப்பமும் தீர்ந்து, எல்லாம் நல்லபடி நடக்கறது இல்லியா?" – மறுபடி ஒரு நிமிஷ மௌனம் – பின்னர் தொடங்கினார், "சர்வேச்வரன் ருத்ர மஹாப்ரபுவிலேர்ந்து, பகவத் அம்சம் படச்ச பகவத்பாதா, ஸ்ரீ ராமானுஜர்–ன்னு எத்தனயோ மஹான்கள் எல்லாருமே பெரிய பெரிய சோதனைகளுக்கெல்லாம் உள்ளாகித்தான், உன்னதமான மரியாதையெல்லாம் அடைஞ்சிருக்கா."

இதற்கிடையே உள்ளே நுழைந்த ஒரு பக்தர், நமஸ்காரம் செய்து விட்டு, பெரியவாளுக்கு சால்வை மற்றும் ஆயிரம் பக்தர்களுக்கான தர்ம போஜனத்துக்கு வேண்டிய காணிக்கை உட்பட பழம் புஷ்பமென்று சமர்ப்பித்தார். பெரியவா சால்வையைக் கழற்றி என் கையில் போட்டார். "இதை பொறந்த நாளுக்காக ஆசீர்வாதமா வாங்கிண்டு, அப்பாவண்ட குடு; அவன் உடம்பு குணமாக ப்ரார்த்திக்கறேன்னு அம்மாகிட்ட சொல்லு? இந்த பழங்கள், அப்படியே இந்த தட்டுல இருக்கறது எல்லாத்தையும் அம்மா வண்ட குடுத்துடு", மறுபடியும் மௌனம் – மறுபடி கண் திறந்து, "ஆருத்ரா நக்ஷத்ரக்காராளுக்கு ரொம்ப ஆராய்ச்சி பண்ற ஸ்வபாவம் உண்டுன்னு சொல்லுவா, அவாளுக்கு, மத்தவாளண்ட இருக்கிற அபிமானத்தினால, ரொம்ப யோசிச்சு யோசிச்சு நல்லது–கெட்டதுன்னு ரொம்ப நினச்சு ரொம்பவே கொழம்புவா... Confucius அப்படின்னு ஒரு சீனாக்காரர் – பெரிய வேதாந்தின்னு சொல்றா... 2500 வருஷத்துக்கு மின்னாடி இருந்தவராம்; அவரோட வேதாந்தத்தை உலகத்தில பல நாட்டு வேதாந்திகளும் ஒப்புக் கொண்டிருக்கா! அவர் தான் சொன்னாராம்; "யோசனை நிறய பண்றவாளுக்குத்தான் கொழப்பமே வரும்னு; சரிதானேடா? இந்த confusion–ங்கற பதமே அவர் பேர்ல–இருந்துதான்–வந்தாப்போல! எனக்கு என் கொழப்பம் இன்னும் அதிகரித்தது... பெரியவா வேண்டுமென்றே அப்படி சுத்திவளச்சு எனக்கு உபதேசம் ஏதேனும் பூடகமாகச் சொல்லியிருக்கிறாரா என்று ஆச்சரியப்பட்டேன்.

ஆனால், அவர் அடுத்த நிமிஷமே திடீரென்று தலைப்பை மாற்றி, எனது ராமாயணம், ஆபராவின் முன்னேற்றம் பற்றி கேள்வியை ஆரம்பித்தார். எதுவுமே புரியாத அடியேன், குழந்தைத்தனமாக, வழக்கம் போல், ஆபரா பற்றிய ஒவ்வொரு சிறிய முன்னேற்றம் பற்றியும் உற்சாகமாகப் பேசத் தொடங்கினேன்; எப்படி ஸ்ரீ முடிகொண்டான் மாமா, ஆபராவின் இசை அமைப்பாளராக வேண்டும் என்கிற எங்கள் கோரிக்கையை ஏற்று, ராகம், மெட்டுகள் போடத் தொடங்கினார் என்பது பற்றி! பெரியவா திடீரென்று குறுக்கிட்டார், "பெரியவனே! 18-வயசுங்கறது ஒரு பெரிய மைல்-கல், முக்கியமான காலகட்டம். ரொம்ப பொறுமை வேணும், சோதனைகள தாங்கற பக்குவம், எல்லாரையும் அரவணைச்சுண்டு போகற பக்குவம், எல்லாத்தையும் வளத்துக்கணும்; அப்பாவோட பொறுப்புகளை முழுசுமா ஏத்துக்கற வயசும் நேரமும் வந்துடுத்துன்னு புரிஞ்சுக்கோ; நன்னாயிரு, போய்ட்டு வா" - ன்னு முடித்தார். அவர் சொன்னதை சரியாகப் புரிந்து கொள்ளாததால், "மார்கழில பெரியவாளை வந்து பாக்கறேன்" என்று சொன்னபோது, "பெரிய பரீக்ஷையெல்லாம் வரப்போகறது, அப்பறம் பாக்கலாம், டயம் கிடச்சப்போ வந்து பாத்தாப்போறும்" என்று சொன்னதைக் கேட்டு, கடுமையான குழப்பத்தோடு மடத்தை விட்டு கிளம்பினேன்.

காஞ்சிபுரத்தில் நடந்த அனைத்தையும் அம்மாவிடம் விவரித்தேன், ஆனால் அப்பாவிடம் ரத்தினச்சுருக்கமாக பேசினேன். அம்மா முன்னெப்போதையும் விட அதிகம் கவலைப்பட்டாள். காய்ச்சல் அவ்வப்போது குறைந்தாலும், அடுத்த மூன்று வாரங்களில் அப்பா கொஞ்சம் கொஞ்சமாக வலுவிழந்து இளைக்க ஆரம்பித்தார்; இதனால், டாக்டரும் கவலைப்பட்டதாகத் தோன்றியது. கார்த்திகை மாசம் முதல் நாள், நவம்பர் 16-ஆம் தேதி, அந்த துரதிர்ஷ்டவசமான இரவு வந்தது; நான் அப்பாவின் காலடியில் அமர்ந்திருந்தேன். அவர் முன்னெப்போதையும் விட அமைதியாக இருந்தார், ஆனால் நான் பெரிய தேர்வுகளுக்கு போதுமான அளவு தயாராகிவிட்டேனா என்று கேட்டார். அடியேன் ப்ரசிடென்சி லெவல் தங்கப் பதக்கம் பெறவேண்டும் என்கிற

பெரியவா காலடியிலிருந்து

அவரது ஆசை நிறைவேறும் என்று நான் அவருக்கு உறுதியளித்தேன். அதன் பின் திடீரென்று அமைதியாக இருந்தார்; நான் அவரைத் தொட்டசைத்தபோது, ஏதும் பதிலளிக்கவில்லை. அம்மாவும் சகோதரிகளும் அதிர்ச்சியடைந்தனர். என் 12 வயது தம்பி தூங்கிக் கொண்டிருந்தான்; அம்மா அதிர்ச்சியில் உறைந்து போனார். என் தமக்கை பூமாதான் அந்த நேரத்திலும் பின்பும் நங்கூரம் போல் அதிர்ச்சியை தாங்கிக் கொண்டார்; பெரிய சகோதரி, ரமா, தம்பி நரசிம்ஹனை எழுப்பி சமாதானம் செய்ய முயன்றாள். அப்பாவின் நண்பரான ஆர்மி கர்னல் டாக்டர் டி.பி.ராஜகோபாலனை அழைத்து வர ஓடினேன்; வந்து பரிசோதித்த அவர், நீண்ட நட்பின் காரணமாக, மாரடைப்பு என்ற சோகமான வார்த்தையை எங்களிடம் சொல்வதற்கே இயலாமல் திண்டாடி, கலங்கினார். அதே ஊரில், டிரிப்ளிகேனின் மறுபுறத்தில் இருந்த எங்கள் ஒன்றுவிட்ட மாமா நாணாஜி ஸ்ரீ நாதமுனி நாராயணையங்காரிடம் ஓடிச் சென்றேன்; தகனம் தொடங்கி, அடுத்த கட்ட நடவடிக்கைகளுக்கும் - முக்கியமாக இந்த சோக செய்தியை சொந்தக்காரர்களுக்கு எப்படி தெரிவிப்பதென்பது முதல், மற்ற ஆலோசனைகளுக்கும், அவர் தான், அந்த நள்ளிரவு தொடங்கி அடுத்த 40 வருஷங்கள் எங்களுக்கு எல்லாமுமாக இருந்தார். நாணாஜி அவர்கள் சொந்தம் என்பதை விட, எனது சங்கீர்த்தன சம்பிரதாய குருவாக இருந்த உறவின் காரணமாக குடும்பத்தில் முக்கியத்துவம் பெற்றிருந்தார்.

இந்த கட்டத்தில் ஒரு முக்கியமான விஷயத்தை தெளிவு படுத்த வேண்டியிருக்கிறது. இந்த தொடர் கட்டுரையின் ஆரம்பத்தில், இது ஒரு சுய சரிதை பாணியில் இருக்காது என்றும், எந்த சந்தர்ப்பங்களில் பெரியவாளின் அனுக்ரஹம் மட்டுமல்லாது, அன்பும் கடுமையான உபதேசங்களும் கிட்டியது என்பது குறித்தும் எழுத உத்தேசம் என்றும் சொல்லியிருந்தேன். பலவிதமான சம்பவங்களின் பின்னணியும், அதன் நேரடி பாதிப்பால் எப்படி பெரியவா எனக்கு, ஒரு தாய் போலவும், தகப்பன் போலவும், கடுமையான ஆசானாகவும், அருள்பாலித்து, தொடர்ந்து பதினோறு வருஷங்களுக்கு அறிவுரை தந்த வண்ணம் இருந்தார்

திருவையாறு S.R. கிருஷ்ணன்

என்பதையும், எப்படி அவர் அளித்த அத்தகைய வரம், அடுத்த 60 வருஷங்களுக்கும் என் கூடவே இருந்து, தொடர்ந்து வழிகாட்டுகிறது என்பதற்காக இந்த மேற்படி விவரங்களை கசப்பாக இருந்தாலும் எழுத வேண்டியிருக்கிறது. படிக்கும் பலரின் வாழ்க்கையிலும் இத்தகைய அல்லது, இது போன்ற அனுபவங்கள் நினைவுக்கு வரலாம். மன்னித்துக் கொள்ளுங்கள்.

நாணாஜி என்னுடன் எங்கள் வீட்டிற்கு விரைந்தார். அங்கு அனைவரும் சோகத்திலும் அதிர்ச்சியிலும் ஒடுங்கிப் போயிருந்தோம்.

சில நிமிடங்களில் முடிவுகள் எடுக்கப்பட்டு, அந்த நள்ளிரவில் எனது தந்தையின் (இளைய) உடன்பிறப்புகள் பதினோரு பேருக்கும் (மறுநாள் காலையே) தகனம் என்கிற சேதியை தெரிவிக்க என்னை ஒரு ரன்னராக நியமித்து, உறுதியாகக் கட்டளையிட்டார். அப்பாவின் உடன்பிறந்தோர் அனைவரும் மெட்ராஸில் நான்கு திசைகளிலும் இருந்தனர். முதலில், நான் அந்த (இரவோடு இரவாக தகவல் சொல்லும்) யோசனையை எதிர்த்தேன்; எனது தாத்தாவின் மரணம் மற்றும் மற்ற உறவு சார்ந்த சமீபத்திய நிகழ்வுகள் என்று சம்பவங்களைச் சொல்லி, நியாய வாதங்களுடன் எதிர்த்தேன். ஆனால், நாணாஜி குறைந்தபட்ச வார்த்தைகளில் உத்தரவிட்டார் “உன் தகப்பனாரின் அந்திமச் செய்தியைப் பற்றி உடனடியாக அறிந்து கொள்ள வேண்டியது, அவரது உடன்பிறப்புகளின் உரிமை; நீ கூரியராக செல்ல விரும்பவில்லை என்றால், நான் இதை ஒரு மூன்றாம் நபராக செய்வேன். இரவு முழுவதும் சைக்கிளிலேயே சென்று தகவல் தெரிவிப்பேன். இப்போது என்ன முடிவு என்பது உன்னிடம்” என்றார். இந்த கண்டிப்பு என்னை புரட்டிப்போட்டது. எனது வகுப்புத் தோழனும் எனக்கு நெருங்கிய நண்பனுமான கோதண்டம், என் காவலுக்காக, என்னுடன் வரவும் ஏற்பாடு செய்தார். எங்களிடம் தொலைபேசித் தகவல் என்று எதுவும் இல்லாததாலும், அவர்களது இருப்பிடங்கள் மட்டுமே நினைவில் இருந்ததாலும், சென்னை முழுவதும் சைக்கிள் ஓட்டி, இட்ட பணியை முடித்துவிட்டு அதிகாலை 5 மணிக்கு வீடு திரும்பினோம். அதற்குள் நாணாஜி எல்லா

ஏற்பாடுகளையும் செய்திருந்தார். நாங்கள் காலை 8 மணிக்கு அப்பாவின் நூற்றுக்கணக்கானநண்பர்களுடனும்,தாய்வழிசொந்தக்காரர்களுடனும், 'தகன-பூமி'க்கு புறப்பட்டோம். எல்லாவற்றுக்கும் நாணாஜி ஏற்பாடு செய்து விட்டிருந்ததால், எங்கள் தந்தையை முறையாக வழி அனுப்பும் தூதனாக இருந்தேனே தவிர, பணத்திற்கோ, மற்ற பரேஹனி உட்பட்ட காரியங்களுக்கோ எனக்கு எந்தப் பொறுப்பையும் வைக்கவில்லை; என் கல்லூரி முதல்வர், அண்ணா சுப்ரமணிய ஐயர், ஸ்ரீதர் சார், பேராசிரியர் ஜகன்னாதாச்சாரியார் மற்றும் என் தந்தையின் அலுவலக நண்பர்கள், இசை உலக அபிமானிகள் என்று ஊரே வந்து வழியனுப்பியது என்றால் மிகையில்லை.

அந்த காலத்தில், வீடுகளில் டெலிபோன்கள் என்பது அரிதான விஷயம்; அந்த விடியற்காலையில், எப்படி அவ்வளவு மனிதர்கள் தகன–பூமிக்கு மரியாதை செலுத்த வந்தார்கள் என்று அனைவரும் ஆச்சரியப்பட்டார்கள். என்னை அந்த மைதானத்திலிருந்து பரீட்சை ஹாலுக்கு அழைத்துச் செல்வதற்காக எனது ப்ரின்சிபால் எனக்காக ஒரு சுத்தமான வேட்டியும் சட்டையும் கொணர்ந்து காத்திருந்தார். இனி குடும்பம் மற்றும் வேலைக்கு முனைவதுதான் எனது உடனடி நோக்கம் என்றும், காலேஜ்–தேர்வு எழுதும் மனநிலையில் இல்லை என்றும் லேசான எதிர்ப்பு தெரிவித்தேன். முதல்வர் பேராசிரியர் சேஷாத்ரி மற்றும் நாணாஜி இருவரும் ஒரே குரலில் பேசினார்கள், "மறைந்த உன் தந்தையின் கடைசி ஆசைக்கு நீ மரியாதை வைத்திருப்பது உண்மையானால், தேர்வுகளை எழுதி, பட்டப்படிப்பை முடித்து தங்கப் பதக்கம் பெற வேண்டும்; அதனால் தான் சிறந்த கல்வி மற்றும் பட்டம், நல்ல வேலை என்று அவரது குடும்பத்தை மரியாதையுடன் கவனித்துக் கொள்ளமுடியும். சோகத்தைக் காரணமாக வைத்து கடமைகளிலிருந்து ஓடி ஒளிவதை உன் ஆசாரியர்களான, பரமாச்சாரியாளும், அப்பாவும் சொல்லித் தரவில்லையே?" ஓரிரு நிமிஷங்களில் சுதாரித்துக்கொண்டு, அவருடன், பரீக்ஷை ஹாலுக்குச் சென்றேன். காலப் போக்கில் எனது தந்தை கண்ட கனவு – தங்கப் பதக்கமும் கிட்டியதில் என்னை விட ப்ரின்சிபல் தான் மிகவும் மகிழ்ச்சியடைந்தார் என்றால் மிகையில்லை.

அடுத்த ஏழு மாதங்களில் பெரியவாளைச் சந்திக்கும் பாக்கியம் கிட்டவில்லை என்பதை விட, நான் முயற்சி செய்யவில்லை என்பதும் அவரைப் பார்க்க தைரியமில்லை என்பதும் தான் நிஜம்; 1965–ஜூன் மாதக் கடைசியில் தயங்கியவாறே, காட்டுப்பள்ளி சாதுர்மாஸ்ய கேம்பில் அவரிடம் சென்று சரண் அடைந்தபோது, முதலில் ஒரு நரஸிம்ஹ தாண்டவமே ஆடிவிட்டார். அவர் கேட்ட ஒவ்வொரு கேள்வியும், அதன் பின்னர், கனிவோடு அளித்த அறிவுரைகளும், இன்றும், ஏன் என் உயிருள்ளவரை என்றும் மறக்க முடியாது. மேலே எழுதிய ஒவ்வொரு சம்பவத்திற்கும் அந்த மஹானிடம் தகுந்த பதில் இருந்தது!

✦ ✦ ✦

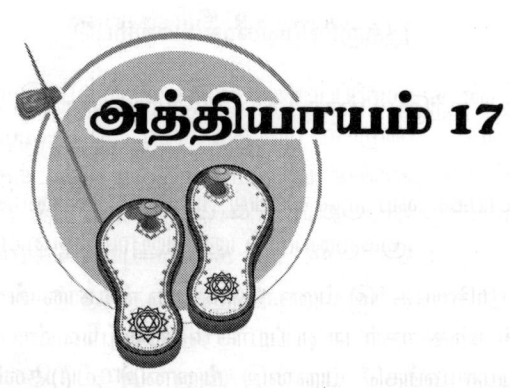

அத்தியாயம் 17

என் தகப்பனாரின் மறைவுக்குப் பின்னர் எவ்வளவோ கசப்பான சம்பவங்கள், உறவுகளினால் மனஸ்தாபங்கள், ஆதங்கங்கள், ஆற்றாமை என்று பல ஏமாற்றங்களிருந்தாலும், அதை அனைத்தையும் தாண்டி எதிர்நீச்சல் போட்டதன் முக்கிய காரணம் எங்கள் குடும்பம். எதுவுமே பேசாமல் சன்யாஸி போல மௌனியாக இருந்த அம்மாவைச் சுற்றி எங்கள் பாட்டி, சகோதரிகள் ரமா, பூமா, எனது இளையவர்கள், ஸ்ரீதரன், நரசிம்மன், எங்கள் அனைவருக்கும் ஆசானாக இருந்து வழிகாட்டிய நாணாஜி என்று அன்பான, பேராசையில்லாத, தெய்வநம்பிக்கையுள்ள குடும்பம். அதைப் பூரணமாக புரிந்து கொள்ள ஏழுமாதங்களும், பின்னர் பெரியவா சொடுக்கிய சாட்டையும் தேவையாக இருந்தது. அந்த ஏழு மாதங்களில் நடந்தவை பற்றி விவரமாக எழுத இங்கு இடமில்லை, மனமுமில்லை; ஆனால், கொஞ்சமாவது பின்னணி தேவை என்பதால் சுருக்கமாக எழுதுகிறேன்.

1965 ஆம் ஆண்டின் முதல் பகுதியில், ஹிந்தி மொழி தங்கள் மேல் திணிக்கப்பட்டதாக, இந்தியாவின் பல மாநிலங்களில், முக்கியமாக தமிழ் நாட்டில் – அரசியல் ரீதியாக பெருங்கலவரம் ஏற்பட்டது; அத்தகைய வன்முறை, மற்றும் அமைதியின்மையின் காயங்கள் குணமாகும் முன்னரே, இந்திய–பாகிஸ்தான் போர் ஏப்ரல் மாதம் தொடங்கி செப்டம்பர் (1965) வரை நீடித்ததால், தேசியப் பொருளாதாரத்தை வெகுவாக பாதித்ததோடு, அனைத்திலும் பற்றாக்குறையையும் எங்கும் அமைதியின்மை யையும் நீடித்தது. ஜனவரி 26 முதல் மார்ச் கடைசி வரை கல்லூரிகள், பள்ளிகள் அனைத்தும் மூடப்பட்டு என்னைப்

போன்றவர்களின் கல்லூரிப்படிப்பும், வருங்காலமும் இருண்ட கேள்விக் குறியாக மாறியது என்றால் மிகையில்லை. ஒரு வழியாக, ஏப்ரலில் யுனிவர்சிடி பரீக்ஷைகளுக்கு மட்டும் உத்தரவு கிடைத்து. எழுதினோம். உடனேயே நானும் இளையவன் ஸ்ரீதரனும் (சைக்கிள் மூலம்) டெலிவரி ஜாப் ஒன்றை ஏற்றுக் கொண்டோம். கடுமையான கோடை மாத கத்திரி வெய்யிலில் நாங்கள் செய்த அலையும் வேலையின் காரணமாக, இருவரும் (தட்டம்மை வார்த்து) படுத்துவிட்டோம். இதற்கிடையில் 'திரிவேணி ராமாயணம்' ஆபரா ஜூன் மாத முதலில் யூனிவர்சிடி ஆடிட்டோரியத்தில் என்று முடிவானதாக ப்ரின்சிபல் சேஷாத்ரி அவர்கள் வீட்டுக்கு வந்து சொன்ன போது, முழுவதும் குணமாகாமல், அடியேன் வெளியே செல்லக்கூடாது என்ற கவலையால் குடும்பத்தாரிடம் பலத்த எதிர்ப்பு. வழக்கம்போல் நாணாஜி மத்யஸ்தம் செய்ததோடு, மெடிகல் க்ளியரன்ஸுடன் என்னை ஆடிட்டோரியத்திற்கு அழைத்து வருவதாக ப்ரின்சிபாலுக்கு உறுதி அளித்து அனுப்பி வைத்தார். அனுமன் அனுக்ரஹத்தில் திரிவேணி ராமாயணம் ("ஸீதாயாஸ்சரிதம்-மஹத்" அல்லது "சிறையிருந்தவள் ஏற்றம்") அரங்கேறியது; ஸர் சி.பி. ராமஸ்வாமி ஐயர் அவர்கள் என் அபார முயற்சியைப் பாராட்டி, பேசி ஆசீர்வதித்து பரிசளித்தபோது பல ஆயிரம் கைகள் கரகோஷத்தினிடையே இருவர் கண்கள் கலங்கியதையும் பார்த்தேன் - ஒன்று ப்ரின்சிபால் சேஷாத்ரி, மற்றவர் நாணாஜி.

அது நடந்த ஓரிரு நாட்களிலேயே இந்திய இன்ஸூரன்ஸ் குழுமத்தில் ஒரு தாற்காலிக ஸ்டெனோக்ராபர் வேலையில் சேர்ந்தேன். ஒரே வாரத்தில் திடீரென ஒரு நாள் நாணாஜியைப் பார்க்க நான்கு பெரிய மனிதர்கள் - என் ப்ரின்சிபால், மூன்று ப்ரொஃபஸர்கள், [NVS (my HOD), ஜெகன்னாதாச்சார் (தமிழ்), ஸ்ரீதர் (ஹிந்தி)]- முகமெல்லாம் மலர வந்தார்கள். விஷயம் கேட்டு நாணாஜிக்கு தாங்க முடியாத சந்தோஷம். முதன் முறையாக யூனிவர்சிடி தங்க மெடல் விவேகானந்தா கல்லூரி மாணவனுக்கு - அப்பாவின் ஆசைப்படி கிடைத்தது. எந்த சலனமும் இல்லாமல் நான் அமைதியாக அமர்ந்திருந்தேன். அதில் என்ன உணர்ச்சி என்று புரியாத வகை. 'கவர்னர் கையிலிருந்து எனக்கு மெடலும்

கௌரவமும் அளிக்கப்படும்' என்று சொன்னபோது "அப்பா இப்போது இருந்திருந்தால் எப்படி தன் உணர்ச்சியைக் காட்டியிருப்பார்" என்று மட்டும் நினைத்துப் பார்த்தேன்; வயிற்றில் ஒரு பந்து அடைத்தது, பேச்சு எதுவும் எழும்பவில்லை. வந்தவர்கள், என்னை பார்த்து கவலையோடும் ஆதரவாகவும் பார்த்தார்கள்.

பெரியவா சொல்லுவார், "வாழ்க்கை என்பது வழுக்குமரம் போல, அதுவும் ஒரு உரியடி-பந்தயம் போல்தான். ஏற ஆரம்பிச்சுட்டப்பறம் ஏறிண்டே இருக்கணும்; எண்ணை தடவிய வழுக்கு மரம், கீழே இருந்து ஓயாது தண்ணி அடிக்கறவா, நாலு அடி ஏறினா, மூணு அடி சறுக்கும் நிலைமை-அந்த இக்கட்டில், பரிசுக்காக ஏறியாச்சு, கிடைச்சுடும்-கற நம்பிக்கை-வெற்றி அல்லது கீழ விழற வரைல, வேற விமோசனமில்லை என்கிற புரிதல்; அதுதான் நமது ஆசை நெறஞ்ச வாழ்க்கை".

அவர் சொன்ன போது புரியவில்லை; அப்பாவின் மறைவுக்குப்பின், உபமானம் கொஞ்சம் கொஞ்சமாகப் புரியஆரம்பித்தது!

அந்த நாட்களில், பரமபத-சோபன விளையாட்டில் திணறும் ஒரு சிப்பாய் போல் இருந்தேன்; 30 படிகள் ஏறினால் வெற்றி என்று எனக்குத் தோன்றும் கட்டத்தில் ஒரே ஒரு தாயத்தில் 28-படிகள் கீழே நழுவி மீண்டும் ஏறத் தொடங்குவது போல அமையும். அன்று மெட்ராஸ் யூனிவர்சிடி சென்டினரி ஆடிடோரியத்தில் பட்டமளிப்பு நாள்; காலையிலிருந்து ஒரே படபடப்பு. நான் 15 ரூபாய்க்கு கடன் வாங்கி வைத்திருந்த கவுன் மற்றும் தொப்பி, என் கால்களைச் சுற்றி கடிக்கத் தயாராக இருந்த புது ஷூவுடன், என்னுடைய ஒரே பேன்ட் மற்றும் முழுக்கை சட்டை எனக்கு பொருத்தமாக இருந்தது என்பதை விட சற்று "தாராளமாக" இருந்தது என்று சொல்லலாம். அவை எல்லாம், ஒரு சாயம் போன டிப்-டாப் டஃப்பெல்-பையில் (என் காலடியில்) வைத்திருந்தேன். ஆஃபீஸ் கடிகாரம் மெதுவாக நகருவது போல ஒரு எரிச்சல். மாலை 5 மணிக்கு பொறாமையே உருவான என் 58 வயது மேனேஜர் என் முகத்தையே பார்க்காமல் சொன்னது, "இப்பவே கிளம்பிப் போக உனக்கு அனுமதி இல்லை; இன்னும் 20 சொச்சம் பாலிசி டைப் அடிக்கணும். முடித்துவிட்டுப் போ; இரவு 8 மணிக்கு போகலாம்; யூனியன்

வேலையாளர்கள் ஸ்ட்ரைக் நடக்கிறது - தெரியுமோல்லியோ? இப்பவே போகணும்-னாக்க நாளைக்கு - ஏன், இனிமேலயே வேலைக்கு வராதே."

துக்கம் தொண்டையை அடைக்க வீட்டுக்கு தகவல் சொல்லியனுப்பினேன். வழக்கம்போல, நாணாஜி என் சார்பில் சென்று கவர்னரிடமிருந்து மெடல் மற்றும் மரியாதையைப் பெற்றுக்கொண்டார். இதன் பின்னணி தெரியாத என் ப்ரின்சிபால், மற்றும் ப்ரொபஸர் NVS இருவருக்கும் என் (பொறுப்பின்மை பற்றி!) என் மேல் தாங்க முடியாத கோபம் என்று கேள்விப்பட்டேன். மறுநாள், நாணாஜியிடம் முழு விஷயம் அறிந்து கொண்ட ப்ரொபஸர் ஸ்ரீதர் வாயிலாக முழு உண்மை தெரிந்து கொண்டு, மனம் கலங்கிய இருவரும் தனித்தனியாக பெரிய பெரிய commendation லெட்டர்கள் கொடுத்து அனுப்பினார்கள்.

அன்றிரவு நாணாஜி கவர்னர் அளித்த சிறப்பு மரியாதை, பட்டத்தையும் அனைத்து பதக்கங்களுடன் தங்க மெடலையும் வீட்டுக்கு வந்து கொடுத்தபோது, நான் அளவு கடந்த சோர்வுடன், வெற்று முகத்துடன் அவரை வணங்கி வாங்கிக் கொண்டேன். அதில் எந்தவித உணர்ச்சியும் இல்லை; ஏன், நான் ஒரு காலத்தில் ஓயாது வணங்கி நேசிக்கும் அனுமன் முதல் எல்லா கடவுள்-மேலும் (உள்ளார்ந்த) கோபத்தைத்தான் அதிகப் படுத்தியது. என் மௌனம் நாணாஜியை இன்னும் கவலைப்படுத்தியது!

அடுத்த வாரம் (இன்ஷூரன்ஸ்-பூல் வேலையிலிருந்து) எனது முதல் சம்பளத்தைப் பெற்றேன்; பல மாதங்களுக்குப் பின், முதன்முறையாக, சந்தோஷம் கொஞ்சம் எட்டிப்பார்த்தது. சம்பள பாக்கெட்டை என் அம்மா, நாணாஜி, பாட்டியிடம் ஒப்படைக்க ஆர்வத்துடன் அரசாங்கப் பேருந்தில் வந்து கொண்டிருந்தேன். சம்பள தினத்தை மனதில் கொண்டு சைக்கிளில் அலுவலகம் செல்லவில்லை! நான் வீட்டிற்கு வந்ததும், நாணாஜி முன்னால் சென்று, என் ஜிப்பாவிலிருந்து சம்பள பாக்கெட்டை எடுக்க முயன்றபோது, பாக்கெட் வரவில்லை, ஜிப்பாவின் பையே இல்லை! கத்தரிக்கோலால் வெட்டப்பட்ட ஒரு ஓட்டை இருந்தது. நாணாஜி மீண்டும் ஒருமுறை என் மீட்புக்கு வந்தார்! அவர் ஒரு புதிய கவரில் எனது முதல் சம்பளத்தொகையை சில்லறை-சுத்தமாக வைத்து, பாக்கெட்டை அம்மா மற்றும் பாட்டியிடம் கொடுத்துவிட்டு,

குடும்பத்தாரிடம் மகிழ்ச்சியான நிகழ்வைத் தவிர எதையும் (முக்கியமாக – திருட்டுப்போன விஷயத்தை) சொல்லத் தேவை இல்லை என்றார்.

மறுபடியும் பெரியவா சொன்ன ‘சறுக்கு மரம்’ தான் நினைவுக்கு வந்தது. திடீரென ஒரு குற்ற உணர்ச்சியும் பிடித்தாட்டியது. அந்த ஆறேழு மாசங்கள்ல பெரியவாளைப் பத்தின நெனவு அடிக்கடி வருமே தவிர அவரைப் போய் பார்க்க வேணும் என்கிற தபனமே இல்லை என்கிற அவமானம்! அந்த சுயநலத்தினால் வெட்கமும் கூடவே பயமும் வந்தது. “ஏன் இத்தனை நாளா ஆளக்காணும்”–னு பெரியவா கேட்டா, என்ன பதில் சொல்றது என்கிற பயம்.

எல்லாவற்றையும் அறிந்தாற் போல் நாணாஜி வடசென்னையில் எண்ணூருக்கருகே இருந்த காட்டுப்பள்ளி சாதுர்மாஸ்ய கேம்புக்கு அழைத்துச் சென்றார். ஏகப்பட்ட போராட்டங்கள் மனசுக்குள்ளே அரித்துப் பிடுங்கியது, வெட்கம், குற்ற உணர்ச்சி இரண்டும் சேர்ந்து தொண்டையை அடைத்தது. முன்னமேயே ஏற்பாடு செய்தது போல பெரியவாளின் அருகில், ப்ரொபஸர் ஸ்ரீதர் நின்று கொண்டிருந்தார். நடுங்கிக் கொண்டே பெரியவாளுக்கு ஸாஷ்டாங்க நமஸ்காரம் செய்தேன்.

“வாங்கோ ஸார், என்ன விஷயமா வந்தேள்? யாரு பலவந்தப் படுத்தி அழச்சுண்டு வந்தா? தொரை–வாள், பெரிய மனுஷா ஆயிட்டேள்னு கேள்வி, அதுவும் நாயக்கர் போல கடவுள் எல்லாம் இல்லன்னு சொல்லறாப் போலிருக்கு. இல்லேன்னாக்க, பகவான் நம்பிக்கை எல்லாம் நமக்கு சரிப்பட்டு வராதுங்கற எண்ணமோ? நாராயணா, எட்டு மாசமா வராத பெரிய மனுஷரை எதுக்கு பலவந்தமா இழுத்துண்டு வந்தே?”.

எனக்கு அழுகை மறந்திருந்தது; மரத்துப் போனேன் என்றுகூட சொல்லலாம். அந்த நவம்பர் இரவுக்குப் பின்னர், கசப்பினாலோ என்னவோ எவ்வளவோ பேசணும்–னு தோன்றினாலும், வார்த்தையே கிளம்பவில்லை. அவர் முகத்தைப் பார்க்க பயந்து, தலைகுனிந்து மரக்கட்டைபோல கண்ணை மூடிக் கொண்டேன். உடம்பு கொஞ்சம் நடுங்கியது. சட்டையைக் கழட்டாமல் ஜிப்பாவுடன் நான் ஒருவன் மட்டும்தான் இருந்தேன். அதனால் இன்னும் வெட்கம், பயம், நடுக்கம்.

“பரவாயில்ல, நீங்கள்ளாம் சட்டையைக் கழட்டணும்னு ரூல் எல்லாம் கிடயாது. மடத்துல போட்ட யஜ்ஞோபவீதம் தானேன்னு கழட்டி கடாசிட்டாப் போல தெரியறது? ஏதோ சொல்லுவாளே, ஏரி மேல கோச்சிண்டு, கால் அலம்பாம போனான்னு? இவ்வளவு கோபம் உள்ளுக்குள்ள கொந்தளிக்கறச்சே, எதுக்காகடா இங்க திடீர்னு வந்தே?” சாந்தமே உருவான அந்த மாத்ரு–வாத்ஸல்யக் களஞ்சியம், உக்ர நரஸிம்மராக மாறிவிட்டாரோன்னு தோன்றிய அடுத்த நிமிஷம் சட்டையெல்லாம் தொப்பலாக வியர்வையால் நனைந்து, மனம் உடைந்து ஒரு குழந்தை போல அழ ஆரம்பித்தேன்.

மேனேஜர் நாணாஜி, ஸ்ரீதர் ஸார் தவிர அருகே இருந்தவர் அனைவரையும் வெளியே இருக்கச் சொன்னார். பெரியவா அதற்காக மேனேஜரை கனிவாக பார்த்ததை நானும் பார்த்தேன். அழுகையை நிறுத்த முயன்ற போது, பெரியவா நாணாஜியையும் ஸ்ரீதரையும் பார்த்து, “நீங்க சமாதானமெல்லாம் பண்ணத் தேவையில்லை. நன்னா அழட்டும், தப்பொண்ணும் இல்ல. மனஸ்ல இருக்கற வெறி, கோவம், பாரமாவது கொறயும். நாணா நீதானே சொன்னே, 7 மாசமா, அழுகைகூட இல்லைன்னு”

நான் அழுகையை நிறுத்திய மறு நிமிஷம் மேனேஜரிடம் அமைதியாக, “ஐயர்வாள், இவனுக்கு ஏதாவது சூடா கொண்டு வந்து கொடுக்கச் சொல்லுங்கோ. “இப்ப சொல்லுடா, உனக்கு யார் யார் மேல கோபம்? எதுக்காக? அதை விட – எதுக்கெல்லாம் கோபம்? நான் கோச்சிக்கல, நீயே வரிசையா சொல்லு. என்னால எல்லாத்துக்கும் சமாதானம் சொல்ல முடியாது, ஆனாலும், முழுக்க கேக்கத் தயார்... சும்மா வாய் மூடி மௌனியா வெறுமே உக்காந்துட்டு போகறதுக்காகவா வந்தே?”

“நான் செஞ்சதெல்லாம் தப்பு தான். முன்னாடியே வராததும் தப்பு தான்” என்றதும், பெரியவா கை சைகையில் நிறுத்தினார்.

“அடிமுட்டாளாடா நீ! உன்னை என்னண்ட மன்னிப்புக் கேக்கச் சொன்னேனா? அது எனக்கு தேவயில்லாத விஷயம். உனக்கு அவசியம்னு பட்டா, உங்க நாணா கிட்ட மன்னிப்பு கேட்டுக்கோ;

அவனைப் படுத்தினதுக்கெல்லாம். இந்த மன்னிப்பு கேக்கவாடா, இத்தன தூரம் வந்தே, அதுவும் எல்லார் நேரத்தையும், வேலயையும் மெனக்கிடவச்சு? எனக்கு மரியாத பண்ணறதா நினச்சு மன்னிப்புக் கேட்டுட்டு போனா எல்லாம் சரியாயிடுமாடா? நீ இத்தன மாசம் என்னப் பாக்க வேணாம்னு எதுக்கு வைராக்யமா இருந்தேன்னு எனக்கு தெரியல? உன் கோபம் பகவான் மேலயா, என் மேலயா? சொல்லுடா?"

நான் என் சட்டையை கழற்றி, உத்தரீயமாக உடுத்திக் கொண்டேன்; எங்கிருந்து தொடங்குவது என்று தடுமாறிக் கொண்டே திக்கித் திணறிப் பேசத் தொடங்கினேன். பெரியவா என்னை அமைதிப்படுத்தினார், நாணாஜியிடம் நேரடியாக (என்னைப் புறக்கணித்தவாறே) பல கேள்விகளைக் கேட்டார்; நாணாஜியின் பதில்களுக்கு ஸ்ரீதர் சாரும் துணையாக பல விஷயங்கள் சொன்னார். நான் முன்னமேயே ஒரு கோடி காட்டிவிட்டதால், மேற்கொண்டு அவர்களது உரையாடல்களின் விளக்கம் இங்கு தேவையில்லை. என்னை அமைதிப்படுத்தத்தான் பெரியவா அவர்களைப் பேசச் செய்தார் என்பது தெளிவாக புரிந்தது. அவர்கள் இருவரும், எனது தந்தையின் மறைவு முதல் நாங்கள் காட்டுப்பள்ளிக்கு வரும் வரையிலான சம்பவங்களை சொல்லி முடித்தனர்.

முந்தைய நாள் தான், ப்ரின்சிபல் அவரை அழைத்து, நாங்கள் இருவரும் அவரை அவரது வீட்டில் வந்து சந்திக்கும்படி கேட்டுக் கொண்டார் என்று நாணாஜி புதிய விஷயம் ஒன்று ஆரம்பித்தார்; ஸ்ரீதர் சார், அதன் மத்தியில், முதல்வர் சேஷாத்ரி அவர்கள் ராமகிருஷ்ணா மிஷனிடம் தான் ராஜினாமா செய்யும் விருப்பத்தை சமர்ப்பித்ததாகவும், ஆனால் சில மாதங்கள் தொடருமாறு கேட்டுக் கொள்ளப்பட்டார் என்றும் தெரிவித்தார் (பெரியவா, தனக்குத் தெரியும் என்றவாறு தலை ஆட்டினார்).என் சார்பாக ப்ரின்சிபல் செய்த விசேஷ விண்ணப்பத்தின் அடிப்படையில் வேதியியலில் எனது மாஸ்டர்ஸ் படிப்பிற்கு ராக்ஃபெல்லர் அறக்கட்டளை (பயணம், மற்ற செலவுகளுக்காகவும்) மற்றும் ஹார்வர்டில் இருந்தும் (படிப்புக்கான) ஸ்காலர்ஷிப்புடன் அட்மிஷன் வந்துள்ளதால் சேஷாத்ரி சாரும் (அவரோடு இருந்த ப்ரொபஸர் NVS-ம்) ஒரு மணி

நேரம் என்னை சம்மதிக்க வைக்க முயன்றும், அந்த வாய்ப்பை ஏற்காமல், இந்தியாவில் தங்கி குடும்பத்துடன் இருக்க வேண்டும் என்ற என் பிடிவாதத்தால் வேலைக்கு செல்ல தீர்மானமான முடிவை சொன்னதால் கோபமடைந்ததும், நாணாஜியாலும் என் முடிவை மாற்ற இயலாததால், வருத்தத்தில் எங்கள் எல்லாரையும் ப்ரின்சிபால் வெளியே போகச் சொல்லி விட்டார்-என்று ஸ்ரீதர் சொல்லி முடித்தார்.

நாணாஜியும், பெரியவாளிடம், என் குடும்பப் பொறுப்புகளை முழுவதுமாக கவனித்துக் கொள்வதற்குத் தாமே பலமுறை முன்வந்ததாகவும், சிறந்த எதிர்காலத்திற்காக நான் எனது மேற்படிப்புக்காக சென்று, நல்லபடி முடித்துக் கொண்டு, ஐந்து ஆண்டுகளுக்குள் பி.எச்டி. போன்றவற்றைப் படித்துவிட்டுத் திரும்ப வேண்டும் என்று கேட்டுக் கொண்டும் நான் பிடிவாதமாக முடியாது என்றதாக வருத்தத்துடன் சொன்னார். பெரியவா மௌனமாக இருந்தார். மற்றவர்களிடமிருந்து மூச்சுவிடும் சப்தம் கூட அரிதாகவே இருந்தது; பெரியவா கண்களை மூடிக்கொண்டு தாடியை வருடியபடி அமர்ந்திருந்தார். கிட்டத்தட்ட ஒரு நிமிஷத்துக்குப் பின்னர் ஆரம்பித்தார்;

"நாராயணா, அவனை ராகவன் ஆசைப்பட்டபடியே பெரிய படிப்பெல்லாம் படிக்க வெக்க உன்னோட ஆதங்கம் – எல்லாம் நன்னா புரியறது. ஆனாக்க, க்ருஷ்ணன் அந்த மாதிரி தெளிவா முடிவெடுத்தான் பாரு, அதுதான் சரியான முடிவு. இல்லேன்னா, அப்படி அவன் ஸ்டடியா நிக்கலேன்னாக்க, அவன் ராகவனுக்கு அபிமான சிஷ்யனோ, புள்ளயோ இல்ல. அவன் அம்மாவோட ஆரோக்யம் பழய நிலமைக்கு வரணும், அவன் சகோதரிகள் ரெண்டு பேரும் வாழ்க்கைல செட்டில் ஆகணும், ரெண்டு சின்னவங்களும் கரை ஏறணும். அவா எல்லாரும் இவனுக்கு ஒணக்கயா, ஒத்தாசயா இருக்காங்கறதுக்காக, இவனோட ஸ்வதர்மத்தை விட்டுட்டு, சுயநலமா ப்ளேன் ஏறிட முடியுமா? எல்லாத்தயும் உன் தோள் மேல ஏத்திட்டு அவன் தனக்கென்னன்னு கிளம்பறது ஒரு தர்மமா? இங்கே இருபது வினாடி நிறுத்தி, கொஞ்சம் கண்மூடிக் கொண்டார்.

நாணாஜி, ஸ்ரீதர் ஸார், மேனேஜர் எல்லாரும் இருமக் கூட பயந்து அவரையே பயபக்தியா பார்த்துக் கொண்டு இருந்தார்கள்.

அதெல்லாம் சரிடா பெரியவனே, ஒரு பக்கம் கடமைங்கறே, இன்னொரு பக்கம் சொல்லத் தெரியாத பெரிய ஆங்காரம்? பெரிய படிப்புக்கு பகவான் தடை பண்ணிட்டானேன்னு அவன் மேல கோவமா? உனக்கு முடிவு எடுக்கத் தெரியலயேன்னு உம்மேலேயே கையாலாகாத கோவமா? பழயபடி ஒரே கேள்விதான்? யார் மேல கோபம், எதுக்காக இந்த கோபம்?

அடியேன் இந்த இடத்தில ஒரு படு முட்டாள் தனம் பண்ணினேன், "பகவான் எங்க இருக்கான்னு தெரியல; என்ன மாதிரி ஏழை–பாழைகளெல்லாம் அவனுக்கு ஒரு பொருட்டே இல்லன்னு தெரிஞ்சுடுத்து".

இந்த இடத்தில், இதுக்காகவே காத்திருந்தாற் போல, பெரியவா மடைதிறந்த மாதிரி கொஞ்சம் குரலை உசத்திப் பேச ஆரம்பிச்சா.

"பகவான்னாக்க, யாருன்னு நினச்சேடா? நீ வெச்ச வேலக்காரனாடா? இல்லன்னா, ராமர், க்ருஷ்ணர், சிவன், சுப்ரமண்யன்னு வேஷம் போட்டுண்டு உன் பக்கத்திலேயே இருந்து நீ கேக்கறதெல்லாம், அப்பப்ப அள்ளிக் குடுத்துண்டே இருந்தாதான் பகவான் இருக்கான்னு அர்த்தமா? இது என்ன சினிமா பயாஸ்கோப்பாடா? அவன் என்ன அலாவுதீன் பூதமா? நீ கூப்ட கொரலுக்கு வந்து நீ நினச்சத அப்படியே நிறவேத்தறத்துக்கு?"

அடுத்த 15–நிமிஷம் முதலில் உக்ர நரஸிம்மர் தாண்டவம்; பின்னர் ப்ரஹ்லாத நரஸிம்மராக மாறி அனுக்ரஹம். அந்த உபதேசத்தைத் தான் அடுத்த 59 வருஷங்களாக இறுக்கிப் பிடித்துக் கொண்டு அவர் நிழலில், அவர் நினைவில், அனுக்ரஹத்தில் ஒரு மனிதனாக வாழ்ந்து கொண்டு இருக்கிறேன். அவர் சொன்ன கீதையை, உபதேசத்தை எழுத முயற்சிக்கிறேன்.

✦ ✦ ✦

அத்தியாயம் 18

“எனக்கு கொஞ்சம் புரியறது! ஆமாம், நீ உண்மையா, ஒழுக்கமா இருந்திருக்கலாம், இப்பவும் இருக்கலாம்; ஆனால் உங்கப்பா 54 வயசில போனதுக்கும் உனக்கும் என்னடா சம்பந்தம்? ஆதிசங்கரர் (32), விவேகானந்தர் (39), ஞானேஸ்வர் (21) இவா எல்லாரும், ஏன், இந்த பொதுஜன சேவைல தங்களையே அர்ப்பணிச்ச பல மஹாஞானிகள், அறிஞர்கள், ஏன், சுயநலமில்லாத மனுஷாள் எல்லாரும், திடீரென்று அவாளா போகத் தீர்மானிச்சாளா? அதெல்லாத்தையும் விட, 54 வயதில் உங்கப்பாவை பகவான் எடுத்துண்டுட்டாரே என்கற கோபமா, அல்லது உங்க அப்பா ஏன் எல்லாத்தையும் உன் தலைல கட்டிட்டு போயிட்டார் என்கற விரக்தியா?”

“உனக்கு இருக்கற கேள்விலயே பெரிய கேள்வி, உன் ஃப்ரண்ட் ராமசாமி நாயக்கராட்டம் கேக்கணும்னா, ஸ்வாமி, பகவான், சரி, கடவுள்– அப்படி ஒருத்தன் இருக்கானா? என் கண்ணு மின்னாடி ஏன் வரலேன்னுதானே? அப்படி இருக்கான், உன் முன்னாடியே இருந்திண்டிருக்கிறான், அப்படிங்கறதுக்கு இதவிட என்ன ப்ரூஃப் வேணும்? ஒவ்வொரு ஆதாரமும் உனக்கு எதிராக இருந்தப்போ, ஒம்பேர்ல எந்த குத்தமும் இல்லன்னு நிரூபிக்க பல மனுஷா ரூபத்துல வந்து உன்னை மனுஷனா, மறுபடி காலேஜ்ல மரியாதையோட நடமாட விட்டது அந்த பகவான்தானே? ஒவ்வொரு கட்டத்தியும் பகவானோட ஒத்தாசை இல்லாம அதெல்லாம் நடந்ததுன்னு நினைக்கறயோ என்னமோ?

ஒன்னவிட எல்லாவிதத்துலயும் தகுதியான, திறமையான, லட்சக்கணக்கான கொழந்தைகள், இளைஞர்கள் எந்த ஆதரவோ, அங்கீகாரமோ, ஒத்தாசைக்கு மனுஷாளோ இல்லாம எங்கயோ மூலைல இருக்கறச்சே, 7–8 வருஷமா, ஒரு டஜன் ஜாம்பவான்கள் உன்னை பல விதத்துலயும் அங்கீகாரம் பண்றச்சே, அதுவும் உன்ன விட அதிக தகுதியுள்ளவா இருட்டில இருக்கறச்சே, நீ அத்தன பெரிய அங்கீகாரத்துக்கு தகுதியானவன்தான்னு நினைக்கிறயா? அந்த சம்பவங்கள்ல பகவானின் பங்கு என்னன்னு, இந்த மாதிரி என்னிக்காவது உக்காந்து யோசிச்சிருக்கியா?

உங்கப்பா போன அந்த அர்த்தராத்ரில, உங்காத்துக்கு யார்–யார் வந்தா? உங்க ஸ்வ–தர்மத்திற்கு ஆலோசனை குடுத்தது, தகனம் பிற்பாடு தொடர்பான எல்லாத்தையும் யார் ஏற்பாடு பண்ணினா? உன்னண்ட பணம் இருந்துதா? இல்லன்னா உறவு மனுஷா சஹாயம்தான் இருந்துதா? உன் மனசெல்லாம், ராத்திரியெல்லாம் க்ஷாத்ரத்துடன் அலஞ்சு திரிந்த நீ, அவரை தகனம் செய்யற நேரத்திலதானே திரும்பி வந்தே? சரியாடா? இந்த நாணா யாருடா உனக்கு? சங்கம், சக்கரம் போட்டுண்டு தன்னைக் கடவுள்னு சொல்லிண்டு வராததால, உங்க எல்லாருக்கும் இந்த நாணா செய்ததை போல எப்போதும் பகவான் தொடர்ந்து உங்க குடும்பத்துக்கு செஞ்சுண்டு இருப்பார்னு நெனச்சியா?

ஆமாம், உங்கப்பாவழி மனுஷா, நீங்க அவாளுக்குச் சுமையாகி விடுவேளோ–ங்கற பயத்தில கழட்டிண்டுட்டா; ஆனா, ஓடி வந்து அன்பு காமிச்ச அம்மாவழி தரப்பிலிருந்து வந்த சொந்தக்காரா ஆதரவு உனக்கு புரியல்லியோ? இதுவும் பகவான் ஒரு காரணத்தோட அப்பாவழி மனுஷா கிட்ட இருந்து விலகிச் சுதந்திரமாக வாழ உபகாரம் பண்ணினதா, ஏன் எல்லா நல்லது–கெட்டதுலயும் யோசிக்க முடியல? தெரியாத இடத்துலேர்ந்து கெடக்காத உதவிக்காக ஆங்காரப்படறத விட்டுட்டு, கிடச்ச பொக்கிஷத்தை பெருமையா நெனச்சிருக்கியா? அப்படின்னா, பகவானண்ட உனக்கு இன்னும் இன்னும்ல விஸ்வாசம் வந்துருக்கும்? துளிக்கூட வந்தாமாதிரி தெரியல்லியே?

[இந்த இடத்தில், பெரியவா ஆயாசத்தில் கண்ணை மூடிக்கொண்டு, கொஞ்சம் மௌனம் சாதித்தார் – 30 வினாடி இருக்கலாம். மேனேஜர் ஓடிப்போய் ஒரு தொன்னையில் தீர்த்தம் கொண்டு வந்தார். மெதுவாக கண் திறந்த பெரியவா, ‘அந்த புள்ளயாண்டானண்ட கொடுங்கோ’ என்றவர், தொடர்ந்தார். நாணாவும் ஸ்ரீதரும், தலைகுனிந்து மூச்சு அழுத்தமாக விடக்கூட பயந்து உக்கார்ந்திருந்தனர். என் கண்ணீர் நிற்கவில்லை. அதனாலெல்லாம் பெரியவா பேசறதை நிறுத்தவில்லை!].

லக்ஷக்கணக்கான பசங்க படிப்பெல்லாம் – உன்னோட சேர்த்துதான்– எல்லாம் போச்சுன்னு நினச்சப்போ, திடீர்னு எல்லா அஜிடேஷனும் சரியாப்போய், நீ பரீக்ஷை எழுதி அப்பா ஆசப்பட்டபடியே மெடல் வாங்கினயே? அது யாரால? ஒன்னோட அதி–மேதாவித்தனத்தாலயா?

பரீக்ஷை ஃபைனல் எழுதமாட்டேன்னு நீ அடம் பிடிச்சப்போ உன்னை ஸ்மசானத்திலேர்ந்து அழச்சிண்டு போனது யாரு? மனுஷனா? இல்லடா, அதுவும் பகவானோட representative–தான்–டா.

நீ எழுத மாட்டேன்னு சொன்ன பரீக்ஷைல ராஜதானி கோல்ட் மெடல் கிடச்சதாலே, வேறொரு கடவுள் உனக்கு அமெரிக்காவுல மேல் படிப்புக்கு ஏற்பாடு பண்ணியும், அதை வேண்டாம்னு சொன்னது யாரு? உனக்குள்ள இருக்கற அதே கடவுள் தான்னு ஏன் புரியல? உன்னுடைய responsibility–ஐ காண்பிச்சுக் கொடுத்த கடவுள் மேல கோபமா? வேண்டாம்னு பைத்தியக்காரத்தனமா சொல்லிட்டமேன்னுட்டு, அதுக்காக ஒம் பேர்லயே கோபமா?

உனக்கு வேலை வேணும்னு பிச்சை கேட்டதால, ஒரு வேல கிடச்சுது? அத தக்க வெச்சுக்கணும்–கற பயத்தினால நீ போய் அத்தனபேர் மின்னாடி கவர்னர் மெடல் எல்லாம் வாங்க முடியல, வாஸ்தவம் தான்... அதுலேர்ந்து ஒரு பெரிய பாடம் கத்துக்கலாமே? எது நடக்கலயோ, அது ஒரு காரணத்தினால தான்–னு? அதாவது, என்ன தெரியறதுன்னா, உன்னப்பத்தி உனக்கே ரொம்ப பெரிய அபிப்ராயம்! அளவுக்கு மீறி சன்மானம் வந்துடுத்துன்னா பணிவும், எல்லாம் பகவான் நடத்தறான்–ங்கற சமநிலயும் காத்துல பறந்து போய்டும் போல? அதனால தான்

அப்படி தடங்கல் வந்துதோ என்னமோ? உன் தகுதிலயோ, அல்லது அந்த பகவானண்டயோ உனக்கு அசக்க முடியாத நம்பிக்கை அன்னிக்கு இருந்திருந்தா, அந்த சாயங்காலம் அந்த நிமிஷம் வேலை வேண்டாம்-னு தூக்கிப்போட்டுட்டு போய் மெடலை வாங்கிண்டு வந்திருக்கலாமே? ஏன் செய்யலே? அந்த நேரத்தில நீ எடுத்த முடிவு தான், ‘கர்மா, விதி, என்ன வேணும்னாலும் சொல்லிக்கலாம்.’ எது நடந்ததோ, அதை மாத்தியிருக்க முடியாது. எது நடக்கணுமோ, அதையும் மாத்த உனக்கு பவர் இல்லடா? எல்லாத்துலயும் ஒரு படிப்பினை இருக்குடா.

எனக்கும் சின்னப்பையனா இருக்கறச்சே பெரிய படிப்பு படிச்சு, அப்பா அம்மாவை வெச்சு நன்னா பாத்துக்கணும்னு ஆசை எல்லாம் இருந்துது-ஒரு காலத்துல;நான் ஒரு Christian Mission-பள்ளிக்கூடத்தில படிச்சுண்டிருந்தேன்; 13 வயசுல அம்மாவோட திண்டிவனத்திலேர்ந்து வண்டில போயிண்டிருந்தவனை தனியா பிரிச்சு கலவைக்கு வண்டி வச்சு கூப்டுண்டு போனா? அப்ப ஏன், என்னதுக்கு அப்படி நடந்துதுன்னு தெரியல! என்ன அழச்சுண்டு போன மேஸ்த்ரி அப்பதான் சொன்னார் - நீ இனிமே இங்க மடத்துல தான் இருக்கணும்-கறது பகவானுடய கட்டளை-ன்னா. எனக்கு ‘ராம, ராம’ தவிர ஒண்ணும் தெரியாது - அதையே ஜபம் பண்ணிண்டே போனேண்டா... எங்க அம்மா அவ சஹோதரி பையன் சன்யாசி ஆய்ட்டானேன்னு அவள சமாதானம் பண்ணப் போனா, கலவைக்குப் போனப்பறம் எங்க அம்மாவுக்கே அதே சமாதானம் சொல்ல சொந்தக்காரா ரெடியாயிருந்தா. நாம் என்ன வேணும்னாலும் ஆசைப்படலாம், எனக்கு தகுதியிருக்குன்னெல்லாம் நினச்சுக்கலாம், ஆனா, நமக்கு மேல இருக்கானே அவன் தீர்மானம் பண்ணனும். அவன் ஆஜ்ஞைபடி தான் எல்லாம் நடக்கும்; இந்த நிமிஷம் வரை அப்படிதான்.

[இந்த இடத்தில் என்னை அறியாமல் அழுதேன்... பெரியவா வாய் விட்டு சிரிச்சா!]

“எதுக்குடா? எனக்காக அழறயா? இல்ல, உனக்காக அழறயா?” - மறுபடியும் சிரித்துவிட்டு, தொடர்ந்தார்.

நீ எழுதின Opera–வை யார் வேணும்னாலும் எழுதியிருக்கலாமே! இல்லாத விஷயத்த நீ எதுவும் புதுசா இட்டுக்கட்டி கவிதையா எழுதினயா, இல்லியே? இருக்கறதை மணி கோக்கற மாதிரி தானே கோத்தே! ஆனாலும், அதை அவ்வளவு செலவு பண்ணி அத்தனை பெரிய மனுஷாளை வச்சு ராமஸ்வாமி ஐயர் தலைமையில நடத்தி உனக்கு பேரும் புகழும் வாங்கிக் கொடுத்தது யாரு? அதுவும் ஒரு பகவான் தானே? அந்த சமயத்தில அந்த பகவானுக்குப் பேர் ஒரு சேஷாத்ரி – அவ்வளோதான்.

வாழ்க்கையே ஒரு சறுக்கு மரம் இல்லேன்னா – ஒரு உரியடி–ன்னு நினச்சுக்கணும்; 4 அடி ஏறினா, 8 அடி சறுக்கலாம் – இல்லை, பரிபக்குவம் உள்ளவா 8–அடிக்கு, 4–அடி மட்டும் சறுக்கிட்டு மேல போயிண்டே இருப்பா – ப்ரைஸ் கிடைக்கறது பஹு துர்லபம்–ன்னு தெரிஞ்சாலும், ஆயிரக்கணக்கானவா, லக்ஷக்கணக்கானவா முயற்சி பண்றா பாரு, அது எதுனால–ன்னு புரிஞ்சுண்டுட்டா, வாழ்க்கையோட ஸூக்ஷ்மமும் ஸூத்ரமும் தெளிவா தெரிஞ்சுடும்... அது தெரியாததால தான் நாமெல்லாம் ஏதோ பண்ணிண்டு நமக்கு ரொம்ப தெரியும்–னு நம்மளயே ஏமாத்திண்டு பகவானை திட்டிண்டு இருக்கோம்.

நீ ஆருத்ரா–ங்கறதை அடிக்கடி கோவம் மூல்யமாவும் காட்டறே! நீ ரொம்ப நாள், உங்க அப்பா ஆயுசையும் சேத்து நன்னாயிருப்பே; ஆனாக்க, அப்படி இருக்கணும்னா, எல்லாத்துக்கும் மின்னாடி கோவத்தை முதல்ல அறவே ஒழிக்கணும் – வெறுமே அடக்கினாப் போறாது; English–ல சொல்லுவா, suppression is not the solution, but removal is அப்படின்னுட்டு; இன்னும் ஒரு வார்த்தை அடிக்கடி கேள்விப்படறோம் – Entitlement; Even though I am not entitled, all good things come to me because of HIS Grace – அப்படின்னுட்டு இனிமேல ஒவ்வொரு தடங்கல்ல மட்டுமில்லாம, ஜயம் உன்னத்தேடி வரும்போதும் சொல்லிண்டே இரு, you succeed, not because you are entitled. Only God can decide at every move whether you can get this or that.

[பெரியவா கவிதை மாதிரி, சுத்தமான English பேசுவா – எப்பவாவது – ஆனா நான் ஒவ்வொரு தடவையும் மயங்கிப்போவேன்]

சின்ன வயசுலயே கடினமான சோதனைகள், பாடங்கள கத்துக் கொள்றதும் ஒரு பெரிய அனுபவம் தான். நீ பெரிய வேலயெல்லாம் பாக்கறச்சே உலகமெல்லாம் சுத்தப்போறே; இந்த அனுபவங்களெல்லாம் மனசுல வெச்சுண்டா, உபகாரமா இருக்கும். அது சரி, மேக்கொண்டு என்ன பண்ணப்போறே?

(இந்த இடத்துல, மறுபடியும் மாத்ருவாத்ஸல்யம், குரலிலும் கனிவிலும், குரலில் அக்கறை, அன்பு தொனித்தது)

எனக்கு ரிசர்வ் bank பரீக்ஷைக்கு hall ticket வந்துருக்கு – அதயும் பெரியவா கிட்ட... (ன்னு முடிக்கல),

"பலே, இதுக்கு நடுவுல 2–3 மாசத்துக்கு, காலேஜ்–வேலை வேணும்–னாக்க, உன் டிக்ரி டிஸ்டிங்க்ஷன்–னுட்டு அங்கீகாரம் இருக்கறதால, (அண்ணா) சுப்ரமண்யனைச் சந்திச்சு, அவா பாலிடெக்னிக்கில இடைக்கால ஆசிரியர் இல்லேன்னா லெக்சரர் வேலைக்கு ஆள் எடுக்கறாளான்னு கேளு; ஏண்டா ஸ்ரீதரா, இவனை அழச்சுண்டு போய், அவரண்ட கேளேண்டா... "

அடுத்த 58 வருட வாழ்க்கையில் பெரியவாளின் மேற்படி உபதேசங்கள் என்றுமே பொய்யானதில்லை – ராமகிருஷ்ணா டெக்னிகல் கல்லூரியில் நான் செய்த வாத்தியார் வேலை முதற்கொண்டு, அதற்கடுத்த 16–வருஷங்களில் ரிசர்வ் வங்கி மற்றும் ஸ்டேட் வங்கியில் படிப்படியாக உயர்ந்தது, என் முதல் அமெரிக்க பயணம் (1978), பின்னர், ஒரு சர்வதேச வங்கியில் உயர் பதவியில் குடும்பத்துடன் பாரிஸ், லண்டன் மற்றும் அமெரிக்கா, என்று ஒவ்வொரு கண்டமாகக் குடிபெயர்ந்தது வரை ஒவ்வொரு கட்டத்திலும், பெரியவாளின் கோபமும், ஆதங்கமும், வாத்ஸல்யமும் நிறைந்த வார்த்தைகள் ஒவ்வொன்றும் பலமுறை அவர் பேசுவது போலவே முன்வந்து நிற்கும்!

மேலும் மேலும் உயர்–கல்வி, மேலும் பட்டங்கள், பாராட்டுக்கள் பலவும் தொடர்ந்தன; மற்றும் சர்வதேச லெவலில் நாற்பது ஆண்டுகளாக அங்கீகாரம், 69–நாடுகளில் பயணம், இன்னும் கார்ப்பரேட் மற்றும் அரசாங்க அங்கீகாரத்துடன் உலகில் பல நாடுகளில் உயர் மட்ட

மரியாதை என்று கிடைத்த ஒவ்வொரு படியும், அனைத்துமே அவர்–போட்ட பிச்சை, அவரது அருளும் ஆசீர்வாதங்களின் வேறு வேறு பெயர்கள்தான் என்ற திடமான நம்பிக்கை தான், இந்த நிமிஷம் வரை, என் தாழ்மையான அனுபவம். இதை எழுதுவதால், அந்த கடந்த காலமனைத்தும், எதிர்ப்புகளோ, அதிர்வுகளோ, ஏமாற்றங்களோ இல்லாத ஒரு சுகப்பிரயாணம் என்று இதைப் படிப்பவர்கள் யாரும் எண்ண வேண்டாம். பெரியவா அடிக்கடி சொல்லும் ‘உறியடி, வழுக்கு மரம்’, எனக்கு ஓயாது பழகிப்போன ஒன்று. அதனால் தானோ என்னவோ, பட்டங்களும், பாராட்டுகளும் என்னை பெரிதாக பாதிக்கவோ, அல்லது கடுமையாகத் தெரிந்த பல பின்னடைவுகளும் என்னை அளவுக்கு மீறி முடக்கிப் போடவுமில்லை எனலாம். அவற்றில் சில சம்பவங்களையாவது, மற்றுமொரு சந்தர்ப்பத்தில் [memoir அல்லது ‘ஒரு சாமானியனின் சுயசரிதை’ யாக) எழுதும் எண்ணம் இருக்கிறது. அவற்றில், மறுபடியும் பெரியவா, ஓயாது, உலா வருவார் என்றால் அது மிகையில்லை.

அந்த பத்தாண்டுகளில் பெரியவா என்னை பலமுறை எச்சரித்து தயார்படுத்தினார் என்றாலும், ஒரு முக்கியமான அறிவுரை அடிக்கடி சொல்லுவார்: “கொள்கைகளில் எப்போதும் சமரசம் செய்து கொள்ளாதே (do not compromise on principles); அதுவே உனக்கு கொஞ்ச காலம் கழிச்சு, பெரிய சத்ருவாக விஸ்வரூபம் எடுக்கும்; ஆனால், நட்பிலும், உறவுகளோடும், பூரணமாக உடன்பாடு இல்லாவிட்டாலும் அவ்வப்போது பணிந்து போவதில் நஷ்டம் இல்லை; ஆனால், எந்த விஷயத்திலயும் temporary compromise–இனால் உனக்கு எந்த நிரந்தர தீர்வும் கிட்டாது; அறிவுள்ளவன் எப்பவும் அஹங்காரமோ, ஆத்திரமோ படமாட்டான்; குழப்பத்தில் முடிவு எடுக்காதே; கொஞ்சம் தாமதம் செய்வதால், ஒரு முடிவு உன் கை விட்டுப் போச்சுன்னாலும், அது ஒரு காரணத்துக்காகத்தான் என்று நெனச்சுக்கோ. அவசரத்தில் முடிவு எடுக்காதே (don’t rush into any judgment); உனக்கு விதித்ததை எவனாலும் தடுக்க முடியாது; உனக்கு விதிக்காததை எவனாலும் கொடுக்க முடியாது”.

மேற்படி ஒரு சாம்பிள் லிஸ்ட்–தான். எப்படி என் வாழ்க்கையில் ஒவ்வொரு கடினமான கட்டத்திலும், மேற்படி அறிவுரைகளும், பழய

சம்பவங்களும் சரியான பாதையை வகுத்துக் கொடுத்தன; எப்படி ஒவ்வொரு தடங்கலையும் கடந்து போனேன், என்பது தான் என் சுயசரிதையின் அடிப்படை! தினப்படி ஸம்ஸ்காரமும் ஸ்வதர்மமும் அப்படியே, ஒவ்வொரு படியிலும் அவர் அறிவுரை முன் வந்து நிற்கும். அவர் சொன்னபடி நடப்பது என்பது "சொல்வது எளிது - நடப்பது கடினம்", என்ற பழமொழியை பல நூறு முறை நினைவுறுத்தும். அவர் சொல்படி நடப்பது பலமுறை கடினமாக இருந்தது; ஆனால் பழய சம்பவங்களை மனதில் நினைவு கொணரும்போது, "பெரியவா இந்த சூழ்நிலையில் இதற்கு எப்படி தீர்வு சொல்லியிருப்பார்" - என்று நினைத்தாலே, தெளிவு பிறக்கும்.

நாணாஜியும் ஸ்ரீதர் ஸாரும் நமஸ்காரம் பண்ணிவிட்டு எழுந்தார்கள். அடியேன், இன்னும் சிலைபோல, ப்ரமையில், உட்கார்ந்திருந்தேன். ஆயாசத்தில் மெதுவாக பெரியவாளும் எழுந்திருந்தார். பழயபடி ஒரு புன்சிரிப்பு, "எலே அம்பி, தூங்கிடாதேடா, எழுந்து போய் மடத்துலயே ஆகாரம் பண்ணிட்டு போய்ட்டு வா." என்றார். அடியேன் அவசரமாக அசட்டுச் சிரிப்போடு எழுந்து நமஸ்காரம் பண்ணினேன். அவருக்கு முன்னால் இருந்த ஒரு பெரிய பழத்தட்டை எடுத்து, "இந்தாடா கொழந்தெ, ஆத்துக்கு எடுத்துண்டு போ" என்று சொன்னவாறே, "இப்ப கோவம், பதட்டம் எல்லாம் போய்டுத்தா" என்று சொல்லி மறுபடியும் சிரித்தார். பதில் சொல்லத் தெரியாமல் மயங்கி கண் மூடி நின்றேன். "எலே, ரிசர்வ் பேங்க் வேலைல சேந்தப்பறம் வந்து பாரு," என்று, பதிலுக்கு காத்திராமல் நடக்கத் தொடங்கினார். வேடிக்கை என்னவென்றால் அப்பதான் ஹால் டிக்கெட்டே வந்திருந்தது!

✦ ✦ ✦

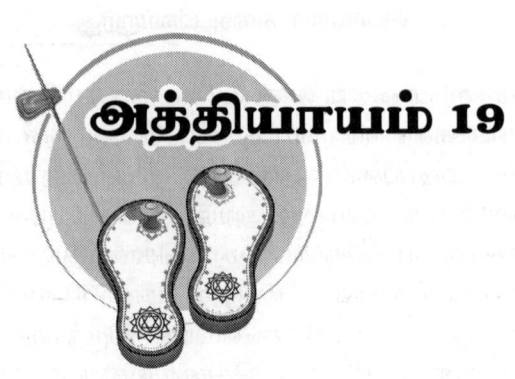

அத்தியாயம் 19

திருவல்லிக்கேணி இல்லத்துக்கு வந்த மறுநாளே (ஞாயிறு) அண்ணா சுப்ரமண்ய ஐயரைப் போய் மிஷன் ஹோம் ஆஃபீஸ்ல பார்த்தேன். நான் வாய் திறந்து பேச ஆரம்பிக்கு முன்னரே, அண்ணா பேசத் தொடங்கினார், "அடுத்த வாரமே ஜாய்ன் பண்ண முடியுமா? இப்ப பண்ற வேலை டெம்பரரிதானே. சரின்னாக்க, பாலிடெக்னிக் காலேஜுக்கு வந்து சேரு. மத்த விவரம் எல்லாம் அன்னிக்கு சொல்றேன். ஸ்ரீதர் வந்து பெரியவா சொன்னதெல்லாம் சொன்னான்." சொல்லிவிட்டு, எழுந்து போய்விட்டார். அண்ணா என்னிக்கும் அவ்வளவுதான் – மிதவாதி.

அடுத்த இரண்டரை மாதம் பாலிடெக்னிக் காலேஜ் அஸிஸ்டண்ட் லெக்சரர் வேலை; ரிஸர்வ் வங்கி வேலையில் சேர்ந்தவுடன் ட்ரெயினிங், போஸ்டிங் என்று நேரம் நெருக்கி யடித்தது; காட்டுப்பள்ளிக்கப்பறமே, பெரியவாளை கையில் ரிசர்வ் பேங்க் ஆர்டருடன் சென்று நமஸ்கரிக்க இயலாத சூழ்நிலை. நவம்பர் மாதக் கடைசியில், காளஹஸ்தியிலிருந்து திருமலை வருவார் என்று தகவல் கிடைத்தது. நவம்பர் 27–ஆம் தேதி, சனிக்கிழமை, வங்கியில் லீவு சொல்லிவிட்டு, நண்பர்களுடன் திருப்பதி அடிவாரம் வரை பஸ்ஸில் சென்று, நடந்தே மலைக்குச் சென்றோம். பெரியவா இருந்த கூடாரத்துக்குள் நுழைந்த போது இரவு நேரமானதால், கூட்டமே இல்லை. அங்கிருந்த சிப்பந்தி எங்களை, "இப்ப கிளம்புங்க, நாளைக்கு வந்து பாருங்கோ" என்றார். மேடை மேலிருந்த பெரியவா, கண்ணை இடுக்கிப் பார்த்தவாறே, "சூர்யா அவாளை வரச்சொல்லுடா" என்றார். கிட்ட போன உடனே, "வாடா, ரிஸர்வ் பேங்க் கவர்னரே" என்று சொல்லி சிரித்தார். அவமானத்தில் தலைகுனிந்து கொண்டேன்.

"எதுக்கு இத்தனை கலக்கம், தலைகுனிவு எல்லாம்... விளயாட்டாதானே சொன்னேன். எனக்கு தெரியும்டா, கடந்த நாலஞ்சு மாசமா ரொம்ப ப்ரஷர்–னு கேள்விப்பட்டேன். மலைக்கு நடந்து வந்தேளா? உங்க கண்ணுல எல்லாம் சோர்வு தெரியறது." சிப்பந்தியைப் பார்த்து, "... இவாளை எல்லாம் மேனேஜர்–கிட்ட அழச்சுண்டு போய், ஆகாரம் பண்ணி வெக்கச் சொல்லு". "எலே, உம் ப்ரண்ட்ஸ் எல்லாரையும் – அதாண்டா – நாளக்கி இருப்பாளோல்லியோ, அழச்சுண்டு வந்து அறிமுகம் பண்ணு. இப்ப ரொம்பவே லேட்டாயிடுத்து. காலம்பற மத்ததெல்லாம். போய் சாப்பிடுங்கோ".

மறுநாள், கார்த்திகை மாதம் மலைக்குளிரில் நடுங்கிக் கொண்டே, சத்திரத்தில் குளித்து விட்டு, எட்டு மணிக்கு கேம்புக்கு போய் சேர்ந்தோம். மேடையில் பெரியவா தண்டம் தரித்து த்யானத்தில் இருந்தார், சுமார் 30 நிமிஷம் கழித்துக் கண் திறந்தவர், மேனேஜரைப் பார்த்து, 'இந்த பசங்களுக்கு..' என்று சைகை காண்பித்தார். மேனேஜருடன் சென்று ஆகாரம் செய்துவிட்டு திரும்பி வந்து மேடையில் காலடியில் அமர்ந்து கொண்டோம். மேனேஜர் அருகில் வந்து "காசி யிலேருந்து சாம்பசிவ சாஸ்த்ரிகள்–னு வந்து இதைக் கொடுத்தார். இது முதல் புஸ்தகமாம். இன்னிக்கு சாயரக்ஷை திருப்பதி வேதபாடசாலை விசேஷ விழாவுல இவருக்கு 'வேத ரத்னம்'–னு பட்டம் கொடுத்து பொஸ்தகம் ரிலீஸ் பண்றாளாம். உங்களைப் பாக்க காத்துண்டிருக்கார்" என்றார். "அவருக்கு ஆகாரம் பண்ணிவெச்சு 10 நிமிஷம் கழிச்சு அழச்சுண்டுவா", என்று சொல்லி எங்கள் பக்கம் திரும்பி, "முதல்ல சொல்லு, அப்பாவோட வருஷாப்தீக கார்யம் எல்லாம் நல்லபடி நடந்துதா? உன் போஸ்டிங் எங்க? இங்கதானே? ஆத்துல அம்மா நிதானமாய்ட்டாளா? மத்தவா எல்லாரோட நெலவரம் என்ன?"

"கார்யம் எல்லாம் நன்னா நடந்தது. இங்கேயே ட்ரெய்னிங், மெட்ராஸ்லயே போஸ்டிங். சனிக்கிழமை கூட அரை நாள்னு பேரு, எனக்கு, ஓவர்–டைம்னால முழுநாள் ஆய்டும். அம்மாவுக்கு ஓரளவு தேவலை. ரெண்டு அக்காவும் வேலைக்குப் போக ஆரம்பிச்சுட்டா. அடுத்தவன் ஸ்ரீதரன், OUP–ல வேலைக்கு சேந்துட்டான். சின்னவன், நரசிம்மன் ஹை–ஸ்கூல்ல படிக்கறான்."

“இனிமேயே எல்லாம் நிதானமாயிடும். நாணா எப்படி இருக்கான்? அதே ஆம்தானே?”

“ஆமாம், அவர் நிழல்லதான் இருக்கோம்.”

“உன்பாட்டெல்லாம் என்னாச்சு? வெச்சுண்டிருக்கியா? போனவாட்டி காட்டுப்பள்ளிக்கு வந்தப்போ நெலமை சரியில்ல, அதனால அது எதுவும் கேக்கல. உங்க வாத்தியார் GNB–ஐ எப்ப கடைசியா பாத்தே? (மதுரை) மணி எப்படி இருக்கான்?

“போன வருஷம் (1964) ஜனவரி மாசம் அப்பாவுக்கு உடம்பு சரியில்லை–ன்னு கேள்விப்பட்டு GNB மாமா கூப்டனுப்பியிருந்தார். AIR ஆஃபீஸ்ல போய்ப் பார்த்தேன். 1962 ஆரம்பத்திலேருந்து அவராத்துக்கு ரெகுலரா போறதில்ல. ஏன்னா, அவருக்கு உடம்பு அடிக்கடி சரியில்லை. அவரோட ஸ்ட்ரோக்குக்கு அப்பறமே அப்படித்தான். அதனாலதான், அப்பா (மதுரை) மணி மாமாவண்ட போய் சேர்த்தார். 1964 மார்ச்சு மாசம் GNB–மாமா திருவனந்தபுரம் மஹாராஜா காலேஜுக்கு ப்ரின்சிபல்–ஆக சேர்ந்துட்டார்னு கேள்விப்பட்டேன். அப்ப, எங்கப்பாவுக்கு டைபாஃய்ட். அதனால போய்ப் பாக்க முடியல. GNB மாமாவுக்கு உடம்பு சரியில்லைன்னு இந்த வருஷம் ஏப்ரல்ல இங்க அழச்சுண்டு வந்தாளாம். சிலநாள்லயே போய்ட்டார். நான் ஜூலை மாசம் அவாத்துக்குப் போய், அவர் பிள்ளை துரையைப் பார்த்துட்டு வந்தேன். அப்பதான் அவாளுக்கும் அப்பா போய்ட்ட விஷயம் தெரியும்னு சொன்னார். மணி மாமாவை பிப்ரவரி மாசம் போய்ப் பார்த்தேன். விஷயம் முன்னாடியே தெரியும்னு சொல்லி ரொம்ப வருத்தப்பட்டார். வேம்பு மாமா தான் ‘கொஞ்சநாள் எல்லாத்தையும் ஆரப்போட்டு, குடும்பத்தை கவனி. பொறுமையா வந்து பார்–னு சொன்னார். அவாளுக்கு சனி–ஞாயிறு சரிப்படாது. அதனால இதுவரை போய்ப் பாக்க முடியலை. நாணாஜியோட சனி ஞாயிறுகள்ல ஏதாவது அகண்டம், ராதாகல்யாணம் அந்த மாதிரி சந்தர்ப்பம் கிடைச்ச போது போய் பாடிட்டு வருவேன். அவ்வளவுதான் இப்பத்தய நிலமை.” கொஞ்சம் தாழ்ந்த குரலில் சொன்னேன்.

“உங்க அப்பாதான் உனக்கு சகலமும்னு நீ நெனக்கறவன். ஆனா, யாரண்டயாவது அரை பாட்டு கத்துண்டாலும், உனக்கு படிப்பு சொல்லி

வச்ச எல்லா குருநாதர்களையும் என்னிக்கும் மறக்காதே. சந்தர்ப்பம் வரும் போது, பொது மேடைகள்–ல உன்னைப் பத்திக் கேட்டாக்க எல்லா குருநாதர்களைப் பத்தியும் வாய்விட்டுச் சொல்லு".

பெரியவா, அதன் பின்னர், என்னுடன் வந்திருந்த மூவரையும் தனித்தனியே விசாரித்து ப்ரசாதம் கொடுத்தார். அவர்களுக்கு அத்தகைய விசேஷ தரிசனம் அவர்கள் வாழ்க்கையில் முதல்முறை என்பதால், கண்கலங்கி விட்டார்கள்.

மேனேஜர் காசி சாஸ்த்ரிகளை அழைத்து வந்தார். எழுந்திருக்க முயற்சி செய்த என்னை பெரியவா கையமர்த்தினார்.

"வாப்பா சாம்பு, காசீலேர்ந்து எப்ப வந்தே?".

"நேரடியா சொந்த ஊருக்குப் போய், அம்மா, அண்ணா எல்லாரையும் பாத்துட்டு, நேத்திக்குத்தான் திருமலைக்கு வந்தேன்".

"ஆலங்குடிக்குதானே? அது சரி, உன் குருநாதர், அதான் உங்கப்பா தக்ஷிணாமூர்த்தி சாஸ்த்ரிகள் எப்படியிருக்கார்?".

தலைகுனிந்தவாறே பதில் சொன்னார் சாம்பு மாமா, "மூணா வருஷம் ராமேச்வரம் சரபதீர்த்தத்துக்கு அவரோட சிஷ்யர்களோட போன இடத்தில அவர் மட்டும் ஜலசமாதியாய்ட்டார்னு அண்ணா கேள்விப்பட்டு ராமேச்வரத்திலயே கார்யம் பண்ணிட்டு வந்ததாகச் சொன்னார்."

"அப்படின்னா, அப்பா கார்யங்களுக்குக் கூட உன்னால் தெக்க வரமுடியலயோ?".

"அப்பவே ஸதஸ் நடத்திண்டிருந்தேன், அதனால... அண்ணா எல்லாத்தையும் தானே பாத்துக் கொள்றதா சொன்னார்."

"அப்படின்னா அதக்கப்பறம் இப்பதான் அம்மாவைப் பாக்க வராப் போல இருக்கு". பெரியவா கொஞ்சம் கோபமாக பேசினார் என்று எனக்குத் தோன்றியது.

"அதுசரி, இப்ப, அதுவும் இருபது வருஷம் கழிச்சு, என்ன வந்து பாக்க வேண்டிய அவசியம் என்ன? நீ கொடுத்த பொஸ்தகம் – உன்

முதல் காபி-ன்னு மேனேஜர் சொன்னார், அதை இப்ப 2-3 நிமிஷம்தான் பாத்தேன். உன்னைப் பத்தி 2½ பக்கம் எழுதியிருக்கே, ஆனா, அதுல, உன்னுடைய பரமகுருவான, அத்யயனம் தொடங்கி வச்ச அப்பா, வேதபூஷணம் தக்ஷிணா மூர்த்தி சாஸ்த்ரிகள்தான் உன் ஆதிகுரு-ன்னு எழுதலயே? வெறுமே, அவர் பிள்ளைன்னு மட்டும் தானே இருக்கு? அப்பறம் ரெண்டு பேர், ஏதோ பெரிய மனுஷாளை உன் குருநாதர்கள்-ன்னு எழுதியிருக்கே! வராதவன் தேடி வந்து அதுவும் எனக்கு முதல் பொஸ்தகம் குடுக்கும் போது, அடியேன் இதைப் படிக்க மாட்டேன்னு நெனச்சிருப்பயோ என்னமோ! இதைதான் விதிங்கறது. உங்கப்பா உனக்கு அத்யயனம் பண்ணி வெச்ச காலத்தில நோக்கு தைத்திரீயம்-சீக்ஷாவல்லீ சொல்லி வெச்சிருப்பார். ஞாபகமிருந்தா இப்ப சொல்லு - முக்யமா, வேதமனூச்யாசார்ய: - அதுல தொடங்கி 'ஏஷ ஆதேச:' முடியச் சொல்லு"

சாம்புமாமா கண்ணீர் மல்க, ஸ்வரத்தோடு சொல்லி முடித்தார்.

वेदमनूच्याचार्योऽन्तेवासिनमनुशास्ति ।

सत्यं वद ।

धर्मं चर ।

स्वाध्यायान्मा प्रमदः ।

आचार्याय प्रियं धनमाहृत्य ।

प्रजातन्तुं मा व्यवच्छेत्सीः ।

सत्यान्न प्रमदितव्यम् ।

धर्मान्न प्रमदितव्यम् ।

कुशलान्न प्रमदितव्यम् ।

भूत्यै न प्रमदितव्यम् ।

स्वाध्यायप्रवचनाभ्यां न प्रमदितव्यम् ॥ १ ॥

देवपितृकार्याभ्यां न प्रमदितव्यम् ।

मातृदेवो भव ।

पितृदेवो भव ।
आचार्यदेवो भव ।
अतिथिदेवो भव ।
यान्यनवद्यानि कर्माणि तानि सेवितव्यानि ।
नो इतराणि ।
यान्यस्माक ँ सुचरितानि ।
तानि त्वयोपास्यानि ।
नो इतराणि ॥ २॥
ये के चास्मच्छ्रेया सो ब्राह्मणाः ।
तेषां त्वयाऽऽसने न प्रश्वसितव्यम् ।
श्रद्धया ऽदेयम् ।
अश्रद्धयाऽदेयम् ।
श्रिया देयम् ।
ह्रिया देयम् ।
भिया देयम् ।
संविदा देयम् ।
अथ यदि ते कर्मविचिकित्सा वा ।
वृत्तविचिकित्सा वा स्यात् ॥ ३॥
ये तत्र ब्राह्मणाः संमर्शिनः ।
युक्ता आयुक्ताः ।
अलूक्षा धर्मकामाः स्युः ।
यथा ते तत्र वर्तेरन् ।
तथा तत्र वर्तेथाः ।
अथाभ्याख्यातेषु ।

ये तत्र ब्राह्मणाः संमर्शिनः ।
युक्ता आयुक्ताः ।
अलूक्षा धर्मकामाः स्युः ।
यथा ते तेषु वर्तेरन् ।
तथा तेषु वर्तेथाः ।
एष आदेशः ।
एष उपदेशः ।
एषा वेदोपनिषत् ।
एतदनुशासनम् ।
एवमुपासितव्यम् ।
एवमुचैतदुपास्यम् ॥ ४॥

வேத^{3}மனூச்யாசார்யோऽந்தேவாஸினமனுஶாஸ்தி ।
ஸத்யம் வத^{3} ।
த^{4}ர்மம் சர ।
ஸ்வாத்^{4}யாயான்மா ப்ரமத^{3}: ।
ஆசார்யாய ப்ரியம் த^{4}னமாஹ்ருத்ய ।
ப்ரஜாதந்தும் மா வ்யவச்சே^{2}த்ஸீ: ।
ஸத்யான்ன ப்ரமதி^{3}தவ்யம் ।
த^{4}ர்மான்ன ப்ரமதி^{3}தவ்யம் ।
குஶலான்ன ப்ரமதி^{3}தவ்யம் ।
பூ^{4}த்யை ந ப்ரமதி^{3}தவ்யம் ।
ஸ்வாத்^{4}யாயப்ரவசநாப்^{4}யாம் ந ப்ரமதி^{3}தவ்யம் ॥ 1॥
தே^{3}வபித்ருகார்யாப்^{4}யாம் ந ப்ரமதி^{3}தவ்யம் ।
மாத்ருதே^{3}வோ ப^{4}வ ।
பித்ருதே^{3}வோ ப^{4}வ ।

ஆசார்யதே^{3}வோ ப^{4}வ ।
அதிதி^{2}தே^{3}வோ ப^{4}வ ।
யான்யனவத்^{3}யானி கர்மாணி தானி ஸேவிதவ்யானி ।
நோ இதராணி ।
யான்யஸ்மாக ँஸுசரிதானி ।
தானி த்வயோபாஸ்யானி ।
நோ இதராணி ॥ 2॥
யே கே சாஸ்மச்ச்^{2}ரேயா ஸோ ப்^{3}ராஹ்மணா: ।
தேஷாம் த்வயாऽஸனேன ப்ரஶ்வஸிதவ்யம் ।
ஶ்ரத்^{3}த^{4}யா ऽதே^{3}யம் ।
அஶ்ரத்^{3}த^{4}யாऽதே^{3}யம் ।
ஶ்ரியா தே^{3}யம் ।
ஹ்ரியா தே^{3}யம் ।
பி^{4}யா தே^{3}யம் ।
ஸம்விதா^{3} தே^{3}யம் ।
அத^2 யதி^{3} தே கர்மவிசிகித்ஸா வா ।
வ்ருத்தவிசிகித்ஸா வா ஸ்யாத் ॥ 3॥
யே தத்ர ப்^{3}ராஹ்மணா: ஸம்மர்ஶின: ।
யுக்தா ஆயுக்தா: ।
அலூக்ஷா த^{4}ர்மகாமா: ஸ்யு: ।
யதா^{2} தே தத்ர வர்தேரன் ।
ததா^{2} தத்ர வர்தேதா^{2}: ।
அதா^{2}ப்^{4}யாக்^{2}யாதேஷு ।
யே தத்ர ப்^{3}ராஹ்மணா: ஸம்மர்ஶின: ।
யுக்தா ஆயுக்தா: ।
அலூக்ஷா த^{4}ர்மகாமா: ஸ்யு: ।

யதா^{2} தே தேஷு வர்தேரன் ।
ததா^{2} தேஷு வர்தேதா^{2}: ।
ஏஷ ஆதே^{3}ஶ: ।
ஏஷ உபதே^{3}ஶ: ।
ஏஷா வேதோ^{3}பநிஷத் ।
ஏதத^{3}னுஶாஸனம் ।
ஏவமுபாஸிதவ்யம் ।
ஏவமு சைதது^{3}பாஸ்யம் ॥ 4॥

பெரியவா கண்ணைத் திறந்து பேச ஆரம்பித்தார். “இந்த சீக்ஷாவல்லீ முடிவுல ஒரு ஆசார்யன், தன் சிஷ்யன் தன்னிடத்தில குருகுலம் முடிச்சு கிளம்பும் போது புத்திமதி சொல்லி அனுப்பறார். இதை விளயாட்டா, convocation address–னு கூட சொல்வா. “உண்மையே பேசு; தர்மப்படி நடந்து கொள்; ஶ்ருதி–ஸ்ம்ருதி– இத்யாதிகளை விடாதே; தொடர்ந்து அத்யயனம் பண்ணு, எந்தவித பலனும் எதிர்பார்க்காமே தகுதி உள்ளவாளுக்கு சொல்லிக் கொடு. இன்னும் எத்தனையோ விஷயம் சொல்லியிருக்கு; முக்கியமா, உன் தாயாரை ஸாக்ஷாத் ஈஶ்வரியாகப் பாரு; தகப்பனாரை கடவுளாகப் பாரு; ஆசார்யனையும் அதிதியையும் கடவுளாகவே எண்ணி பணிவிடை செய். என்னிடமிருந்து கிளம்பிப் போனவுடன் வேறொரு தகுதியுள்ள ஆசார்யன் கிடைத்தால், அவனுக்கு சகல மரியாதையையும் கொடுத்து உன்னை இன்னும்–இன்னும் பக்குவமாக்கிக் கொள்.”

இதுல ஒரு விஷயம் முக்கியமா தெரிஞ்சுக்கணும்; வேறொரு குரு கிட்டப் போனப்பறம் உனக்கு சகல அஸ்திவாரமும் போட்டு, வீடுகட்டித் தந்தவரை மறந்துட்டு, வீட்டுக்கு அலங்காரம் பண்ணி விளக்குப் போட்டவாளை மட்டும் நெனவு வெச்சுக்கறது என்ன ந்யாயம்? எப்பேர்ப்பட்ட சுயநலம், கார்யவாதித்தனம் இல்லியா?

லோகத்தில லாபநஷ்டம் எங்கறதெல்லாம், நிஜத்துல, நிரந்தரம் இல்லை. அதுகள்–லாம் கொஞ்சநாள் அனுபவம், இல்ல, தோற்றம்–தான்.

அதனால பாக்கி இடங்களில் லாபநஷ்டம் பார்த்தாலும் பார்க்கலாம், குருவினிடத்தில மட்டும் லாபநஷ்டம் பாராமே சரணாகதி பண்ணிடணும். குருவை மறந்தால் வித்தை பாழ்-னு சொல்லுவா!

भूमौ स्खलितपादानां भूमिरेवावालंबनं ।
त्वयि जातापराधानां त्वमेव आलंबनं गुरो ।।

பூ4மௌ ஸ்க2லிதபாதா3னாம் பூ4மிரேவாவாலம்ப3னம் ||
த்வயி ஜாதாபராதா4னாம் த்வமேவ ஆலம்ப3னம் கு3ரோ ।

இது ஸௌந்தர்யலஹரீக்கு த்யான ஸ்லோகம், இதுல, ஆலம்ப3னம் கு3ரோ என்பதுக்கு, ஶரணம் ஶிவே –ன்னும் பாடம்.

மாடியிலிருந்து கீழே விழுந்தால் பூமி தாங்கும். மரத்திலிருந்து விழுந்தாலும் தாங்கும். பூமியிலேயே தடுக்கி விழுந்தால் அப்போதும் பூமிதான் தாங்கும். ஈச்வராபசாரத்தை எப்படி? குருவினிடம் சொல்லித் தீர்த்துக் கொள்ளலாம். ஆனால், குருவிடம் அபசாரம் பண்ணினால், எங்கே அபசாரம் பண்ணினோமோ அங்கேயே தான் நிவர்த்திக்கும் போகவேண்டும். இது எப்படின்னா, ஒரு ஶ்லோகம் கேள்விப்பட்டுருப்பே, கும்பகோணம் பத்தி, அதுமாதிரி தான், இதுவும்.

अन्यक्षेत्रे कृतं पापं पुण्यक्षेत्रे विनश्यति ।
पुण्यक्षेत्रे कृतं पापं वज्रलेपो भविष्यति ।।
वाहपनास्यां कृतं पापं कुम्बकोणे विनश्यति ।
कुम्बकोणे कृतं पापं कुम्बकोणे विन्श्यति ।।

அன்யக்ஷேத்ரே க்ருதம் பாபம் புண்யக்ஷேத்ரே வினஶ்யதி |
புண்யக்ஷேத்ரே க்ருதம் பாபம் வஜ்ரலேபோ ப4விஷ்யதி ||
வாஹபனாஸ்யாம் க்ருதம் பாபம் கும்ப3கோணே வினஶ்யதி |
கும்ப3கோணே க்ருதம் பாபம் கும்ப3கோணே வின்ஶ்யதி ||

குரு என்னும் ஒருவரைத் தேடவேண்டுவது நம் கடமை. மனம் மாறாமல் இருக்க வேண்டுமென்று பெரியவர்களை நாம் தேடுகிறோம். மனஸை அர்ப்பணம் பண்ணுவதைப் பிரதானமாக வைத்துக் கொண்டால் யாராயிருந்தாலும் சரி; அது போதும். இன்னம் சொல்லப் போனால், குரு

நல்லவராக இருந்தால் அவரிடம் பக்தியாய் இருப்பதில் நமக்கு என்ன பெருமை? யோக்கியதை இல்லாத ஒருவர் குருவாக இருந்தாலும், அவரிடம் அடங்கியிருந்தாலே மனது நல்ல பக்குவமடையும். ‘ஈஸ்வரன் நம்மைப் பரீக்ஷித்து மனஸின் பக்குவத்தையும் திடப்படுத்தவே இப்படி ஏற்பாடாயிருக்கலாம்; இதனால் தான் அதிகப் புண்ணியம் உண்டு’ என்றுகூட, வைத்துக் கொள்ள வேண்டும். மகாமகக் குளத்தில் ஊற்றுப் போட்டு ஜலம் இறைத்தால் அதில் வெள்ளைக்காரன் கூட ஸ்நானம் பண்ணுவான். எவ்வளவு சேறானாலும் “இது புண்ணிய தீர்த்தம்” என்று முழுகினால்தான் உண்மையான பக்தி இருக்கிறதென்று சொல்லுவா. இப்படி ஒவ்வொரு விஷயத்திலயும் நம்மையே பரீக்ஷித்துக் கொள்ளலாம்.

ஏகலவ்யன் கதை தெரியுமோ இல்லியோ? சிஷ்யனா ஏத்துக் கொள்ளமாட்டேன்னு சொன்ன, மனசால மட்டும் குருவாக வரிச்ச, த்ரோணர் கேட்டார்–னுட்டு குருதக்ஷிணையா வலக்கை கட்ட விரலையே வெட்டிக் கொடுத்தான். அது குருபக்தி!

உன் விஷயத்தில, உன் ஆதிகுரு, ஒன் தோப்பனார், தர்மத்துக்கு, சிஷ்யாள்–கிட்ட காசு வாங்காம, மத்தவாளுக்கும் உனக்கும் அத்யயனம் பண்ணிவச்சு, உனக்கு 18–வயசு வந்ததும், உங்கப்பாவோட சிஷ்யர், ஒரு பெரிய நெலமைல இருக்கறவர், வாரணாசிலேர்ந்து வந்து கேட்டார்னு, உன்னோட நல்லதுக்காக, உன் பூரண சம்மதத்தோட, அவரோட கூட அனுப்பி வச்சார். இது 20 வருஷ சமாசாரம். உங்கண்ணன், இன்னும் அப்பா மாதிரி பாடம் சொல்லிக் கொடுத்து, கோவில்ல அர்ச்சகம், பல ஆங்கள்ள வாத்திமை–ன்னுட்டு எளிமையா, அம்மாவை கண்ணுல வெச்சு காப்பாத்தறான்.ரெண்டு வருஷம் மின்ன, ஸ்ரீரங்கத்துல இருக்கறப்போ, ஆலங்குடி–லேர்ந்து அண்ணா வந்து என்னை பாத்தப்போ, அப்பா, அம்மா சௌக்யம், அவனுக்கு 18–வயசுல புதுக்கோட்ட– காலேஜ்ல பையன் படிக்கறான்னும், 16–வயசுல ஒரே பொண்ணு, அதை அம்மா இல்லாத கொறை தெரியாம, பாட்டிதான் வளக்கறா–ன்னும் மனநிறைவா சொல்லிட்டுப் போனான். அப்பாவும் பிள்ளையும் சேந்து, ஏழைப்பசங்களுக்கு அத்யயனம் பண்ணி வெக்கறா–ன்னு கேள்விப்பட்டேன் – மனசுக்கு நெறவா இருந்தது. நீ வாரணாசீலயே,

உன் போஷகர் பொண்ணையே, கல்யாணம் பண்ணிண்டு ரொம்ப வசதியா இருக்கேன்னு, அண்ணாதான் பெருமையா சொன்னான்.

இதுல ஒரு வேடிக்கை என்னன்னா, போன ஏப்ரல் மாசம் திருவல்லிக்கேணின்னு நெனக்கிறேன், விஸ்வனாத ஐயர் ஒருநூறு சங்கீதக்காராளோட வந்து பாடினார். மறுநாள் வித்வத் ஸதஸ் ஸம்ஸ்க்ருத காலேஜ்-ல. அப்ப, கொஞ்சம் ப்ரபலமாயிருக்கற ஒரு வித்வான், முதநாள் கும்பல்ல பாடினவர் –உன்னவிட 4–5 வயசு பெரியவரா இருக்கலாம், வந்து நமஸ்காரம் பண்ணினார். தானாகவே, "ஐயங்காரோட" முக்யமான சிஷ்யன்னு அறிமுகம் பண்ணிக் கொண்டார். உடனே, அடியேன் கேட்டேன், "உனக்கு திருக்கோகர்ணம் சுப்பையா, அப்பறம் குன்னக்குடி கோட்டு வாத்யம் கணபதி ஐயர் இவாதானே உன்னோட முதல் குருமார்கள், ஆனா, ஆவன்னாலேர்ந்து சொல்லித்தந்தவா?" இந்த விஷயம் உங்கப்பா காரைக்குடி பாலு சொல்லித் தான் தெரியும்! வந்த வித்வான் தர்மசங்கடமா கொஞ்சம் தலை குனிஞ்சு கொண்டார்". எதுக்கு இதை சொல்ல வரேன்னாக்க, சாஸ்த்ரம், சங்கீதம் – இவைகள்ளாம், நம் ஆத்மாவை சுத்தம் பண்ற பவித்ரமான சமாசாரங்கள். இவைகளெல்லாம் ஜாஜ்வல்யமா பரிமளிக்கணும், மேலமேல வ்ருத்தியாகணும்–னாக்க, குருவருள் எப்போதும் குடை மாதிரி வேணும்.

சாஸ்த்ரிகள் கலங்கியவாறே சொன்னார், "இந்த பட்டம், பொஸ்தக விழா எல்லாம் வேண்டாம்–னு சொல்லத் தோணறது. நிறுத்திடறேன்".

"அடடா, அதுதான் எல்லாத்தையும் விட பெரிய முட்டாள்தனம். பெரிய விழா ஏற்பாடு பண்ணவா, பொஸ்தகம் வெளியிடப் போறவா, மற்றபடி வந்து கௌரவிக்கப் போறவா எல்லாருக்கும் எப்பேர்ப்பட்ட பண விரயம், காலவிரயம், உனக்கும் அவமானம்? அதெல்லாம் யோசனையில்லாம பண்ணாதே. ஒருவழி சொல்றேன் கேளு. பட்டம் கொடுக்கறத்துக்கு முன்னாடியோ, பின்னாடியோ உன்னை பேசச் சொல்லுவா–இல்லியா. அப்ப எழுந்து, "இந்த பட்டம், புகழ், பெருமை, எல்லாமே என் தகப்பனார், என் ஆதிகுருநாதர் போட்ட பிச்சை. அவரண்ட கத்துண்ட வேத சாஸ்த்ரங்கள்தான் இத்தனைக்கும் காரணம்–னு

மனஸுருகி சொல்லு. உன் அசட்டுத் தனம், அஹங்காரம் எல்லாம் அந்த குருவருளால கரைஞ்சு போய்டும். உம் மனஸும் லேசாயிடும். அதுதான் சரியான ப்ராயச்சித்தம். பாக்கறவாளுக்கும் உன் மேல இருக்கற மரியாதை ரெண்டு மடங்காகும்".

சாஸ்த்ரிகள் நெடுஞ்சாண் கிடையாக கீழே விழுந்து சேவித்துக் கொண்டே இருந்தார்.

"சாம்பு, அமைதியா போய்ட்டு வா. ஓம் பொஸ்தகம் அடுத்த பதிப்பு வெளிவரத்துக்கு முன்னாடி, உன் பயோ-டேட்டாவை, (அதுதானேடா அம்பி என்று என்னைப் பார்த்துச் சொல்லி, சிரித்தவாறே), மாத்திடு. அவ்வளவுதானே" என்றார்.

அந்த தீர்ப்பை வழங்கிய அந்த அவ்யாஜ-கருணாமூர்த்தியைப் பார்த்து, அங்குள்ளவா அனைவரும் கண்கலங்கினோம்.

என்னைப் பார்த்து பெரியவா, "தை மாசம் மெட்ராஸுக்கு வருவேன், அப்ப வந்து பாரு" என்று சொல்லி விட்டு எழுந்து விட்டார்.

✦ ✦ ✦

அத்தியாயம் 20

நவம்பர் மாதம் திருமலையில் பெரியவாளை தரிசனம் செய்தப்பறம், தை மாசம் பீஷ்மாஷ்டமியன்று (Jan 30, 1966) 9–மணி அளவில், பெரம்பூருக்கு சென்று பார்த்தேன். மேடையில் த்யானத்திலிருந்தார். அடியேன் சத்தமில்லாமல் அமர்ந்திருந்தேன். மெதுவாக கண் திறந்த பெரியவா, “எப்படா வந்தே?” – நான் பதில் சொல்லும் முன்னரே, மேனேஜரைப் பார்த்து, “இவனுக்கு ஏதாவது பழமாவது குடுத்து அழச்சுண்டு வா” என்றார். நான் திரும்பி வந்தபோது மாம்பலம் சாமா–சாஸ்த்ரிகளுக்கு பதில் சொல்லிக் கொண்டிருந்தார். அதற்குள் 10–12 பேர் வந்திருந்தார்கள். பெரியவா, தொடர்ந்தார், “பீஷ்மருக்கு அவரோட தோப்பனார் கொடுத்த வரம், இச்சாம்ருத்யு, அதாவது தன்னுடைய தேஹவியோக நேரத்தை அவரே தீர்மானிக்கும் சக்தி. அம்புப்படுக்கையில 58–நாள் பகவத் ஸ்மரணைல இருந்து, மாக மாசம் சுக்ல–அஷ்டமியில பகவான் திருவடியில போய் சேர்ந்தார். இன்னிக்கு, அந்த தினம்; ஸம்ப்ரதாயமான குடும்பங்கள்–ல இன்றைய தினம் பீஷ்மரை நினைச்சு ஏகோதிஷ்ட–ஶ்ராத்தம் பண்ணுவா” என்று முடித்து, மேனேஜரை ‘என்ன’ என்பது போலப் பார்த்தார். மேனேஜர், பவ்யமாக, “டெல்லியிலேர்ந்து, பஞ்சாபகேஶன் –னுட்டு வந்திருக்கா. அவர் பையனுக்கு கல்யாணமாம். உங்க ஆசீர்வாதத்துக்காக காத்திண்டிருக்கார்.”

அருகில் வந்த அவரிடம், “நீ, மார்க்கபந்துவோட பையன் பஞ்சு இல்ல?”, தலையை ஆட்டிய அவர், சாஷ்டாங்கமாக நமஸ்காரம் பண்ணினார்.

“கடைசியா எப்ப வந்து பார்த்தேன்னு நெனவிருக்கா?” தயங்கிக் கொண்டே சொன்னார் பஞ்சு அவர்கள், “எனக்கு கல்யாணம் ஆன உடனே, அப்பா அழச்சுண்டு வந்தார். பீமாவரத்துல பார்த்ததுன்னு, நெனக்கறேன்”.

“ஆமாம், 1937–ல மே மாசக் கடைசி-ன்னு ஞாபகம்”. கண்ணை மூடியவாறே பெரியவா பேசினார், “நானும் அவனும், ஆற்காடு அமரிக்கன் ஹை ஸ்கூல்–ல ரெண்டு வருஷம் ஒண்ணாப்படிச்சோம். என்னை விட ஒரு வயசு பெரியவன், அண்ணாபோல என் பேர்ல அப்படி ஒரு பாசம். 1907 மே மாசத்துக்கப்பறம் முப்பது வருஷம் கழிச்சுத்தான் பார்த்தோம். என் வார்த்தைக்கு மரியாதை வெச்சு, உன் கல்யாணத்தை, கோவில்ல எந்த படாடோபமும் இல்லாமே, பட்டு கூட வாங்காம நடத்தினான். உன் மாமனார், அவனுக்கு ரொம்ப க்ளோஸ் நண்பன்–னு சொன்னான் அப்ப. உங்க அப்பாவை அதுக்கப்பறம் 1948 பிப்ரவரில, சாதுர்மாஸ்யம், விழுப்புரம் பக்கத்துல வெங்கடாத்ரி அகரம்-னுட்டு, அந்த ஊர்ல உன் அம்மாவோட வந்து பாத்தான். அப்பதான் சொன்னான், நீ கல்யாணத்துக்கப்பறம் உங்க மாமனாரோடேயே டெல்லிக்குப் போய் செட்டில் ஆயிட்டதாகவும், உன் பார்யாள், ஒரே பொண்ணுங்கறதால, மாமனார் பிஸினெஸ்–எல்லாம், ஒம் பொறுப்புக்கே மாத்திட்டதாகவும், எல்லாம் சொன்னான். மார்கபந்துவும், பூர்வீக நெலமெல்லாம் வித்து செட்டில் பண்ணிட்டு, உங்க அம்மாவோட பூர்வீகமான வர்க்கலை–ஜனார்த்தன ஸ்வாமி கிட்டயே போய் இருக்கப் போறதா சொன்னான். அதுக்கப்பறம் இது வரை தகவல் இல்லை. சரி ஒங்கதையை சொல்லு, கேப்போம். அப்பா எப்படி இருக்கார்?”.

கண் கலங்கியவாறே பஞ்சு பேசினார், “போன வருஷம், காசி இத்யாதி க்ஷேத்ராடனம் எல்லாம் பண்ணிட்டு ஊருக்கு திரும்பினவர், வந்த மறுநாளே தூக்கத்துலயே பகவானண்ட போய் சேர்ந்துட்டாராம். எனக்கு தகவல் தெரிஞ்சு வரத்துக்குள்ள என் சித்தப்பா பையன் தகனம் பண்ணிட்டான். அம்மாதான் அவனை கேட்டுண்டாளாம். காரியம் எல்லாம் முடிச்சுட்டு நான் ஊருக்கு கெளம்பறச்சே, அம்மாவை என்னோட அழச்சுண்டு போக எவ்வளவோ முயற்சி பண்ணினேன். அப்பா வாழ்ந்த

ஊர், கோவில் எல்லாத்தையும் விட்டுட்டு, டெல்லிக்கெல்லாம் வர இஷ்டமில்லைன்னு பிடிவாதமா சொல்லிட்டா! சித்தப்பா குடும்பம் தான் அம்மாவைப் பாத்துக்கறா" – அடுத்த 30–வினாடி மௌனம் – யாருமே பேசலை, பெரியவா தான் ஆரம்பித்தார். "இப்ப நீ வந்த விஷயம் என்னன்னு சொல்லு".

பஞ்சு பேசினார், "எனக்கு ஒரே பையன், டாக்டர் படிப்பு முடிச்சுட்டு லண்டனுக்கு கிளம்பறான். அவனுக்கு கல்யாணம் நிச்சயம் பண்ணிருக்கு. அடுத்த மாசம் கல்யாணம். இது தான் கல்யாண பத்திரிகை ப்ரூஃப் . உங்க கிட்ட உத்தரவும் ஆசீர்வாதமும் வாங்கிண்டு போக வந்திருக்கேன்." பெரியவா பத்திரிகையை வாங்கிண்டு படிச்சார். "இது தவிர இங்க்லீஷ் பத்திரிகை உண்டோ?" ஆமாம் – என்று தயக்கத்துடன் தலை ஆட்டினார், பஞ்சு அவர்கள். "புரியறது. இது சாதாரணமான மனுஷாளுக்கு; அந்த பத்திரிகை, பெரிய மனுஷாளுக்கு! ஆமாம், கல்யாணம் எந்த இடத்துல? எத்தனை பேர் வருவா? எத்தனை நாள் விழா?

பஞ்சுவுக்கு என்ன சொல்வதென்றே தெரியவில்லை. "பொண்ணாத்துக்காராளும், என் அகமுடையாளும், அவ அப்பாவும் தான், இந்த விவரங்கள் எல்லாம் பாத்துக்கறா. தென்னிந்தியர்கள் நெறய இருக்கற பகுதில, இது கொஞ்சம் வசதியான மண்டபமாம். 700–800 பேர் வருவான்னு யோசிச்சு, ஏற்பாடுகள் நடக்கறது."

"பொண்ணாத்துக்காராளைப்பத்தி கொஞ்சம் சொல்லு பாப்போம்".

"என் பையனும் பொண்ணும் ஒரே ஆஸ்பத்திரில ரெஸிடென்ஸி பண்ணறா. கொஞ்ச நாளாவே பழக்கம். பொண்ணுக்கு ரெண்டு தங்கைகள்; அவ அப்பாவும், எங்க மாமனாரும், பிசினெஸ் மூலம் பழக்கமாம். அவாளெல்லாம் கன்னடம், தார்வார் பக்கம். கொழந்தைகள் அவா ஆசையை தெரிவிச்சப்பறம் பரஸ்பரம் சந்திச்சு" –

"புரியறது, நன்னா புரியறது. அவா எவ்வளவு நகை நட்டு போடறா, என்ன ரொக்கம் பையனுக்காக கொடுக்கறா? விவரம் உனக்குத் தெரியுமா, இல்லை அதுவும், உங்க மாமனார், உங்க சம்பந்தியோட தீர்மானமா?"

பஞ்சுவுக்கு வேர்க்க ஆரம்பித்தது, அழுது விடுவாரோன்னு தோன்றியது. "பையனுக்கும் பொண்ணுக்கும் லண்டன் படிப்பு இத்யாதியை சம்பந்தி பார்த்துக்கொள்வாள்–னு என் பார்யா சொன்னாள். ஒரு கார் தராளாம். நகை சீர் போக, கல்யாண செலவு அவாளுதுன்னு சொன்னா".

"உன் சம்பந்திக்கு என்ன தொழில்?"

"அவரும் என் மாமனார் போல லெதர் ஏற்றுமதி, மெஷினெரி இறக்குமதின்னுட்டு".

"உனக்கு என்ன வேலை?"

"எல்லா பிசினெஸ் நிர்வாகமும் நான் தான் பாத்துக்கறேன்".

"உன் புள்ளயாண்டான் கல்யாணம் உன் அகமுடையாள் ஏற்பாட்டின்படி, ஆசைப்படியே, நன்றாக நடக்கும். ஆனாக்க, என் பெயரை கண்டிப்பாக உடனே பத்திரிகையிலிருந்து எடுத்துடு. அது தான் நீ உங்க அப்பாவுக்கும் எனக்கும் செய்யும் உண்மையான மரியாதை, உபகாரம்–னு எடுத்துக்கோ. நீ கொண்டு வந்த பழங்கள், தாம்பூலம் இத்யாதியை இங்க வந்துள்ள பக்தர்களுக்கு நீயே விநியோகம் பண்ண மேனேஜர் ஒத்தாசை பண்ணுவார். நீ டெல்லிக்கு திருப்பி எடுத்துண்டு போகறதுக்குள்ள எல்லாம் அழுகிடும். அதனாலதான் சொன்னேன். யாருக்காவது உபயோகமா இருக்கட்டுமே! நீ கொண்டு வந்த பணம், இந்த தாம்பூலத்தில இருந்து எடுத்து உன்னண்ட வெச்சுண்டு, மனஸிருந்தா, உன் ஆபீஸ், ஃபேக்டரில இருக்கற ஏழைகளுக்கு தேவையான ஒத்தாசைய பண்ணு. After all, உன் சம்பந்திகிட்ட பீப்பாய்ல வாங்கிக்கறேள், கொஞ்சம் ஆப்பையால தான் கொடுங்களேன். ஒண்ணு மட்டும் மறக்காதே, என் பேர் பத்திரிகைல வரக்கூடாது, மற்றபடி லக்னம் படிக்கறச்சே, உங்க குல தெய்வம் முன் வெச்சு சொன்னா போரும். என்னை ஞாபகம் வந்தா, உன் மனஸுல நெனச்சுக்கோ – அதுவும், மார்கபந்துவோட பிள்ளைங்கறதால." மேனேஜரைப் பார்த்து, "பஞ்சுவுக்கு ஆகாரம் பண்ணிவெச்சு, நாம, அந்த கல்யாணத்துக்கு செய்ய வேண்டிய மரியாதையை செஞ்சு அனுப்புங்கோ", உடனே என் பக்கம் திரும்பி

“என்ன விசேஷம்? அம்மா எப்படி இருக்கா? சொல்லு”, என்றார். நமஸ்காரம் பண்ணி எழுந்த பஞ்சு கண்ணீர் மல்க கை கூப்பிக்கொண்டு கேட்டார், “நீங்க சொன்னதெல்லாம் என் புத்திக்கு எட்டறது, ஆனா, மனஸு வலிக்கறது. ஒரே ஒரு கேள்வி கேக்கலாமா?”

“அடே அசடே, உன் பேர்ல எனக்கு எந்த கோபமும் இல்லடா, தாராளமா என்ன வேணும்னாலும் கேளு” என்றார்.

“என் கல்யாணத்துக்கு 50-மஞ்ச பத்திரிகை அடிச்சார், அப்பா. அதுல உங்க ஆசீர்வாதம் தவிர, வேறே எதுவுமே பேர் போடலை. அதப்பாத்துட்டு சிரிச்சுட்டு, மடத்துலேர்ந்து, 100 ரூபாயும், எங்களுக்கு கோடி வஸ்த்ரமும், தாம்பூலமும் கொடுத்து ஆசீர்வாதம் பண்ணினேள். இப்ப நான் என்ன பாவம் பண்ணினேன்னுட்டு, உங்க பேரே கூடாதுன்னுட்டு... ”

பெரியவா அவரை கை அமர்த்தி பேச ஆரம்பித்தார். “உங்க அப்பா எனக்கு பரம ஆப்தன் எங்கறதால விசேஷ சலுகை பண்ணலை. உங்க அப்பாவும் உன் மாமனாரும் பள்ளிக்கூட ஸ்னேகிதமாம். இவன் மஹாராஜபுரம், அவர் ஊர் மேல்பாதி – குடும்ப ஸ்னேஹிதம். ஆனா, உன் கல்யாணம் நிச்சயம் பண்றச்சே உங்க அப்பாவுக்கு அவர் நண்பர், ஏதோ பிஸினெஸ் பண்றார்னு தான் தெரியும். என்ன பிஸினெஸ்னு தெரியாது. உங்க மாமியார் பீமாவரம் பக்கம்; அவா வகயறாவுக்கு ஒரே பொண்ணு. அவா எல்லாரும் பீமாவரத்துல ப்ரமாதமா கல்யாணம் பண்ணனும்னு சொன்னப்போ, உங்கப்பா கண்டிப்பா, கோவில்ல தான் கல்யாணம்னு அடிச்சு சொன்னதோட, பட்டு, தோலு எல்லாம் கூடாதுன்னு சொன்னவன். தன் செலவுல எளிமையா கை ஏந்தாம கல்யாணம் பண்ணினான். அவனை தனியா பாத்தபோது, பழய மார்கபந்துவா என்ன சொன்னான் தெரியுமா? ‘என் ஸ்னேஹிதன் ஸ்வாமிநாதனண்ட பேசலை, ஆசார்யாளண்ட விக்யாபனம். உங்க அறிவுரையின்படி எளிமையான கல்யாணம். உங்க பேரை பத்திரிகைல போடலாமா?-ன்னு கேட்டான். உடனே ஒத்துண்டுட்டேன். அவன் பார்யைக்கும், அதான் உங்கம்மாவுக்கும், அதுல கருத்து பேதமில்ல; அவன் சம்பந்தியைப் பத்தி அவன் லவலேசமும் கவலைப்படவில்லை. கல்யாணம் ஆன 7 நாள்ல

டெல்லிக்கு, வீட்டோட மாப்பிள்ளையா போகப் போறேன்னுட்டு நீ உங்க அம்மாகிட்ட மட்டும், மார்கபந்து ஊர்ல இல்லாத போது சொல்லிட்டுப் போனப்பறம், அப்பா-பிள்ளை உறவுல விரிசல் வந்துடுத்துன்னு புரிஞ்சுது. அதை கூட உங்க அப்பன் சொல்லலை! அம்மா பேச்சிலேர்ந்து புரிஞ்சிண்டேன். இப்பத்திய என்னோட முடிவுக்கு, அதுவெல்லாம் காரணமில்லை. ஆடம்பரமா உபநயனம், முக்யமா வரதக்ஷிணை வாங்கிண்டு பொண்ணை வெலைக்கு வாங்கறது, ஊர் கூட்டி படாடோபமான கல்யாணம், பாதிக்கு பாதி பணம், பொருள்கள், சாப்பாடு எல்லாம் waste பண்றது, கார் பங்களா என்று பணத்துக்கு பதிலா, எல்லாமே அசிங்கமா படறது. எத்தனையோ லக்ஷக்கணக்கான ஏழைக் குடும்பங்கள்ள வயசுக்கு வந்த பொண்கொழந்தகளை ரெண்டாம் தாரமா தள்ளி விடறா - பணம் துளியும் இல்லாததால! பணம் இருக்கறவாளுக்கு, தானம் பண்ண மனசில்லை.

வேதோக்தமான விவாஹத்தை மறந்தப்பறம், மஞ்ச பத்திரிகைல என்னோட ஆசீல நடக்கறாமாதிரி எதுக்காக இப்படி ஒரு பாவனை? எதுக்கு இந்த கண்மூடி நாடகம். அதுனால தான், எங்கிட்ட வந்து உன்னை மாதிரி பெர்மிஷன் கேக்கறவாகிட்ட விண்ணப்பிச்சுக் கொள்ளறேன். எனக்கு தெரியாமலேயோ, அல்லது என் சொல் மீறியோ என் பேர்போடறவாளை நான் என்ன பண்ண முடியும். என்னிக்காவது ஒரு நாள் அவாளும் புரிஞ்சுப்பா; அவா கஷ்டம் எதுவும் படாமல் புரிஞ்சுக்கணும்-னுட்டு அவாளுக்காக வேண்டிக்கறேன். உன்னோட விஷயத்துல, உன் பார்யை, உன் சம்பந்தி, கல்யாணப்பையன் - எல்லாருக்கும் படாடோபம் பிடிச்சிருக்கு. உன் கருத்துன்னுட்டு, அன்னிலேர்ந்து இன்னி வரைக்கும், உங்கப்பா மாதிரி ப்ரின்சிபிள்னு உனக்கு ஒண்ணும் இல்லைனு தெரியறது. நீ ஒரு பிஸினெஸ்மேன். இதுக்கு மேல மாத்திக்க முடியுமான்னு நீ தான் உன்னையே கேட்டுக்கணும். இதுக்குமேலயும் கொழம்பாமே, மேக்கொண்டு கல்யாண கார்யங்களை கவனி. உங்கப்பாவுக்கு அம்மா காமாக்ஷிதான் குலதெய்வம். அவளும் உங்க அப்பாவும் மேலேர்ந்து எல்லாத்தையும் பாத்துப்பா. பத்ரமா போய்ட்டுவா".

பெரியவா காலடியிலிருந்து

பெரியவாளை மறுபடி நமஸ்கரித்து, அவர் சொல்படி கூடை-தட்டுகளில் உள்ள அனைத்தையும் வினியோகம் செய்தவாறே, தயங்கித்தயங்கி கிளம்பினார்.

அவர் கிளம்பினப்பறம் மேனேஜர் கிட்ட வந்து, வாய் பொத்தி ஒரு கேள்வி கேட்டார். "மின்னாடி வேற ஒரு சமயம், ஒரு தனிகர் கொடுத்த பணமூட்டையை அப்படியே வேற ஒரு அம்மாவுக்கு திருப்பி விட்டேள். இந்த தடவை பழம் இத்யாதிகளை மத்தவாளுக்கு கொடுக்கச் சொன்னேள், ஆனால் பணத்தை திருப்பிட்டேள்; அதுதான், கொஞ்சம் குழப்பமாயிருக்கு".

பெரியவா மோவாயை தடவிக்கொண்டே சிரித்தார், "அதுவா, மின்னாடி பணம் கொண்டு வந்தவர், ஒரு பெரிய மிளகு வ்யாபாரி, அன்புனால மடத்துல அன்னதானம் முதலிய நல்லகார்யம் பண்ணச் சொல்லி அடிக்கடி தானம் பண்ணுவார். இந்த தடவை, அவர் பொண்ணு கல்யாணம். ஆனா, எம் பேர் போட்டு பப்ளிசிடி எல்லாம் பண்ணத் தெரியாத ஸிம்பிள் பக்தர். ஆனால், பஞ்சு கொடுத்த பணம் அப்படியில்ல, மாட்டுத்தோல் வித்த காசு. பழம்-எல்லாம் திருப்பி அனுப்பிச்சா, குப்பைக்குப் போய்டும். அது பூமிக்கும், இயற்கைக்கும், ஏழைகளுக்கும் சரியில்ல. அதனால் தான், அந்த முடிவு; ரொம்ப ஆராய்ச்சி பண்ணாதே".

நீ பேசுன்னு கையைக்காட்டினார். உடனே லொட லொடவென்று ஆரம்பிச்சேன். "வேலைல வாரத்துக்கு 4 நாளாவது ஓவர்டைம் இருக்கு; அதுக்காக பணம் குடுக்கறா. காலம்பற 8.30 மணிக்கு கிளம்பினா, ஆத்துக்கு வர ராத்திரி 9-மணி ஆய்டும். சனிக்கிழமையும் அரை நாள். அண்ணா-ஐயர் ஏற்பாட்டால, ஞாயித்துக்கிழமை மிஷனுக்குப் போய் 4 பசங்களுக்கு, கணக்கு, பௌதிகம் ட்யூஷன் சொல்லித்தறேன். அவர் சகாயத்தால கொஞ்சம் பணம் ரெகுலரா கிடைக்கறது. அது எப்ரலோட நின்னுடும். ஆனா, பெரியவா சொன்னா மாதிரியும், அண்ணா-மாமா சொன்னாமாதிரியும், பேங்கிங் பரீக்ஷைக்குப் படிக்க ஆரம்பிச்சுட்டேன். வர ஜுலை மாதம் பரீக்ஷைகள் ஆரம்பிச்சுடும். பெரிய அக்கா, ரமாவுக்கு வரன் பாக்கறோம். நாணாதான் பேசிண்டிருக்கார். பூமாவும் வேலைக்குப்போக ஆரம்பிச்சாச்சு; பப்ளிக் ஸர்விஸ் கமிஷன்

பரீக்ஷைக்கும் படிக்கறா. ஸ்ரீதரன் வேலைக்குப் போகறான். நரஸிம்ஹன் ஹைஸ்கூல் சேந்தாச்சு" பெரியவா கொஞ்ச நேர மௌனத்துக்குப்பின் பேசினார்.

"உங்கப்பன் பெரிய மானஸ்தன்டா. உங்க அம்மா, உன் சஹோதரிகள் கர்மயோகிகள். இனிமேயே உங்க எல்லாருக்கும் நல்ல காலம் தாண்டா. உன் மனஸுல இருக்கற கோப-தாபங்களை அறவே அழிச்சுடு. சொந்தக்காரா மட்டுமில்லை, இனிமேலே நீ யாரை ரொம்ப நம்பறயோ, அவாள்ளயே சிலபேர் உனக்கு பெரிய ஏமாற்றமா மாறலாம். அதனால அவா மேல வன்மம் வேண்டாம். இப்ப நான் என்ன சொல்றேன்னு உனக்கு சரியா புரியாது. மத்தவா பண்றா குத்தங்களையும் த்ரோஹத்தையும் மன்னிக்கற மனஸு இருந்தாலும், கோவம்-கற குப்பை யெல்லாத்தையும் நீ மறக்கலேன்னா, உனக்குத்தான் பாதிப்பு. ஒரே வழி, கோபத்தை ஒழிச்சுக்கட்டு. எந்த சூழ்நிலயிலயும் கடனோ, கை நீட்டி யாசகமோ, அன்பளிப்போ வாங்காதே. அளவுக்கு மீறின செலவு, படாடோபம் எதுவும் இல்லாமே வாழப்பழகு. இப்ப நடந்த சம்பவம் பாத்தயோ இல்லியோ, நீ கல்யாணம் எடுத்து நடத்தினாலும், உனக்கு கல்யாணம் பண்ணிக்கற சந்தர்ப்பம் வந்தாலும், அப்பவும் என்னை நினச்சுண்டிருந்தயான்னாக்க, உன் செலவுலயே, கோவில்ல பண்ணு - பட்டு, தோலு, நகை-நட்டுன்னு படாடோபம் பண்ணாம வரப்போறவளை பகவான் சன்னிதியிலேயே ஏத்துக்கோ. இதெல்லாத்தையும் மறந்துட்டு, நான் IAS ஆயிட்டேன், இல்லன்னாக்க பெரிய ஆபீஸர், எனக்கு இந்த ரேட்டுன்னு உன்னை வித்தேன்னாக்க, ஒம் வருங்கால அகமுடையாள் ஒரு கணம் கூட ஒன்னை மதிக்க மாட்டா. எளிமையா வாழப் பழகினவனுக்கு, உலகத்துல எதுக்கும், யாரைப்பத்தியும் என்னிக்கும் கவலை வேண்டாம். நீ மேல மேல உசரப்போறே - நெறய வயசு இருக்கு. ஆனா, உன் வைராக்யம் தான் உனக்கு வழிகாட்டுற compass. எது நடந்தாலும், அதை பகவான் தான் நடத்தறான், அவன் உன்னை எப்பவும் கண்காணிச்சுண்டே இருக்கான்னு பயப்படு, நம்பு. அந்த வைராக்யம், உனக்கு பலத்தைக் கொடுக்கும், சுய நம்பிக்கை கொடுக்கும். தப்பு பண்ணாம வாழணும்கற தைர்யத்தைக் கொடுக்கும். எத்தனையோ தடங்கல் வரும் - மனுஷனாப் பொறந்தவனுக்கு. ஆனா, அதோட கூட

உனக்கு தெளிவான மார்க்கமும் உடனேயே தெரியும். உனக்குள்ள இருக்கறவனை நம்பு. அதுதான் சுயநம்பிக்கை. அது அஹங்கார மில்லை. பகவத் சரணாகதிங்கற பாதை. உனக்கு வாரத்துல ஏழு நாளும் வேலை சரியா இருக்குன்னு புரியறது. முடிஞ்சா, வர ஜூலை மாசம் சாதுர்மாஸ்யம் டைம்ல காளஹஸ்திக்கு வர முயற்சி பண்ணு". சொல்லிவிட்டு, எழுந்து நடந்தார் பெரியவா. அவரைத் தொடர்ந்து, ஹர ஹர சங்கர கோஷத்துடன், பக்தர் கூட்டம் தொடர்ந்தது.

கொஞ்ச நேரம் ப்ரமித்துப்போய் அங்கேயே அமர்ந்திருந்தேன். எழுந்தபோது, திரும்பிப் பார்த்தேன். ஆசிரியர் கி.வா.ஜ. மாமா ஒரு சின்ன புன்னகையோடு பார்த்தார்; எனக்கு தூக்கிவாரிப் போட்டுது. "ஏண்டா அம்பி, எல்லாத்தையும் பாத்தேன், கேட்டேன். கீதோபதேஸம் கிடச்சுதா? போனவாட்டி உன் கதையை தூக்கிப் போட்டுட்டேன்னுட்டு, அனுப்பறத விடாதே, நிறுத்தாதே. அமைதியான மனஸோட, பெரியவா சொன்ன மாதிரி, கோப தாபங்களை வழிச்சுப்போட்டுட்டு சமூக சிந்தனையோட, ப்ரச்னைகளை மட்டும் எழுதாம, அந்த ப்ரச்னைகளுக்கு ஒரு தீர்வு பற்றியும் எழுது. உனக்கு, 20 வயசுங்கறதை மறந்துட்டு, முதிர்ச்சி யோட எழுத முயற்சி பண்ணு. இப்ப எனக்கு பெரியவாளோட ஒரு interview இருக்கு. கிளம்பறேன். என்று சொல்லி அவரும் கிளம்பிவிட்டார். அங்கேயே உக்காந்து கிறுக்க ஆரம்பித்தேன்.

இதைப் படிக்கும் பலரும் (அமெரிக்கா மற்றும், இந்தியாவிலிருந்தும், மற்ற ஊர்களிலிருந்தும்) அடிக்கடி கேட்கும் கேள்வி "எப்படி 60 சொச்சம் வருஷங்களுக்கு பிறகும் இத்தனை துல்யமாக இத்தகைய நிகழ்ச்சிகள் நினைவுக்கு வரும்" என்று! அடியேன், அதில் பொதிந்த எந்தவித பாராட்டுக்கும் எந்த வித தகுதியும் உள்ளவன் இல்லை. But, the answer is long-winded!

பெரியவாளிடம் செல்லும்போதெல்லாம் (அப்பா டைரி எழுதச் சொன்னதிலிருந்து), என் துணிப் பையில் ஒரு ரஃப் நோட் புத்தகமும் கூடவே வரும். அவரை சந்தித்துவிட்டு கிளம்பும்போது, அங்கேயே அமர்ந்து கொண்டோ, பஸ்ஸிலேயோ நிறைய கிறுக்கிக் கொண்டே வந்து விடுவேன் – மறக்காமலிருப்பதற்காக. அதுவும், தேதி, ஊர்,

சந்தித்தவர் பெயர்கள், பெரியவா உபயோகிச்ச வார்த்தைகள்னு. ஆத்துக்கு வந்த பின்னர், அவற்றை, அந்த சம்பவங்களை ஒரு தொடர்கதை போல எழுதி, பெருமையாக, அப்பாவிடம் காண்பிப்பேன். இலக்கணப்பிழை இருந்தால், சுட்டிக்காட்டுவார். அதற்காக, ரெண்டு ரூபாயில் (அந்த நாளில் பெரிய செலவு) ஒரு பௌண்டு நோட் வாங்கித் தந்திருந்தார். அந்த மஞ்சக்கலர் படிந்த புத்தகத்திலிருந்த அனைத்தையும் 8 வருஷங்கள் முன்னர் தான் (ஒரு ஸர்ஜரிக்குப் பின்னர் ரெஸ்ட்–டைமில்) குறிப்புகளாக கோர்வையாக கம்ப்யூட்டரில் எழுதி வைத்தேன் – என் சந்ததிக்காக! ஒருவேளை அவர்களுக்கு என்றாவது படிக்கும் ஆசை இருக்குமோ என்று!

என் வாழ்க்கைக் காலத்துக்குள்ளேயே, என் முயற்சியை உங்களுடன் பகிர்ந்து கொள்ள என்னைத் தூண்டிய கிரி நிறுவனத்திற்கு, என் மனமார்ந்த நன்றிக்கடன் தான் இது. இன்னும் சில சம்பவங்கள் நினைவுக்கு வந்தாலும், இன்னும் முறையாக எழுதவில்லை. அவையனைத்தும், அவரருளால் என் காலத்துக்குள்ளேயே வெளிவரலாம்!

✦ ✦ ✦

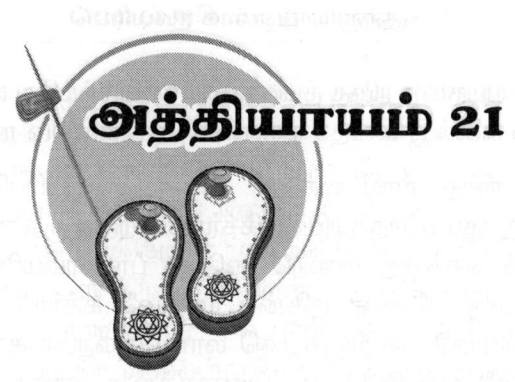

அத்தியாயம் 21

பல அன்பர்கள் என்னிடம் நேரடியாகவும், மறைமுகமாகவும் கேட்ட கேள்விகளின் முக்கிய சாராம்ஸம் மூன்று விஷயங்கள் தான் – அடியேன் சொன்ன பதில், 'கண்டிப்பாக பதில் சொல்கிறேன், பொறுத்திருங்கள்' என்று ஒரே பதிலை சொன்னேன் / எழுதினேன். அவை பற்றி முதலில் எழுதிவிட்டு, காளஹஸ்தியில் குரு பூர்ணிமா அன்று கிடைத்த அனுக்ரஹபாஷணத்தை பின்னால் எழுதுகிறேன்.

கேள்வி: (1) பெரியவா, கோபம் சம்பந்தமாக, அழுத்தம்-திருத்தமாக சொன்ன மேற்படி கடுமையான அறிவுரையை /உத்தரவை நீங்கள் எப்படி எடுத்துக் கொண்டீர்கள்; உங்களால் நடைமுறை வாழ்க்கையில் அந்த உத்தரவை கடைப்பிடிக்க முடிந்ததா? -

பதில்: (1) பெரம்பூர் சம்பவத்துக்குப் பின்னர், கடந்துபோன 58 வருஷங்களில் எவ்வளவோ ஏமாற்றங்கள், உற்றார்-உறவு என்று நம்பிய பலரும் செய்த அவமானங்கள், துரோகங்கள், கார்பரேட் உலகத்தில் மற்றவர்கள் செய்த இடைஞ்சல்கள், அதனால் நான் பட்ட கஷ்டங்கள், மன உளைச்சல்கள் என்று, எனக்கு மட்டும் புதிதல்ல. இதைப் படிக்கும் பலருக்கும் அவரவர்கள் பட்ட கஷ்டங்கள் நினைவுக்கு வரும்போது, நான் என்ன சொல்ல வருகிறேன் என்பதும் தெளிவாகவே புரியும். ஆனால், பெரியவா சொன்ன சொல், சொன்ன விதம், இந்த நிமிஷம் வரை மனத்தில் நிழலாடும். நான் பூரணமாக மாறிவிட்டேன் என்று சொன்னால் அது என் பெரியவாளுக்கு நான் செய்யும் அவமரியாதை. ஆனால், என் கஷ்டங்களை பொருட்படுத்தாமல், மேலும் ஒரு

திருவையாறு S.R. கிருஷ்ணன்

மூர்த்தண்யத்துடன் அந்த சம்பவங்களையும், அதன் காரண கர்த்தாக்களையும் பல நேரங்களில் மன்னித்து, மறக்கவும் செய்திருக்கிறேன் – இப்போதும் செய்கிறேன். என் சுயசரிதையை என் வாழ்நாட்களுக்குள் எழுதி முடித்து விட்டால், என் காலத்துக்குப் பின்னர் அவை ஒருவேளை வெளிவரலாம். அதில் நிறையவே உண்மை வெளிப்படும். 18 வயசில் துர்வாஸராக இருந்த என்னை 24 வயதுக்குள் ரொம்பவும் மாற்றிக் கொண்டேன். பூரணமாக இல்லாவிட்டாலும், நிறையவே. அந்த சங்கடமான நேரங்களில் பெரியவாளின் பொய்க் கோபமான முகம் கண் முன்னே வந்து மிரட்டும். இது தான் என் முதல் பதில். ப்ரான்ஸ், இங்கிலாந்து, அமெரிக்கா – இந்த இடங்களில் 43 வருஷங்களில் பரிச்சயமான அறிமுகமான ஆயிரக்கணக்கான பேர்களுக்கு தோன்றும் தோற்றம் ‘இவன் எப்பவுமே காஷுவலாக, ஜோகர் மாதிரி இருக்கான்னாக்க, எல்லாம் அதிருஷ்டம் தான் காரணம், அவனவன் வாங்கிக்கொண்டு வந்த வரம். ஆங்காங்கே ‘இவனுக்கு godfather இருப்பா போல; நமக்கும் அப்படி இருந்தா, நாமும் இதை விட சந்தோஷமாக சிரித்துக் கொண்டே இருப்போம்’ என்று எனக்குப் பின்னால் கடுமையாக விமர்சனம் செய்வதை நான் நன்கு உணர்ந்திருக்கிறேன். என்னுடைய அசலான godfathers ரெண்டு பேர் – ஒன்று என் childhood favorite அனுமன்; மற்றவர், தாய் போல அன்பு காட்டி, தகப்பனைப்போல் கடுமையாக புத்தி சொல்லி அரவணைத்த பெருமான் மஹாபெரியவா.

(2) கடன் (except housing loan), அன்பளிப்பு, யாசகம் என்று இல்லாமல், இன்று வரை காலம் ஓடிவிட்டது – அனுமன் க்ருபையால். எளிமையான வாழ்க்கைக்கும் என் கொள்கைகளுக்கும் உறுதுணை, என்னை 52 வருஷங்களாகப் பழகிக் கொண்ட வாழ்க்கைத் துணைவி (companion – not just wife) தான் முக்கிய காரணம்.

கேள்வி (3) உங்கள் உபநயனம் போல, கல்யாணமும் எளிமையாக நடந்ததா? அல்லது, ஆடம்பரமாக இருந்ததா? திருமணத்தின் போது உங்கள் உத்யோகம், மற்றும் status என்ன? உண்மை பதில் எதுவானாலும் சரி – we won’t judge you!

பதில்: (3) அடியேன் அந்த சமயம், ஒரு ஸ்டேட் பேங்க் அதிகாரி; என் வருங்கால துணைவியார் ரிஸர்வ் வங்கியில் பணி புரிந்து கொண்டிருந்தவர் – இருவருக்கும் ஒரே மாதிரியான சம்பளம் – இருவரும் மத்யதர வர்க்கம்; திருமலையில் ஒரு மடத்தில், 6 மணி நேரத்துக்குள் வைதீகமான திருமணம்; மாலை இல்லை (திருமலையில் வெங்கடவனைத்தவிர யாருக்கும் மாலை இல்லாத கட்டுப்பாடு); மேளம் இல்லை; மொத்தம் இரு சாராரையும் சேர்த்து 50 பேர் முன்னிலையில் (பட்டு, தோல், கோட்டு–சூட்டு, போட்டோ என்று எதுவும் இல்லை. திருமலையான், வாத்தியார், நண்பர்கள், உறவினர்கள் தான் சாக்ஷி!) அடியேன் செலவில் சிக்கனமான கல்யாணம் – இழுத்துப் பிடித்து நடத்தியவர் என் துணைவியார்; உடனே பகவான் சன்னிதியில் மஞ்சள் வஸ்த்ரத்துடன் ப்ராகார அங்கப்ரதக்ஷிணம், பகவானின் தர்ம தர்சனம். அன்று மாலையே சென்னை வந்து சேர்ந்து விட்டோம். இத்தகைய திருமணத்துக்கு 100 சதம் மனப்பூரணமான சம்மதமும் ஒத்துழைப்பும் தந்த என் துணைவியார்தான் அனைத்து ஏற்பாடுகளிலும் உடனிருந்தவர் என்றால் மிகையில்லை. இந்த விஷயத்திலும் பெரியவாளின் அறிவுரைப்படிதான் – இருவருமே மனமொப்பி தான் முடிவு செய்தோம்.

இப்போது காளஹஸ்தியில் ஜூலை 2–ஆம் தேதி நடந்த சம்பவம் பற்றி பார்ப்போம்.

பெரியவா காளஹஸ்தில 4 நாளாக இருக்கார்; அங்க தான் ஐந்தாவது 'வ்யாஸ – பாரத – ஆகம – ஶில்ப – ஸதஸ்' நடக்கப் போறதுன்னு கபாலீஸ்வரர் கோவில் குருக்கள் (விவேகானந்தா கல்லூரியில் ஸம்ஸ்க்ருத விரிவுரையாளராகப் பரிச்சயம்) சொன்னவுடன், ஜூலை 2–ஆம் தேதி (குருபூர்ணிமா அன்று) விடியலில் ட்ரெய்ன் பிடிச்சு, ரேணிகுண்டா வழியா காளஹஸ்தி போய்ச் சேர்ந்தேன். கால் பிஞ்சுபோகற வெய்யிலில், 11.30 மணிக்கு கொட்டகைக்குள்ள போய் சேர்ந்ததும், மேடை அருகே சென்று அமர்ந்தேன். யாரோ மஹானுபாவர் புண்யத்தில ஒரு பழய fan பெரிய சத்தத்தோடு ஓடிக்கொண்டிருந்தது. அங்குமிங்குமாக 10 பேர் தவிர யாரும் இல்லை. அசதியில் கண்மூடி

அந்த fan காற்றை அனுபவித்துக் கொண்டிருந்தேன். திடீரென தூக்கிவாரிப்போட்டு எழுந்தேன். 10 அடி கூட இருக்காது, பெரியவா மேடையிலிருந்தவாறே புன்னகையுடன் என்னை பார்த்துக் கொண்டிருந்தார். தடாலென எழுந்து சேவித்தேன். உடம்பெல்லாம் வியர்வை, அவசரமாக துடைத்துக் கொண்டு உட்கார்ந்தேன்.

“என்னடா அம்பி, எப்ப கிளம்பினே, எப்படி வந்தே? ஒண்ணும் சாப்பிட்டிருக்க மாட்டியே? அக்கா கல்யாணம் நன்னா நடந்துதா? நீயும் நாணாவும் போன மாசம் வந்து பத்திரிகை குடுத்துப் போனதா மேனேஜர் சொன்னார்.”

“ஜுன் 11 வந்திருந்தோம், பெரியவாளுக்கு கொஞ்சம் உடம்பு அசௌகர்யம், காஷ்ட மௌனம், உபவாஸமா இருந்தேள்-ன்னுட்டு மேனேஜர் தான் சொன்னார்; அசதியா கண்மூடி ஓய்வா இருந்ததால, பத்திரிகை குடுத்து அம்பாள் காலடில வச்சுக் கொடுத்தார், கிளம்பிட்டோம். பெரியவா அனுக்ரஹத்துல ராமானுஜ கூடத்துல ஸிம்பிளா வேதோக்தமா நடந்துது. அக்கா அத்திம்பேரோட சிகந்திராபாத் போய் விட்டுட்டு வந்தேன். அவர், தாண்டூர்ல BDO office-ல மேனேஜரா இருக்கார்.”

“விடியக்காத்தால, முதல் ட்ரெய்ன் பிடிச்சு ரேணிகுண்டா வந்து, பஸ்ஸுல இங்க வந்து சேர்ந்தேன்.”

“சரி, இன்னிக்கு சாயரக்ஷை வரை இருப்பியா? இங்க பக்கத்துல தான் சதஸ் நடக்கறது. இப்ப, முதல்ல போய் சாப்டுட்டு வா” என்று சொன்ன பெரியவா, மேனேஜரைப் பார்த்தார்.

அவசரமாக ஆகாரம் பண்ணிவிட்டு, ஓடி வந்தேன். இப்போது 60-70 பேர் உக்கார்ந்திருந்தார்கள். வரிசையாக தரிசனம் நடந்து கொண்டிருந்தது. என்னை கை சைகையால் கிட்ட வரச்சொல்லி “உங்கப்பா ஸிம்மேந்த்ர மத்யமத்தில, ரெண்டு தாளத்தில தமிழ் பாட்டு ஒண்ணு பண்ணானே, **சர்வதேவ-நமஸ்காரம்**, அதைப்பாடு” என்றார். பாடத் தொடங்கினேன்:

பரந்திருவுலகினில் பகலவன் சுடர்போல் -
பரவும் பரம தேவா திருவருள் புரிந்திடும் பரம் பொருளே!
மன-இருள்தனை நீக்கிடும் சுடரொளியே-
என(து)தகமதில் குடி கொண்டு அருள் புரிவாய்.

"கருணைக்கடலே, கமலநயன, பரமபுருஷ பதித பாவன"
அன்பறிகின்பமாய் அழைத்திடவருவாய்;
அடியார்-தம்துயர்நீங்க வேண்டிடக்காப்பாய்
பாருலகினில் மிக துயர்பூண்டேன்-பின்னர்-
யாருலகில் எனக்கு எனக்கண்டேன்!
ஆறுதல் நீ இருக்க யாரும் வேண்டேன் - சித்தமுமிரங்கி
மனமும் மகிழ்ந்து கருணைபுரிய சீராகவருவாய்"

கண்ணை மூடி ஒரு புன்சிரிப்போடு கேட்ட அந்த பெருமான் கண் திறந்து, முணுமுணுப்பது போல், மெதுவாக, "ம்... அவன் வந்த வேலை முடிஞ்சுது, கிளம்பிட்டான்". என்றார்; அதில் ஒரு சின்ன வருத்தம் தொனித்ததாக எனக்குப்பட்டது!

வந்தவர்களில் ஒரு ச்ரௌதிகள், "இந்த காளஹஸ்தீஸ்வரர் ஸ்தலம் பத்தியும், பாதாள கணபதி சன்னதியைப் பத்தியும் நீங்க ஸ்தல–புராணம் சொன்னா அதுல ஸத்யம் இருக்கும், சொல்றேளா?" என்று விண்ணப்பித்தார். பெரியவா பேச ஆரம்பித்தார்.

"ஸ்ரீ காளஹஸ்தியைப்பத்தி புராணரீதியா சொல்லணும்னாக்க, சிவபுராணத்துல ஆறாவது ஸம்ஹிதை – அதாவது கைலாஸ ஸம்ஹிதைல பத்தாம் அத்யாயத்துல ஸூதபௌராணிகர் சொன்னதை வேதவ்யாஸ–பெருமான் எழுதறார். ஸ்வர்ணமுகி என்கிற நதீல ஸ்னானம் பண்ணி கரை ஓரமா இருக்கற தென்கைலாசம்–ன்னு சொல்லப்பட்ட ஸ்ரீகாளஹஸ்தி மலைல எழுந்தருளியிருக்கற த்ரிகுணேஸ்வரரான ஸ்ரீகாளஹஸ்தீஸ்வரரை 1008 பஞ்சாக்ஷரீ மந்த்ரம் ஜபிச்சு நமஸ்காரம் பண்ணேன் என்கிறார் ஸூதர். இதுலேர்ந்து இந்த மலை, இந்த புண்யக்ஷேத்ரம் எல்லாம் எவ்வளவு புராதனம்–னு புரிஞ்சுக்கலாம். ஒரு காலத்துல 100,000 ச்லோகங்கள் இருந்த இந்த மஹாசிவபுராணத்துல இன்னிக்கு கிடச்சது, 24,000 ச்லோகங்கள் மட்டுமே.

கலியுகத்தில சமீபகாலமா சொல்லப்படற கதை என்னன்னா, ஆதிசேஷனுக்கும் வாயு பகவானுக்கும் நடந்த சண்டைல, ஆதிசேஷன் பிடியில-இருந்த கைலாஸ மலையை வாயு உடைக்க முயன்றபோது, விலகிய ஒரு துண்டு ஆறு துண்டங்களாக விழுந்தபோது, பெரிய துண்டத்தை ஈஸ்வரன் ஆஜ்ஞைப்படி ப்ரஹ்மதேவன் ஸ்ரீகாளஹஸ்தீல தென் கைலாஸமாக ஆக்கினாராம்.

இன்னுமொரு கதைப்படி, கைலாஸத்தின் சின்ன துண்டு எட்டு துண்டங்களாக விழுந்த போது, திருகோணமலை (இப்ப லங்கையில Trincomalee-ங்கற திருக்கோகர்ணம்), திருச்சிராமலை, திரு-ஈங்கோய்மலை, ரஜதகிரி, நீர்த்தகிரி, ரத்னகிரி, சுவேதகிரி, திருப்பங்கீலி / திருப்பைஞ்சீலி - என்ற க்ஷேத்ரங்களாச்சுன்னு ஐதீகம். அதுக்கெல்லாம் முதலும் முக்யமுமானது ஸ்ரீகாளஹஸ்தி-ன்னு, அப்படி ஒரு வழக்கு. தன் கண்ணைத் தானாகவே இந்த காளத்தீஸ்வரனுக்கு தந்த காரணத்தால் திண்ணன் எனும் வேடன், இந்த கண்ணப்பமலையில் கண்ணப்ப நாயனார்-ன்னு புகழ் அடைஞ்சவர்.

தமிழர்கள் இந்த க்ஷேத்ரத்தை சீகாளஹத்தின்னு சொல்லுவா; 'சி'-சிலந்தியினுடைய முதல் எழுத்து; 'காள'ன்னா பாம்பு; 'ஹத்தி'ன்னாக்க யானை; ஈஸ்வர பக்தியின் உச்சத்தில் இந்த மூன்று ஜீவன்களும், தங்களையே அழித்துக் கொள்ளத் தயாராக இருந்ததால், இவை மூன்றுக்கும் இந்த ஸ்ரீகாளஹஸ்தீஸ்வரன் மோக்ஷம் தந்ததாக இன்னுமொரு கர்ணபரம்பரை வழக்கு.

இந்த கோவில் 7-ஆம் நூற்றாண்டில் பல்லவர்களால் கட்டப்பட்டு 11-ஆம் நூற்றாண்டில் சோழர்கள் புதிப்பித்து, 16-ஆம் நூற்றாண்டில் க்ருஷ்ணதேவராயர் 100 தூண் மண்டபம் கட்டினதாக சரித்திர வரலாறு.

இது பஞ்சலிங்க ஸ்தலங்களில் ஒண்ணு; வாயு லிங்கஸ்தலம். சிவன் சாபத்தினால பார்வதி இங்க மனுஷ ரூபியா பிறந்து இந்த ஸ்தலத்தில மஹாதவம் பண்ணி ஈஸ்வரனை ஆனந்தப்படுத்தி, முந்தையை விட 100-மடங்கு ஜாஜ்வல்யமான தெய்வீக ரூபம் அடைஞ்ச அம்பாளுக்கு பஞ்சாக்ஷரீ முதலான மந்த்ரங்களை ருத்ரமஹாப்ரபு இங்கு தான்

உபதேசம் பண்ணினதால இங்க ஈச்வரிக்கு சிவஞானம் – ஞானப்ரஸூனாம்பிகான்னு நாமதேயம்–னு சொல்லறா.

கோவிலின் வெளிப்பிரகாரத்தில் இருக்கறது பாதாள கணபதி சன்னதி. ஒரு சமயம் அகத்திய முனிவர் சிவனயும், விநாயகரையும் வழிபட மறந்துபோனதாகவும், அதனால் விநாயகரின் கோபத்தால இந்த மலையை ஒட்டி ஓடும் பொன்முகலி என்ற ஸ்வர்ணமுகி ஆறு வத்திப்போச்சு என்றும், உடனே மனம் வருந்தின அகத்தியர் விநாயகரை ஸ்தோத்ரம் பண்ணி விநாயகரின் அருளுக்கு பாத்ரம் ஆனார் என்றும் இந்த கோவில் புராணம் சொல்றது.

நூத்துக்கணக்கான வருஷங்கள் கழிச்சு, விநாயகர் விக்ரஹம் பூமிக்கு கீழ போனதால இந்த விநாயகரை, பாதாள கணபதி ன்னு கூப்படறா. படிக்கட்டுகள் வழியா 20 அடி பூமிக்கு கீழே இறங்கினால் தான் இப்பவும் இந்த விநாயகரை தரிசிக்க முடியும்.

உங்கள்ள பலபேர் குருபூர்ணிமையைப்பத்தி கேட்டதால, கொஞ்சம் சொல்லறேன்.

'குரு'–ன்னா யாரு? ஈச்வரனைக் காட்டிலும், குரு பெரியவர்; ஈச்வர பக்தியைக் காட்டிலும் குருபக்தி விசேஷம் என்கிறார்களே, ஏன்? என்று கேட்டால் ஈச்வரனை யாரும் பார்க்கவில்லை. பிரத்தியக்ஷமாக நாம் பார்க்கக்கூடிய ஒரு மனிதர் எப்போதும் சுத்தமாய், ஞானகாரகனாய், அசைவு இல்லாத சித்தம் உடையவராய், அப்பழுக்கு இல்லாமல் நமக்குக் கிடைச்சுட்டா நாம் எந்த மனச்சாந்திக்காக ஈச்வரனிடத்தில போகிறோமோ அந்த சாந்தி இவரிடம் பக்தி செலுத்தினாலே கிடைத்து விடுகிறதே! அதனால் தான், '**குருர் ப்ரஹ்மா குருர் விஷ்ணு: குருர் தேவோ மஹேஶ்வர:**' என்று சொல்லியிருக்கா. இந்த ச்லோகத்தில் குருவுக்கும் பரமாத்மாவுக்கும் அபேதம் சொல்லியிருப்பது ஒரு விசேஷம். Incidental–ஆக இதிலேயே இன்னொரு விசேஷம், இதில் விஷ்ணு, சிவன் இருவரையும் சொல்லியிருப்பதால் இந்த ச்லோகத்தைச் சொல்லி நாம் குருவந்தனம் பண்ணினால் நமக்கு சிவ விஷ்ணு அபேத பாவமும் உண்டாகி விடும். ஜகத்தை ஸ்ருஷ்டிப்பது, பரிபாலிப்பது போன்ற பல

காரியங்கள் ஈஸ்வரனுக்கு இருக்கின்றன. அவை எல்லாம் குருவுக்கு இல்லை. அவனுக்கு ஆபீஸ் உண்டு; இவருக்கு ஆபீஸ் இல்லை. ஆபீஸ் இருக்கிறவனிடம் போய்த் தொந்தரவு கொடுப்பதைவிட ஆபீஸ் இல்லாமல் சும்மா இருக்கிறவரிடம் நம் காரியத்தை மிக எளிதாக முடித்துக் கொண்டு விடலாம். ஈஸ்வரனுக்கு என்னன்ன உத்தமமான குணங்கள் எல்லாம் இருக்கின்றனவோ அவை எல்லாம் ஒரு நல்ல குருவிடத்தில் இருந்துவிட்டால் அவரே மகாஞானி. குருவைப் பிரத்யக்ஷமாக பார்க்கிறோம். பகவானையோ பிரத்யக்ஷத்தில் பார்க்க முடியறதில்லை. அதனால, குருவின் திருவடியைப் பற்றிக்கொண்டு பக்தி செய்தோம்-ன்னாக்க, ஈஸ்வர பக்தியினால நமக்கு என்ன அனுகூலங்கள் கிடைக்குமோ அத்தனையும் கிடைச்சுடும். அதனால் தான் குருபக்தி உயர்ந்தது என்று நம் ஆசார்யாள் எல்லாம் சொன்னா. ஆனால் தெய்வ பக்தியை மறக்கக்கூடாது. நல்ல குருவை நம்மோடு சேர்த்து வெக்கறதே தெய்வந்தானே? தெய்வ அநுக்ரகம் இல்லாவிட்டால் இந்த குருவை நாம எப்படி அடைய முடியும்?

दुर्लभं त्रयमेवैतत् देवानुग्रहहेतुकम् ।
मनुष्योत्वं मुमुक्षुत्वं महापुरुषसंश्रय: ।।

து³ர்லப⁴ம் த்ரயமேவைதத் தே³வானுக்³ரஹஹேதுகம் ।
மனுஷ்யோத்வம் முமுக்ஷுத்வம் மஹாபுருஷஸம்ஶ்ரய: ॥

தெய்வ அநுக்ரஹத்தாலேயே ஒருத்தனுக்குக் கிடைக்கிற மூன்று பெரிய சம்பத்து உங்கள்ள பல பேருக்கும் தெரிஞ்சதுதான்: முதல்ல – மநுஷ்ய ஜன்மா கிடைக்கறது. இரண்டு, ப்ரஹ்மஸத்யத்தைத் தெரிஞ்சுக்கனும் என்கிற ஆசை; மூன்று, மஹா புருஷனான ஒரு குரு கிடைக்கறது" என்று ஆதிசங்கர பகவத்-பாதாள் 'விவேக சூடாமணி'-ல 3-ஆவது ஸ்லோகத்துலயே சொல்லியிருக்கார். எல்லோருக்கும் எக்காலத்திலும் குரு ஈஸ்வரன்தான்: தக்ஷிணாமூர்த்தி தான்.

स एष पूर्वेषामपि गुरु: कालेनानवच्छेदात्

ஸ ஏஷ பூர்வேஷாமபி கு³ரு: காலேனானவச்சே²தா³த்

நம் குருவுக்கும் அந்த குருவுடைய குருவுக்கும் அவருடைய குருவுக்கும் பூர்ணஞானம் எப்படி ஏற்பட்டிருக்கும்? இப்படி ஒவ்வொருவருக்கும் ஒரு குருவைச் சொல்லிக் கொண்டே போனால் கடைசியில் அந்த ஒத்தருக்கு ஸாக்ஷாத் ஸர்வேஸ்வரனே தான் குருவாக இருந்து ஞானத்தை தந்திருக்கணும் என்பது புரியும்.

ஒரு வேளை நமக்கு கிடைத்த குரு பரம சுத்தமானவராக, உத்தமமானவராக இல்லாவிட்டாலும் கூட, இவர் மூலமாக நாம் நித்திய சுத்தனும் உத்தமோத்தமனுமான ஈஸ்வரனையே பக்தி பண்ணுவதால், அந்த ஈஸ்வரனே இவர் மூலமாக நமக்கு அநுக்கிரஹம் பண்ணிவிடுவான். இதனால் தான் குருவையே ப்ரம்மா, விஷ்ணு, சிவன், இந்த மூன்றுக்கும் ஆதாரமான பரப்பிரம்மம் என்று அங்குரார்ப்பணத்திலயே சொல்லிக் கொடுக்கிறார்கள்.

गुरुर्ब्रह्मा गुरुर्विष्णुः गुरुर्देवो महेश्वरः ।
गुरुः साक्षात् परंब्रह्म तस्मै श्री गुरवे नमः ॥

கு^{3}ருர்ப்^{3}ரஹ்மா கு^{3}ருர்விஷ்ணு: கு^{3}ருர்தே^{3}வோ மஹேஶ்வர: ।
கு^{3}ரு: ஸாக்ஷாத் பரம்ப்^{3}ரஹ்ம தஸ்மை ஸ்ரீ கு^{3}ரவே நம:॥

பிரம்ம வித்யா ஆசார்யர்களில் முக்கியமானவர் வேதவியாஸர் – அவரைப் பற்றி குருர் ப்ரம்மா ச்லோகத்தின் தாத்பரியத்தையே இன்னும் ரஸமாகச் சொல்வதுண்டு.

अचतुर्वदनो ब्रह्मा द्विबाहुरपरो हरिः ।
अभाललोचनः शम्भुर्भगवान् बादरायणः ॥

அசதுர்வத^{3}னோ ப்^{3}ரஹ்மா த்^{3}விபா^{3}ஹூரபரோ ஹரி: ।
அபா^{4}லலோசன: ஶம்பு^{4}ர்ப^{4}க^{3}வான் பா^{3}த^{3}ராயண: ॥

என்பார்கள்.

பாதராயணர் என்று வியாஸருக்குப் பெயர். அவர் **'அசதுர்வதனோ ப்ரஹ்மா'**, அதாவது நான்கு முகம் இல்லாத ஒருமுக பிரம்மா; **த்விபாஹூபரோ ஹரி:'**, நாலு கையில்லாமல் இரண்டு

கையுள்ள ஹரி, அதாவது விஷ்ணு, **அபா[4]லலோசன: ஶம்பு[4]**, நெற்றிக் கண் இல்லாத போதிலும் சிவன்! குருவைவிட சிரேஷ்டமானவர் இல்லை. நமக்கு அவரண்ட பூர்ணமான நம்பிக்கை ஏற்படணும். அது நிஜமான நம்பிக்கையா இருக்கணும். நமக்கு அவரிடத்தில் ஈஸ்வரனே இப்படி வந்திருக்கிறான் என்ற நம்பிக்கை வந்துவிட்டால், அந்த நம்பிக்கையே, குருவிடம் நாம் காட்டற பக்தியே நம்மைக் கடைத்தேறச் செய்து விடும்.

ஈஸ்வர அபராதம் பண்ணினால் ஆசார்யன் கால்ல விழுந்து மன்னிப்பு கேட்டா போதும்; ஆசார்யன் மன்னிச்சுட்டா, ஸ்வாமி கோவம் தானா நிவ்ருத்தியாயிடும். ஆனால், குருவினிடம் பண்ணின அபசாரத்துக்கு பரமாத்மாவிடம் போய் கால்ல விழுந்தாலும் பரிகாரம் கிடைக்காது. இது பத்தி முன்னாடியே சொல்லியிருக்கேன்.”

அடுத்ததாக, குருபூர்ணிமா என்னும் வ்யாஸ பூர்ணிமா-ன்னும் விசேஷமா கொண்டாடறோம்; ஏன்னு பாக்கலாம்.

தக்ஷிணாமூர்த்தி, தத்தாத்ரேயர், நாராயணன், பிரம்மா – இவாளை அத்வைத சம்பிரதாய ஆசாரிய வரிசையில் அக்ரத்துல சொல்றது சம்ப்ரதாயம். இந்த அவதார-குருக்களுக்கு அப்புறம் வசிஷ்டர், அவர் பிள்ளை சக்தி, அவர் பிள்ளை பராசரர், அப்பறம் வியாஸர் என்ற ச்ரேஷ்டமான மஹரிஷிகள் அத்வைதத்தை அப்பா-பிள்ளையாக உபதேசம் செஞ்சிருக்கா.

✦ ✦ ✦

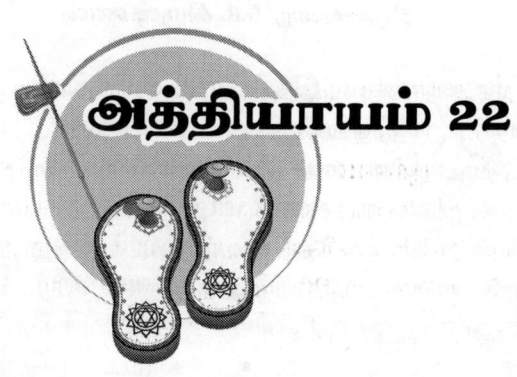

அத்தியாயம் 22

இவர்களெல்லாம் ரிஷிகள். ரிஷிகளை மநுஷ்ய ஆசார்யர்களோடு சேக்கக் கூடாது. மநுஷ்யர்களால் அறிய முடியாததை, அறிந்து கொள்கிற, மநுஷ்யர்கள் கேக்க முடியாததைக் கேக்கற, மநுஷ்யர்களால் செய்ய முடியாததைச் செய்யற, அதீந்திரிய சக்திகள் உள்ளவர்களே இப்பேர்ப்பட்ட ரிஷிகள். ஆகாசத்தில் பரவியுள்ள பரமாத்மாவின் சுவாஸ சலனங்களான சப்தங்களை மந்திரங்களாகப் பிடித்துத் நமக்குத் தரக்கூடிய மகாசக்தி படைத்தவர்கள். அதனால் இவர்களை சாதாரணமாக மநுஷ்ய இனத்தோடே சேர்ப்பதில்லை.

கோவில்கள்ல பிரதிஷ்டையான மூர்த்திகளை, உதாரணமா, நாலஞ்சு தினுசாகப் பிரிச்சிருக்கா; ஸ்வயம்-வ்யக்தம், தைவிகம், மாநுஷம், ஆஸுரம், ஆர்ஷம் என்னு சொல்லுவா. ஒரு இடத்துல ஸ்வாமி லிங்கமாகவோ, விக்ரஹமாகவோ தோணுவதுக்கு, ஆவிர்பவிப்பதற்கு, "ஸ்வயம்-வ்யக்தம்"என்னு பெயர். "ஸ்வயம்பு", "சுயம்பு", "தான்தோன்றி" – அதாவது "தாந்தோணியம்மன்" என்கிறதில வரும் "தாந்தோணி" – என்கறதெல்லாம் அதைத்தான் காமிக்கறது. சிவ ஸ்தலங்கள் பலவற்றில் ஸ்வயம்பு லிங்கம் இருப்பதைப் பார்க்கிறோம். வைஷ்ணவா, ஸ்ரீரங்கம், திருப்பதி, பத்ரிநாத், ஸ்ரீமுஷ்ணம், நைமிசாரண்யம், புஷ்கரம், ஸாலக்ராமம், நாங்குநேரி எங்கிற எட்டு திவ்ய ஸ்தலங்களையும் ஸ்வயம் – வ்யக்த க்ஷேத்ரங்களாச் சொல்றா.

தேவர்கள் பிரதிஷ்டை பண்ணினது தைவிகம். காஞ்சீபுரத்தில் அம்பாளே மண்ணை லிங்கமாகப் பிடித்துவைத்தாள். திருவீழிமிழலையில் மஹாவிஷ்ணுவே லிங்கப் பிரதிஷ்டை பண்ணினார்.

அநேக ஸ்தலங்களில் இந்திரன் தன் தோஷம் நீங்கறதுக்காக ஈஸ்வரனையோ, விஷ்ணுவையோ பிரதிஷ்டை பண்ணினதாகச் சொல்லுவா. இதெல்லாம் "தைவிகம்" வகையைச் சேர்ந்தது. இதற்கு நேர் எதிர் வெட்டாக, திரிசரன், ஓணன் மாதிரியான அசுரர்கள் ஸ்வாமியைப் பிரதிஷ்டை செய்த இடங்கள்தான் திரிசிரபுரம் என்ற திருச்சிராப்பள்ளி, காஞ்சீபுரத்தில் உள்ள, ஸுந்தரமூர்த்தி நாயனார் பாடின ஸ்தலம், ஓணகாந்தன்-தளி-ஓணகாந்தேஸ்வரர், அஸுரர்கள் பிரதிஷ்டை செய்ததுதான் 'ஆஸுரம்'. மநுஷ்யர்களான பக்தர்களும் அநேக ராஜாக்களும் பிரதிஷ்டை பண்ணினதுதான் "மாநுஷம்" என்று உங்களுக்கே தெரியும். இன்னொரு வகை "ஆர்ஷம்" என்று சொன்னேலில்லயா? "ஆர்ஷம்" என்றால் "ரிஷிகள் பண்ணினது" என்று அர்த்தம். குற்றாலத்தில் அகஸ்திய மஹரிஷி குத்தாலநாதமூர்த்தியைப் பிரதிஷ்டை பண்ணியிருக்கார். சிக்கலில் வசிஷ்ட மஹரிஷி, திருக்களரில் பாரிஜாதவனேஸ்வரரை துர்வாஸர், ஜம்புகேச்வரம் என்ற திருவானைக் காவலில் ஜம்பு மஹரிஷி என்றிப்படி அநேக க்ஷேத்திரங்களில் ஆர்ஷப் பிரதிஷ்டைதான். ஏதோ, இப்போ நினைவில வந்ததை சொல்றேன்.

இதை எதுக்கு சொல்ல வந்தேன்-னாக்க பொதுவாக தேவ ஜாதி, அஸுர ஜாதி, மநுஷ்ய ஜாதி என்ற மூன்றைத்தான் நாம் சொன்னாலும், இங்கே ஆர்ஷம் என்று ரிஷிகளை மநுஷ்யர்களோடு சேர்க்காமல் தனி இனமாக வைத்திருக்கிறது என்று காட்டத்தான். மாநுஷ லிங்கம் என்று ராஜராஜசோழன் பிருஹதீச்வரப் பிரதிஷ்டை பண்ணும் போதுகூட நேராக அவனே பண்ணாமல் கருவூர்ச் சித்தரைத்தான் பிராணபிரதிஷ்டை செய்ய வைத்திருக்கிறான். இதே மாதிரி "ரிஷிகள்" என்று சொல்லுகிற அளவுக்கு திவ்ய சக்தி இல்லாதவா-என்னாலும் அந்தந்த காலத்தில் உள்ள மஹான்களை, ஸித்த புருஷர்களை வச்சுண்டே 'மாநுஷ' லிங்கங்கள் பிரதிஷ்டை செய்யப்பட்டிருக்கு. இப்பகூட காலனிக்குக் காலனி புதுக்கோயில் கட்டறப்போ, யாராவது ஒரு ஸ்வாமிகளைக் கூப்பிட்டு வைத்துக் கொண்டுதானே கும்பாபிஷேகம் பண்ணுகிறீர்கள்? ஆனால் பிராணப் பிரதிஷ்டை முதலானதுகளை சிவாச்சாரியர்களோ, பட்டர்களோதான் செய்யறா. இவர்கள் நியமத்தோடு செய்தால்,

பெரியவா காலடியிலிருந்து

மந்திரங்களுக்கே ஸ்வயமான வீர்யம் உண்டுங்கறதால, மந்திரவத்தாக இவர்கள் செய்யும் பிரதிஷ்டையிலும் தெய்வ ஸாந்நித்யம் உண்டாகி லோகத்துக்கு க்ஷேமம் உண்டாகும் என்கிற திடமான நம்பிக்கை காலகாலமாக. இப்ப நம்ம டாபிக்குக்கு வருவோம். ரிஷிகளை எதுலயும் சேக்க முடியாத தனி இனம் என்று சொல்ல வந்தேன். தேவ தர்ப்பணம் செய்யும் போதும் ரிஷிகளைத் தனி இனமாகத்தான் வச்சுருக்கோம்.

பகவான் தக்ஷிணாமூர்த்தி, தத்தர், நாராயணர், பிரம்மா ஆகிய தேவர்களுக்கு அப்புறம், வஸிஷ்டர், சக்தி, பராசரர், வியாஸர் என்ற ரிஷிகள் எல்லாம் குரு ச்ரேஷ்டர்கள். வியாஸரின் பிள்ளை சுகர். அவர் மநுஷ்யரானாலும் சுகப்பிரம்மம்-னு சொல்லப்பட்டவர். ப்ரம்மமாக இருந்த சுகர், ப்ரம்மச்சாரி. அதனால் அவருக்கப்புறம் பிள்ளை வழியில் சம்பிரதாயம் போகவில்லை. சிஷ்யர் வழியில் தான் போச்சு. சுகருக்கு அப்புறம், ரிஷிகள் என்று சொல்ல முடியாத ஸந்யாஸிகளான கௌடபாதரும், அவருக்கப்புறம் அவருடைய சிஷ்யரான கோவிந்த பகவத்பாதரும் அத்வைத ஆசார்யர்களாக வந்தார்கள். ரிஷிகள் எல்லோரும் ஸந்யாஸிகள் இல்ல. அவர்கள் பத்னிகளோடு இருந்திருக்கா. அருந்ததி வசிஷ்ட மஹரிஷிக்கு பத்தினி, அநுஸூயை அத்ரி மஹரிஷிக்கு பத்தினி என்றெல்லாம் படிக்கிறோமில்லியா? யஜ்ஞம், யஜ்ஞோபவீதம் (பூணூல்) இத்யாதிகள் - ரிஷிகளுக்கும் உண்டு. ஆனால் இவை ஸந்யாஸி களுக்கு இல்லை. ஸந்யாஸிகளான கௌடபாதருக்கும் கோவிந்த பகவத்பாதர்களுக்கும் அப்புறம்தான் "ஆசார்யாள்" என்கற மாத்திரத்தில பரிச்சயமான ஸ்ரீ சங்கரபகவத்பாதாள் வந்தார். சுகர்ல தொடங்கி, வந்த எல்லா துறவிகளான ஆசார்யர்களுக்கும் "பரிவ்ராஜகர்"-ன்னு பட்டப்பெயர். "பரமஹம்ஸ பரிவ்ராஜகாள்" என்கறது வழக்கம். ஸாக்ஷாத் பரமேஸ்வரனானாலும் மநுஷ்ய ரூபத்திலேயே இருந்துண்டு, மநுஷ்யர் மாதிரியே கார்யம் பண்ணவர் நம்ம ஆசார்யாள். மநுஷ்யராக இருந்து கொண்டே, பரம-சக்தியோடு வைதீக தர்மத்தை, நிலை நாட்டியதுதான் பகவத்பாதாளோட தனிப்பெருமை.

குரு பூர்ணிமா-ன்னு சொன்னா நமக்கு வ்யாஸபூர்ணிமா-தான் நெனவுக்கு வந்து வ்யாஸரையும், நம்ம குருமார்களையும் ஒண்ணாக

நமஸ்காரம் செய்யறோம். முன்ன ஒரு சந்தர்ப்பத்தில குரு–கீதையைப்பத்தி ஒரு பக்தர் கேட்டார்னு சுருக்கமா சொன்னேன். நான் எங்கோ ஆரம்பிச்சு எங்கயோ போயிண்டிருக்கறதால இதைமட்டும் சொல்லிடறேன்.

गुकारश्च-अन्धकारस्तु –रुकारस्तन्निरोधकृत् ।
अन्धकारविनाशित्वात् गुरुरित्यभिदीयते ।।

கு^{3}காரஶ்ச-அந்த^{4}காரஸ்து -ருகாரஸ்தந்திரோத^{4}க்ருத் ।
அந்த^{4}காரவிநாஶித்வாத் கு^{3}ருரித்யபி^{4}தீ^{3}யதே ॥

'கு–ன்னாக்க, அந்தகாரம், இருட்டு; 'ரு'ன்னாக்க இருட்டை விலக்கறவர்–ன்னு அர்த்தம். அந்தகாரத்தை ஒழிக்கறவர்–ங்கறதால அந்த ஆசார்யனுக்கு, குரு–ன்னு பெயர். இதை நான் சொல்லலை; ஸாக்ஷாத் பரமேஶ்வரன் அம்பாளுடைய கேள்விக்கு பதில் சொல்றார். பொதுவா எல்லா டீச்சர்களையும் குரு–ன்னு சொல்றதில்லை. ஆன்மீகப்பாதைல ஈடுபடுத்தி, வழி நடத்தறவாளுக்கு மட்டும் உகந்த பதம் அது. ஆன்மீகம் வேணும் என்கறவாளுக்கு அத்தியாவசியம் "குரு". ஸங்கீதத்துலயும், உபயோகம் பண்ணறா. கிருஷ்ணபகவான், கீதைல 4–ஆவது அத்யாயத்தில சொல்றார் –

तद्विद्धि प्रणिपातेन परिप्रश्नेन सेवया ।
उपदेक्ष्यन्ति ते ज्ञानं ज्ञानिनस्तत्त्वदर्शिनः ।।

தத்^{3}வித்^{3}தி^{4} ப்ரணிபாதேன பரிப்ரஶ்னேன ஸேவயா ।
உபதே^{3}க்ஷ்யந்தி தே ஜ்ஞானம்
ஜ்ஞானினஸ்தத்த்வத^{3}ர்ஶின: ॥

ஆன்மீக குருவை அணுகி உண்மையை அறிய முயற்சி பண்ணு. அடக்கத்துடன் அவரண்ட கேள்விகள் கேட்டு அவருக்குத் தொண்டு செய். உண்மையைக் கண்டவர்களான self-realized–ன்னு சொல்லப்படற அந்த ஆத்மாக்கள் உனக்கு ஞானத்தை அளிக்க முடியும். அத்ருஷ்டம் பண்ண நரன் அர்ஜுனன். ஜகத்குருவான கிருஷ்ணனே அர்ஜுனனுக்கு குரு–மஹிமையை எடுத்துச் சொல்றான். **கிருஷ்ணம் வந்தே ஜகத்குரும்.**

இப்பேர்ப்பட்ட ஆன்மீக பொக்கிஷத்தை, மஹாபாரதம் என்கிற காவ்யத்துக்கு நடுவுல வச்சு நமக்குத்தந்த மஹான் தான் வேதவ்யாஸர்னு சொல்லப்படற கிருஷ்ண–த்வைபாயனர். பகவானுக்கடுத்தாப்பல குருசிரேஷ்டர்.

வேதவ்யாஸர்–னு சொன்னா சுப்புணி, சாமா, கிருஷ்ணன், ராமன் – என்கிற மாதிரி சொந்தப் பெயர் கிடையாது. அது வெறும் டைட்டில். பூமியில, தீமைகள் மலிஞ்சுபோய் ஜனங்கள் அவஸ்தை படறச்சே, வேதங்களின் ஞானத்தை மனுஷாளுக்கு தரவேண்டியது அத்யாவசியம். ஆனால் வேதங்கள் சுருக்கமானவை, மேலும் மறைமுகமானவை – abstract & esoteric – என்றெல்லாம் சொல்லலாம்; அவைகளை சாதாரண ஜனங்கள் புரிஞ்சு கொள்ற மாதிரி கொடுக்கறது ரொம்ப கடினம். வேதங்கள் தரும் ஞானத்தை சரியாகப் போய் சேரணும்–கற ஆதங்கத்தால, வேதங்களைப் பாகம் பிரிச்சுத்தரணும். அப்படி பிரிக்றதுக்கு 'வ்யாஸ'–ன்னு ஸம்ஸ்க்ருத பதம். இங்க நெறய பேருக்கு ஆங்கிலத்துல சொன்னா தான் புரியும் – "separator", "divider", "compiler," "arranger," இல்லேன்னா "split," "differentiate," "describe." – இவை எல்லாமே பொருந்தும். இதைச் செய்யற மஹானுக்கு வேதவியாஸர் என்கற பட்டம், யுக–யுகமா வழங்கப்படறது. அப்படின்னா, நாம சொல்ற வ்யாஸர் யாரு?

வேத காலக்ரமப்படி, நாலு யுகம் – உங்க எல்லாருக்கும் தெரிஞ்சிருக்கலாம்; (1) சத்ய யுகம் அதாவது கிருத யுகம், அப்பறம் (2) த்ரேதா யுகம், (3) மூணாவது பகவான் பூர்ணாவதாரமான, க்ருஷ்ணாவதாரம் பண்ணின துவாபர யுகம்; கடோசியா, (4) கலியுகம் என்று பிரிவு. யுக வாரியாக, ஜனங்கள் படிப்படியாக கீழே போகறப்போ, தர்மத்தோட சக்தி குறைஞ்சு, தீமைகள் அதன் கோரமான தலையை உசத்தத் தொடங்கறது. அதன் வ்யாஜ்யத்தில, ஒவ்வொரு துவாபர யுகத்திலும் ஒரு வேதவியாஸர் பிறக்கிறார். தற்போதைய சுழச்சியில, இருபத்தேழு துவாபர யுகங்கள் கடந்து, இருபத்தெட்டாவது வேதவியாஸர் அவதாரம் பண்ணிட்டார். மஹாபுராணங்களையும், இதிஹாஸங்களையும், சூத்ரங்களையும், ஸகல உத்தம க்ரந்தங்களையும்

மனுஷஜாதிக்குத் தந்த மஹான் தான் இந்த வேதவியாஸர். அந்த பட்டியல்ல, இருபத்தி எட்டாவது வ்யாஸர். அவர் சத்தியவதிக்கும் பராசர மஹரிஷிக்கும் புத்ரனாகப் பிறந்த கிருஷ்ணத்வைபாயனர். கிருஷ்ண என்ற பதத்துக்கு கருப்பு, கருமை–என்னு அர்த்தம்; அவர் நிறம் கருமையாக இருந்ததால கிருஷ்ண என்று அழைக்கப்பட்டார். 'த்வைப' என்ற சொல்லுக்கு தீவுன்னு அர்த்தம், அவர் நதி–நடுவுல ஆவிர்பவிச்ச ஒரு தீவுல பொறந்ததால த்வைபாயனர் என்று நாமதேயம்.

அவர் பிறந்த தினம் உன்னதமான க்ரஹங்கள் அபூர்வமாக ஒண்ணு சேர்ந்த ஆஷாட பூர்ணிமா. அதுனால இன்னிக்கு குருவுக்கெல்லாம் குருவான வ்யாஸ பூர்ணிமா–ன்னு கொண்டாடறோம். ஏன்னா, குரு–ஸ்ரேஷ்டரான தத்த–குருன்னு சொல்லப்படற தத்தாத்ரேய ஸ்வாமிக்கே வ்யாஸர் தான் குரு–என்னாக்க இப்ப புரியும் இந்த வேதவ்யாஸரோட மஹத்வம் என்னன்னு. தத்தாத்ரேயரப்பத்தி வேதங்கள்ல குறிப்பு இருக்கறதா தெரியலை. ஆனா, கருட புராணம், ப்ரம்ம புராணம், ஸாத்வத–ஸம்ஹிதா – இவைகள்ல மஹாவிஷ்ணுவோட அவதாரம்னு சொல்லப்படறது. அவருக்கு மூணு தலை, ஆறு கைகள், விஷ்ணு, சிவன், பிரம்மன் – த்ரிமூர்த்திகளை உள்ளடக்கியதால திரிமூர்த்தி என்னும் நாமதேயம். பரமேஸ்வரனே அத்ரி முனிவருக்கு புத்ரனாகப் பிறப்பதாக வரம் தந்ததால தத்தாத்ரேயராக பொறந்தார்னும் ஐதீகம். அவரோட இருக்கற நாலு நாய்களை நான்கு வேதங்கள் என்று கருட புராணம் சொல்றது.

விஷ்ணு ஸஹஸ்ரநாம ஸ்தோத்ரத்துல, த்யான ஸ்லோகங்கள்–ல முதல்லயே, introduction இப்படி:

व्यासं वसिष्ठनप्तारं शक्तेः पौत्रमकल्मषम् ।
पराशरात्मजं वन्दे शुकतातं तपोनिधिम् ॥

வ்யாஸம் வஸிஷ்ட²நப்தாரம் ஶக்தே: பௌத்ரமகல்மஷம் ।
பராஶராத்மஜம் வந்தே³ ஶுகதாதம் தபோநிதி⁴ம் ॥

வியாஸர் வசிஷ்டரின் கொள்ளுப் பேரனும், சக்தி முனிவரின் பேரனும், பராசர முனிவரின் மகனும், சுக முனிவரின் தந்தையுமாவார்.

வியாஸரை விஷ்ணுவின் மறுவடிவம் அப்படின்னு சொல்றதுக்கு இது தான் ஆதாரம்.. இவர் வேறு அவர் வேறு அல்ல என்கிறது இந்த ஸ்லோகம்:

व्यासाय विष्णुरूपाय व्यासरूपाय विष्णवे ।
नमो वै ब्रह्मनिधये वासिष्ठाय नमो नमः ॥

வ்யாஸாய விஷ்ணுரூபாய வ்யாஸரூபாய விஷ்ணவே |
நமோ வை ப்³ரஹ்மநித⁴யே வாஸிஷ்டா²ய நமோ நம: ||

வ்யாஸர் ரூபமாக விஷ்ணு வந்தார்; விஷ்ணு ரூபமா வ்யாஸர் வந்தார் – ஸ்ரீமத் பாகவத புராணம் முதல் காண்டம், மூணாம் அத்யாயத்துல, பகவான் செய்த 25–லீலாவதாரங்கள்–ல வேதவ்யாஸர் 17–வது அவதாரம்னு சுகப்ரம்மம் சொல்றார்.

ततः सप्तदशे जातः सत्यवत्यां पराशरात् ।
चक्रे वेदतरोः शाखा दृष्ट्वा पुंसोऽल्पमेधसः ॥

தத: ஸப்தத³ஶே ஜாத: ஸத்யவத்யாம் பராஶராத் ।
சக்ரே வேத³தரோ: ஶாகா² த்³ருஷ்ட்வா
பும்ஸோऽல்பமேத⁴ஸ: ॥

அதுக்குப்பின், பகவானின் பதினேழாவது அவதாரத்தில், ஸ்ரீ வியாசதேவர் பராசர ரிஷியின் மூலம் சத்தியவதியின் வயிற்றில் தோன்றினார்.

ஸாக்ஷாத் பகவானின் அவதாரமாக வந்து, தர்மத்தை ஸ்தாபிதம் செய்து, தாறுமாறாக இருந்த வேதமூலத்தை ஒழுங்கு பண்ணி, ரிக், யஜுர், ஸாம, அதர்வம் என்கிற கிளைகளாக்கி, ரிக் வேதத்தை பைல ரிஷியிடமும், யஜுர் வேதத்தை வைசம்பாயன ரிஷியிடமும், ஸாம வேதத்தை ஜைமினி ரிஷியிடமும், அதர்வ வேதத்தை ஸுமந்து முனிவரிடமும் ஒப்படைச்சு, இன்றளவும் நிலைச்சு நிக்கவெச்சதுக்காகவே அவரை ஜகத்குரு, குருவுக்கெல்லாம் குரு என்று நமஸ்கரிக்க வேண்டாமோ?

வேதங்களை எல்லாரும் படிக்கணும். படிக்காமல் இருக்கறது மஹாபாவம். பாவத்திற்கு, அபராதம் செலுத்த முடியலையா? வேதம் படிக்காதவாளண்ட தலைக்கு ஒரு ரூபாய் வீதம் அபராத-க்ஷமையா வசூலிச்சு, அவ்வாறு வசூலித்த பணத்தில, வேதங்களை எந்தவித பலனும் கருதாமே, தர்மத்துக்கு மட்டுமே போதிக்கும் பண்டிதர்களை கவுரவிக்கணும். இதுதான் என்னோட யோசனை. எந்த நூலின் துணையும் இல்லாமல், வாய்மொழி வழியா அவாளெல்லாம் காப்பாத்தின வேதத்தைப் பாதுகாத்தவாளை நாம மதிக்க வேண்டாமா? மத்தபடி வேதாந்த விஷய சர்ச்சைகள்-ன்னு வரும்போது அவைகள்ள நாம வேறுபடலாம் - அது தப்பில்லை. நான் ஒரு அத்வைதியாக இருக்கலாம், நீங்கள் ஒரு விசிஷ்டாத்வைதியாகவோ, த்வைதியாகவோ இருக்கலாம்., இன்னும் பல தத்துவ பாதைகள், எல்லாமே வேத மரத்தின் பல கிளைகள். தத்துவ விஷயங்கள்ல சர்ச்சைங்கறது, ஆரோக்யமான ஆராய்ச்சி - அதுல தப்பே இல்லை. எனக்கு சங்கர பகவத்பாதா மஹாபெரியவர்; இவனுக்கு ராமானுஜர் தான் எல்லாமா இருக்கலாம். அவருக்கு மத்வர் தான் ஆசார்யனா இருக்கலாம். அது அப்படியே இருக்கட்டும். ஆனால் நம்ம எல்லாருக்கும் தத்துவ நாட்டங்கள் வேறுவேறாக இருந்தாலும், வேதவியாஸரைக் கௌரவிக்க வேண்டிய கடமை மனுஷ்ய ஜாதியில பொறந்த அனைத்து ஜீவர்களுக்கும் தலையாய தர்மம். பாபங்கள் நிறஞ்ச கலியில இவ்வளவு காலமும் வேதம் நிலைச்சிருக்குன்னாக்க அது பகவத் அவதாரமான வேத வியாஸரால தான். யாரோ என்னண்ட கேட்டா, வ்யாஸபூர்ணிமாவை ஏன் ஐயங்காரெல்லாம், மாத்வாள்ள பலபேர் கொண்டாடறதில்லைன்னு. இதுக்கு நான் பதில் சொல்லணும்-ன்னாக்க, ஒரு வேளை அது உண்மையாயிருந்தா, நமது தற்போதைய நிலைமை ரொம்ப பரிதாபகரமானதுன்னு தான் சொல்லணும். ஞானம் உள்ளவாளுக்கும், வேதவித்துக்களுக்கும் பேதாபேதமே கிடையாது. அரை வேக்காடுகள் தான் இந்த மாதிரியான அவச்யமில்லாத விஷயங்கள்-ல பேசிப்பேசியே நேரத்தை வீணடிப்பா!

இந்த நாள்ல சன்யாசிகள் மட்டுமில்லாமல், ஞானமார்க்கம் மற்றும் மோக்ஷ சாஸ்த்ரத்தை நோக்கி போகற அனைவரும் தங்களது

குருமார்களையும், வியாஸ பகவானையும் கண்டிப்பாக ஆராதிக்கணும். வியாஸ பகவானை நிமித்தமாக வைத்து, ஸ்ரீமன் நாராயணன் அல்லது சிவபெருமான் தொடங்கி, அவாவாளுடைய இப்போதைய குரு வரைல, குரு பரம்பரையில் உள்ள எல்லாரையும் இந்த உன்னதமான நாளில் வழிபடணும்.

கோமுகி நதிக்குப் போகற வழியில, நைமிசாரண்யத்துல, வியாஸகட்டீ என்கற இடத்தில வேதவ்யாஸருக்கு கோயில் இருக்கு. இதுதான் வ்யாஸபகவானும், சுகப்ரஹ்மமும் ப்ரவசனமெல்லாம் செஞ்சு, பாரதம் பாகவதம் முதலான இதிஹாஸ–புராணங்களைக் கொடுத்த புண்யபூமி. அதே ஊரின் மற்றொரு பக்கத்துல, 'புராண மந்திர்' என்கற சுக பகவான் கோவில்ல சுகருடைய வெண்கலச்சிலை, கிளிமுக்குடன் பெரிசா வச்சுருக்கா.

ॐ स्वस्ति प्रजाभ्यः परिपालयन्ताम् । न्यायेन मार्गेण महीं महीशाः ।
गोब्राह्मणेभ्यश्शुभमस्तु नित्यम् । लोकास्समस्तास्सुखिनो भवन्तु ।

ஓம் ஸ்வஸ்தி ப்ரஜாப்[4]ய: பரிபாலயந்தாம் ।
ந்யாயேன மார்கே[3]ண மஹீம் மஹீஶா: ।
கோ[3]ப்[3]ராஹ்மணேப்[4]யஶ்ஶுப[4]மஸ்து நித்யம் ।
லோகாஸ்ஸமஸ்தாஸ்ஸுகி[2]னோ ப[4]வந்து ।

இன்னும் பெரியவா எவ்வளவோ சொன்னார். கேட்டவா எல்லாம் மயங்கிப்போய் அவரையே வ்யாஸ பகவனாக நெனச்சுப்பாத்தா.

அவர் காலடியிலிருந்து பத்து வருஷங்களுக்கு மேல் அடியேன் பெற்ற கருணாகடாக்ஷத்தில் – ஞாபகம் வந்த சம்பவங்களில் ஒரு சின்ன பகுதியைத்தான் உங்களுடன் பகிர்ந்துகொண்டேன். கூடியமட்டும், அடியேனுடய சுய சரிதையாகி விடக்கூடாதே என்கிற பயத்தில், நிறைய சம்பவங்களை எழுதவில்லை. அத்தனை பயத்துடன் எழுதியவற்றிலும் அடியேனைப் பற்றியும் பட்டும் படாமலும் எழுதாமல் இருக்கமுடியவில்லை. ஆனால், எழுதிய விதத்திலேயோ, சம்பவங்களிலேயோ ஏதேனும் குற்றங்குறைகள் இருந்தால், பெரியவாளை மனதில் கொண்டு அடியேனை மன்னித்து விடுங்கள். இந்த புத்தகத்தின் பாதிப்பால்,

உங்களில் சிலருக்காவது மனம் கசிந்து எழுத வேண்டுமென்று தோன்றினாலும், என் குறைகளை சுட்டிக்காட்ட வேண்டுமென்று தோன்றினாலும், தயங்காமல் எழுதுங்கள். திருத்திக் கொள்கிறேன். இந்த மேற்படி முயற்சி எந்த ஆதாயமும் கருதி எழுதப்படவில்லை – ஏன் ப்ரசுரித்த கிரி நிறுவனத்தாருக்கும், இதனால் எந்தவித ஆதாயமுமில்லை.

இதை எழுதும்படி தூண்டிய காமகோடி ஆசிரியருக்கு என் மனம் கசிந்த நன்றி. மஹாபெரியவா பக்தர்களுக்கு, முக்யமாக இதைப் படித்த, இன்னும் படிக்கும் அனபர்களுக்கு – ஒரு விண்ணப்பம். உங்கள் நண்பர்களிடமும், சொந்தங்களிடமும் இந்த விஷயங்களை பகிர்ந்து கொள்ள வேண்டுகிறேன் – பணம், புகழ், பட்டம் என்று எதற்காகவும் இல்லை. ''தர்மோ ரக்ஷதி ரக்ஷித: – தர்மத்தை அந்த தர்மமே காக்கிறது'' – அடிக்கடி பெரியவா சொல்லும் வாக்யம். அதற்காகத்தான் இந்த வேண்டுகோள். மஹாபெரியவா சரணம்.

ஹர ஹர ஶங்கர ஜய ஜய ஶங்கர

ஹர ஹர ஶங்கர ஜய ஜய ஶங்கர

ஹர ஹர ஶங்கர ஜய ஜய ஶங்கர

✦ ✦ ✦